பெரியாரை எப்படிப் புரிந்து கொள்வது?

மு.இராமசுவாமி

நியூ செஞ்சுரி புக் ஹவுஸ் (பி) லிட்.,
41 - பி, சிட்கோ இண்டஸ்டிரியல் எஸ்டேட்,
அம்பத்தூர், சென்னை - 600 050.
☎ : 044 - 26251968, 26258410, 48601884

Language: Tamil
Periyaarai Eppadi Purinthu Kolvathu?
Author: **Mu.Ramaswamy**
First Edition: March, 2023
Second Edition: October, 2023
Copyright: Mu.Ramaswamy
No.of Pages: 140
Publisher:
New Century Book House Pvt. Ltd.,
41 - B, SIDCO Industrial Estate,
Ambattur, Chennai - 600 050.
Tamilnadu State, India.
Email: info@ncbh.in
Online: www.ncbhpublisher.in

ISBN. 978 - 81 - 2344 - 432 - 1
Code No. A 4786
₹ 180/-

Branches
Ambattur 044 - 26359906 **Spenzer Plaza (Chennai)** 044-28490027
Trichy 0431-2700885 **Pudukkottai** 04322- 227773 **Thanjavur** 04362-231371
Tirunelveli 0462-4210990, 2323990 **Madurai** 0452-2344106, 4374106
Dindigul 0451-2432172 **Coimbatore** 0422-2380554 **Erode** 0424-2256667
Salem 0427-2450817 **Hosur** 04344-245726 **Krishnagiri** 04343-234387
Ooty 0423-2441743 **Vellore** 0416-2234495 **Villupuram** 04146-227800
Pondicherry 0413-2280101 **Nagercoil** 04652-234990

பெரியாரை எப்படிப் புரிந்து கொள்வது?
ஆசிரியர்: மு.இராமசுவாமி
முதல் பதிப்பு: மார்ச், 2023
இரண்டாம் பதிப்பு: அக்டோபர், 2023

அச்சிட்டோர்: **பாவை பிரிண்டர்ஸ் (பி) லிட்.,**
16 (142), ஜானி ஜான் கான் சாலை, இராயப்பேட்டை, சென்னை - 14
☎: 044 - 28482441

All rights reserved. No part of this book may be reprinted or reproduced or utilised in any form or by any electronic, mechanical, or other means, now known or hereafter invented, including photocopying and recording, or in any information storage or retrieval system, without permission in writing from the publishers.

என்னுரை

உண்மையில், 'மெய்ப்பாட்டியலின் மெய்ப்பொருள்' எனும் நூல்தான், என் செண்பகத்தின் இருபத்தைந்தாம் ஆண்டு நினைவை அடையாளப் படுத்த வெளிவந்திருக்கவேண்டும். அப்படித்தான் எனக்குள் ஒரு சங்கற்பம் உண்டாகியிருந்தது. ஆயின், 'தப்பி வந்த தாடி ஆடு-என் கதை' என்கிற என் நூலை, 04-01-2023இல் 'மாற்று ஊடக மையம்' வெளியிடுவதற்காக, திடீரென்று, பேராசிரியர் முனைவர் காளீஸ்வரன் அவர்களிடம் வாக்களித்தபடி, 05-12-2022இல், நான் அதை முடித்துக் கொடுக்க வேண்டியிருந்தது. முன்னுரிமை கொடுத்து வைத்திருந்த சில செயல்பாடுகள், இடமாறியும் போய்விடுகின்றன, நம் மீதுள்ள அதீத நம்பிக்கையில்! நேற்று மாதிரி இன்றில்லை; இன்று போல் நாளை இருக்கப் போவதில்லை என்பதை, உடலசதிகள் நமக்குக் காட்டிக் கொடுத்துவிடுகின்றன. அப்படியான சில பல அலைச்சல்களினால்- அசதிகளினால்- 2023, சனவரி முதல் வாரத்தில் முடித்திருக்கவேண்டிய 'மெய்ப்பாட்டியலின் மெய்ப்பொருள்' நூலிற்கான என் கவனம் கொஞ்சம் தடுமாறித்தான் போயிருந்தது. பொங்கலுக்குப் பின், என் கவனம் முழுக்க, 'பெண் ஏன் அடிமை ஆனாள்? என்கிற கலகக்காரர் தோழர் பெரியார்-2' நாடகத்தை, மதுரை, டோக் பெருமாட்டி கல்லூரியின் 'வேயா முற்றம்' மாணவியருக்குப் பயிற்சி அளித்து, பிப்ருவரி 15-17 ஆகிய நாட்களில், ஆறு நிகழ்வுகள் அங்குச் சிறப்பாக நிகழ்த்த வேண்டி யிருந்ததால், அதற்குள்ளேயே நான் மூழ்கிக் கிடக்க வேண்டிவந்தது. போன ஆண்டு 'கணையாழி'யில் எழுதியிருந்த கட்டுரைகளைத் தொகுத்துப் பார்த்தால், அவை ஒரு வரையறைக்குள் அடங்கி வர முடியாமல் தவித்தன. அப்பொழுது, உற்ற தோழனாக உதவிக்கு வந்து நின்றவைதாம், பெரியார் பற்றிய இக் கட்டுரைகள்! 'பெரியாரை எப்படிப் புரிந்துகொள்வது?' என்பதாய் அவை இங்கு வடிவம் கொண்டுள்ளன. கடந்த ஐந்து ஆண்டுகளில், பல்வேறு சூழல்களில், தேவை கருதி எழுதப் பெற்ற இந்தக் கட்டுரைகளின் பொதுவான குணம், பெரியாரை வெவ்வேறு சூழல்களில் நிறுத்திவைத்து, அவரின் மொழியில் - அவரின் செயற்பாடுகளில் - அவரைப் பொருத்திப் புரிந்துகொள்ள முயற்சித்திருப்பது மட்டும்தான்!

இந்த 14-03-2023 என்பது, என் செண்பகத்தின் இருபத்தைந்தாவது ஆண்டு நினைவு நாள்! உலகத் தொழிலாளர்களை ஒன்றுபடச் சொன்ன

அறிவாசான் காரல் மார்க்ஸின் நூற்றி நாற்பதாவது ஆண்டு நினைவும்கூட! மார்க்ஸுக்கு ஜென்னி மார்க்ஸ் போல, எனக்கமைந்த ஓர் அற்புதம் என் செண்பகம்! என் செண்பகம் காற்றில் கரைந்த பொழுதில், நான் எழுதியிருந்தேன், 'உள்ளம் எல்லாம் நிறைந்திருந்தும், உயிர் மீட்கும் திறனறியேன்/உங்கள் கற்பனைக்கு உயிரூட்டும் காரியங்கள் நானறிவேன்' என்று! அந்தக் காரியங்களில்தான் என்னை அமிழ்த்தி அழகுபடுத்திக் கொண்டிருக்கிறேன். இத்தனை ஆண்டுகளாய், இந்த நாளில், என் எழுத்துப் படைப்புகளை - நாடக நிகழ்த்தல்களை - என் செண்பகம் பெயரைச் சொல்லி, அவர்களின் கற்பனைக்கு உயிரூட்டி, என் சமூகச் செயற்பாட்டுக் கணக்கை நேர் செய்துகொண்டிருக்கிறேன். என்னை வெளிப்படுத்திக் கொள்வதன் மூலம், என் செண்பகத்தை சமூகத்திற்கு அழுத்தமாக நினைவுபடுத்திக் கொண்டேயிருக்கிறேன்- என்னைவிடவும் எல்லா நிலைகளிலும் அன்பானவர்; அறிவானவர்; அசாத்திய திறமை கொண்டவர்! சாதி மறுப்பு, தாலி மறுப்பு, வயது மறுப்பு என்று என்னுடன் நடைபயின்று, என்னைத் தன் நெஞ்சாங் குழிக்குள் வைத்துக் காத்து வந்தவர். இப்படியான நினைவேந்தல்களின் மூலம், எனக்கான மனசாக வாழ்ந்திருந்த அவர், ஒவ்வோராண்டும் பேசுபொருளாவதும், அவரைப் பேசுபொருளாக்கும் நாளில், என்னை நான் மறுபடி மறுபடி உரசிப் பார்த்துக் கொள்வதுமாக இருபத்திநான்கு ஆண்டுகள் ஓடி விட்டன. இந்த இருபத்தியைந்தாம் நினைவு ஆண்டில், என் செண்பகம் பெயரைச் சொல்லி, வெளியாகும் இந்த நாளின் மூன்று நூல்களாய், நான் என் செண்பகத்திடம், என் மானசீகக் கதையாடலை நிகழ்த்திக் கொண்டிருக்கிறேன் என்பதுதான் பொருள்!

பெரியாரின் சமநீதி-சமூகநீதிப் பார்வைத் தீர்க்கம், இன்னமும் கூடுதலாய்த் தேவைப்படுகிற சமூக, அரசியல் மூட்டத்திற்குள்ளேயே, நம்முடைய வாழ்க்கையானது, இப்பொழுதும் நகர்ந்து கொண்டிருப்பதால், இந்தக் கட்டுரைகள், இப்பொழுது படித்துப் பார்க்கையிலும், காலம் கடந்து வந்திருப்பதான எண்ணம், எனக்கு எந்த இடத்திலும் வரவில்லை. எல்லாவகை ஆதிக்கங்களுக்கும் எதிரான பெரியார், காலத்தைக் கடந்தும் பேசப்பட வேண்டியவராகத்தான் இன்னமும் இருக்கிறார் என்கிற புரிதலே எனக்குள் நிறைந்து நிற்கிறது. ஆகவே, 'பெரியாரை எப்படிப் புரிந்து கொள்வது?' என்கிற, என்னின் மொழிவழி உருவாகியிருக்கிற இந்த நூலின் தேவை, இப்பொழுதும் இருப்பதாகத்தான் கருதுகிறேன். அதைத்தான், பெண்களே பங்குபெற்ற, பெரியாரின் சிந்தனைகளை உயர்த்தி முழங்குகிற, மதுரை டோக் பெருமாட்டி கல்லூரி மாணவியருக்காக நான் உருவாக்கியிருந்த, 'பெண் ஏன் அடிமை ஆனாள்? நாடக அனுபவங்களும்

எனக்குச் சொல்லித் தந்திருக்கின்றன. சமூக மேன்மைக்கான கருத்துகளை வெளியிடும் கருத்தாளியாகவே, அவர் தன்னை அறிவித்துக் கொள்கிறார். 'முடியுதோ இல்லையோ என்கிறதைப் பற்றி இலட்சியம் இல்லை. நம் கடமையைச் செய்தோமா இல்லையா என்கிறதுதான்' - அவரின் எளிய கொள்கை! 'நான் சொல்லீட்டேங்றதுக்காக, அல்லது யார் சொன்ன கருத்தாக இருந்தாலும், ஒரு கருத்தை அப்படியே ஏத்துக்க வேண்டாம். யார் சொல்பவைகளையும், நீங்களே உங்கள் சொந்தப் புத்தியைக் கொண்டு ஆராய்ந்து பாருங்கள். அவை, உண்மையென்று தோன்றினால் ஏற்றுக் கொள்ளுங்கள். இல்லையெனில் தள்ளிவிடுங்கள்' என்று சொல்லுகிற நேர்மையும் நெஞ்சுரமும் அவரிடமிருந்தன. இன்னொன்று, 'யோக்கியன், அறிவாளி, ஆராய்ச்சியாளன், பொறுப்பாளி, கவலையாளி ஆகியோர் மாறவேண்டியது அவசியமாகலாம். அதைப் பற்றிய கவலை ஏன்? யார் எப்படி மாறினாலும், பார்க்கிறவர்களுக்குப் புத்தியும் கண்ணும் சரியாய் இருந்தால், மற்றதைப் பற்றிக் கவலைப்பட ஒன்றுமில்லை... ஒன்றும் ஆபத்து வந்து விடாது. மாறுதல்கள் காலத்திற்கும், பகுத்தறிவிற்கும், நாட்டின் முற்போக்குக்கும் ஏற்றாற்போல் நடந்தே தீரும். எனவே, நான் மாறுதலடைந்துவிட்டேன் என்று சொல்லப்படுவதில் வெட்கப்படுவதில்லை. நான், நாளை எப்படி மாறப் போகின்றேன் என்பது எனக்கே தெரியாது. ஆகையால், நான் சொல்வதைக் கண்மூடித்தனமாய் அப்படியே நம்பாதீர்கள்' என்று, அழுத்தந்திருத்தமாய்ச் சொல்கிற அறிவியல் அறம், அவருடைய உரையாடல் முறைமையாயிருக்கிறது. இந்த ஆய்வுத் தடத்திலேயே, அவருடைய கருத்துகள் இங்குப் பேசப்படுகின்றன.

'கறுப்பும் சிவப்பும் வெகுளிப் பொருள' (தொல்.சொல்.நூற்பா-372) என்கிறார், மூவாயிரத்து ஐநூறு ஆண்டுகளுக்கு முற்பட்ட நம் தொல்காப்பியர்! இப்பொழுதும் சமவுரிமை / சமவுடைமை தவறிய சமூகத்தின் மீதான கோபத்தின் வெளிப்பாடுகள்தாம் கருப்பும் சிகப்பும்! இத்துடன் நீலத்தையும் இணைத்துக் கொள்ள நாம் பழக்குவோம்! எதுவுமே விவாதத்திற்குரியதுதான்! இவற்றையும் விவாதிப்போம்! எவருடைய எந்த ஒரு வரியையும், தனியே உருவி எடுத்துத் தனியாக அலச முயலாதீர்கள். முழுமையையும் வாசிக்கப் பழகுங்கள். முன்னும் பின்னுமான அவற்றின் இயைபைக் கொண்டே, காலத்தைக் கணக்கிலெடுத்தே, அவற்றின் பயன்பாட்டு நோக்கில், எதுவொன்றையும் ஆய்விற்கு உட்படுத்தத் தயாராவோம்! அதுவே, அறம் நிறைந்த புனிதச் செயற்பாடு! அதையே, நமக்கான வேதமாக்குவோம்! சமூகம் முன்னேற, நடை பழக்குவோம்! அறிவாய் விவாதிப்போம்! அன்பாய்ச் சுவாசிப்போம்!

இந் நூலை, உரிய காலத்தில் வெளியிட, என் முயற்சிகளுக்கு உதவுங் கரமாய் இருந்துகொண்டிருக்கிற, நியூ செஞ்சுரி புத்தக நிறுவனத்தின் மதுரை மண்டல மேலாளர் திரு அ. கிருஷ்ணமூர்த்தி அவர்களுக்கும், பொது மேலாளர் திரு தி.இரெத்தினசபாபதி அவர்களுக்கும், மேலாண்மை இயக்குநர் திரு சண்முகம் சரவணனுக்கும், நியூ செஞ்சுரி புத்தக நிறுவனத்தின் உழைப்பாள உறவுகளுக்கும் நெஞ்சின் ஆழத்திலிருந்து என் நன்றி!

24-02-2023 மு.இராமசுவாமி

பொருளடக்கம்

1. பெரியாரை எப்படிப் புரிந்து கொள்வது? — 9
2. பெரியார் இல்லாத தமிழகம்! — 33
3. கல்வியில் பெரியாரின் சமூக நீதியும் தேசியக் கல்விக் கொள்கையில் ஒன்றிய அரசின் சரிந்த நீதியும்! - எளிய முன்னுரை — 63
4. கலையும் பெரியாரும்! — 92
5. 'பகுத்தறிவுப் பரப்புரையாளர்' சொல்லின் செல்வர் 'பெரியார்' — 114

பெரியாரை எப்படிப் புரிந்து கொள்வது?

தமிழ்நாட்டில் பிறந்து, எதையும் பகுத்தறிவால் சிந்தித்து, 'இங்கிருக்கிற திராவிட சமுதாயத்தைத் திருத்தி, உலகிலுள்ள பிற சமுதாயத்தினரைப் போல், மானமும் அறிவும் உள்ள சமுதாயமாக, அதை ஆக்கும் தொண்டை மேற்போட்டுக் கொண்டு, அதைத் தவிர வேறொரு பற்றுமின்றி, அந்தப் பணியாகவே உழைத்து', தன் இயக்கத்திற்கென சமூக நலம் பேசும் ஒரு சமூகக் கருத்தியல் தளத்தை-தத்துவவெளியை-உருவாக்கிய 'பெரியாரை, அவர் வாழ்ந்த காலத்தில் மட்டுமல்ல, இப்பொழுதும், அவருடைய சுயமரியாதை வரித்த கலகக்காரக் குணத்தை, இக்காலச் சூழலின் தேவையை ஒட்டி, எப்படிச் சரியாகப் புரிந்துகொள்வது என்பது, இன்றையப் பரபரப்பில் மிகவும் தேவையானதுதான்! 'கடவுளின் வைரி' என்பதாய் மட்டுமே சனாதனிகளால் கட்டம் கட்டி வைக்கப்பட்டிருக்கிற பெரியார் என்கிற படிமத்தை, 'மனித குலச் சூரி' அவர்; அவரின் நாத்திகம் மனிதகுல மேம்பாட்டிற்குரியது; தமிழ்நாடு, அவர் மூலம் மட்டுமே, சமூகநீதியில்-பகுத்தறிவில்-கல்வி, மருத்துவத்தில், இந்திய ஒன்றியத்திலேயே, 'திராவிட முன்மாதிரி'யாக, இன்றைக்கு, உலகம் எடுத்தாளத் தப்பிப் பிழைத்திருக்கிறது, என்கிற நெடிய வரலாற்றை உணர்த்த வேண்டிய காலச் சூழலைப் பெரியாரின் அயர்வறியாத் தொண்டின் மூலம் இங்கு உருவாகியிருக்கிற பெரியாரியலாளர்க்கு, இயற்கை வழங்கியிருப்பதாகவே, இப்பொழுது நினைக்கிறேன். பெரியார் என்பவர் தவயோகி அல்ல; அவர் ஒரு சமூகப் பகுத்தறிவு மோகி!

கடந்த நான்கைந்து ஆண்டுகளில், தமிழ்நாட்டில், பெரியாரை இந்து மதத்திற்கு எதிரானவராக, கடவுள் மறுப்பாளராக மட்டுமே முன்னிறுத்தி, கருத்துக் குருடர்களால் பெருமளவு சேதம் விளைவிக்கப்பட்ட சிலை பெரியாரினுடையது. ஆனால், அந்தக் கயவாளித்தனம், தமிழ்நாட்டு மக்களிடம், அவர்களுக்குக் கடும் சேதாரத்தையே உண்டு பண்ணியிருந்த தென்பது, வரலாறு நமக்குச் சொன்ன சேதி! சரி, ஏன் அவர்களுக்குப் பெரியாரின்மீது அத்தனை ஆகாத கோபம்? பெரியார் எதையும் கேள்வி கேட்கச் சொல்கிறார். அவர் சொன்னதேயானாலும் அதையும் கேள்விக்குட்படுத்தச் சொல்கிறார். எதையும் பகுத்தறிவுக் கண் கொண்டு பார்க்கச் சொல்கிறார். உலக நடவடிக்கைகளைக் காதுகளைத் திறந்து வைத்துக்கொண்டு கேட்க-விவாதிக்கச் சொல்கிறார். அவரின்

ஒற்றை அளவு கோல், இவற்றினடியிலான சமூகநீதி மட்டுமே! இந்த அடிப்படையில் நின்று, புனிதம் என்று நம் தலையில் கட்டமைக்கப் பட்டிருக்கிற, பொய்முகமான சனாதன தருமங்களையும், அவற்றைத் தூக்கி நிறுத்துவதற்காய், மக்களை மனச் சலவை செய்யும் புராண இதிகாசங்களையும், கூண்டுக்குள் நிறுத்திவைத்து, குற்றப் பத்திரிக்கை வாசிக்கிறார் பெரியார்! அதற்கான விவேகமான, அறிவியல்பூர்வ பதில் அகப்படாத அடிமைக் கூட்டம், ஆத்திரத்தில், தங்கள் மூடத்தனத்தை, இப்படி, அடாவடியாய் வெளிக்காட்டிக் கொண்டிருக்கின்றனர். தமிழ்நாட்டில் பெரியாருக்கு நேர்ந்த இந்த இழிவு, திரிபுராவில், அங்குள்ள காவிகளால் லெனின் சிலைக்கும் நிகழ்ந்தது. அதேபோல், சனாதனம் உப்பிட்டு வளர்த்த, சாதிய விஷ நாக்குகளால் அம்பேத்கரின் சிலைகளுக்கும் இதே அவமானம் தமிழ்நாட்டில் நிகழ்த்தப்பட்டதும், இந்திய அரசியல் சட்டம் இயற்றியதில் தலைமைப் பங்காற்றிய அவரைக் கூண்டுக்குள் நிறுத்தி வைத்திருப்பதும் நிதர்சனமாயிருந்தது. ஐரோப்பாவில் காலூன்றி, அகிலமெங்கும், உழைக்கும் மக்களின் கருத்தாயுதமாய்-கை வாளாய்ப் பரவி நின்றது-நிற்பது மார்க்சியம்! ஐரோப்பியச் சுற்றுப் பயணங்களின் மூலம்-வாசிப்பின் மூலம், மார்க்சியம் கால்பரப்பி நின்ற தேசங்களின் குணரீதியான சமூக மாற்றத்திற்கான விதைகளை உள்ளுக்குள் ஊறப்போட்டு, இங்கு அதற்கொரு புதிய முகவரி சொல்லப் புறப்பட்டிருந்தது பெரியாரியம்! ஐரோப்பாவில் உயர்கல்வி கற்று, அங்கு வெளிக்காற்றில், அவமானத் திற்கான அரிச்சுவடியே காணாமலிருந்த சூழலில், அங்கிருந்த சுதந்திரம், சமத்துவம், சகோதரத்துவத்தை, மூச்சுக் காற்றாய் முன்னெடுத்து, இந்த மண்ணிலே, பார்ப்பனிய, இந்துமதப் பாகுபாட்டிற்கெதிராய், ஒதுக்கப் பட்டோரின் பவுத்தமாய் மலர்ந்திருந்தது அம்பேத்கரியம்! ஆயிரங்கால் பூதங்களாக, ஆதிக்கச் சக்திகளைப் பயங்காட்டிக் கொண்டிருக்கிற, மார்க்ஸ், பெரியார், அம்பேத்கர்-இவர்கள் மூவரின் அபேதவாதத் தத்துவச் செயல்பாட்டு முகமைகளின் ஒற்றுமை, வேற்றுமைகளைக் கூர்ந்து நோக்கி, வேற்றுமையில் ஒற்றுமையை அடையாளப்படுத்த வேண்டியதிருக்கிறது. இந்தச் சூழலில், பெரியாரை, அறிவியல் பூர்வமாய் எப்படிப் புரிந்து கொள்வது, அல்லது எதிர்ச் சனநாயகச் சக்திகளுக்கு அவரை எப்படிப் புரிய வைப்பது என்கிற வினாவின் விடையே இந்தக் கட்டுரை! உண்மையில் சொல்லப்போனால், பெரியார் சொல்லுவதைப் போல, ‘நாம செய்யிற வேலையினுடைய முக்கியத்துவம் நம்ம மக்களுக்குத்தான் சரியாப் போய்ச் சேரலெ. எதிரிகளுக்குத்தான் சரியாப் போய்ச் சேர்ந்திருக்குது. அவுங்கதான் நம்மெச் சரியாப் புரிஞ்சி வச்சிருக்காங்க’ என்பதன்படி, சனநாயகச்

சக்திகளுக்கு- நம் மக்களுக்குப் பெரியாரை எப்படிப் புரிய வைப்பது என்கிற வினாவிற்கான விடையே இது!

'மார்க்ஸ்-எங்கெல்ஸ் நினைவுக் குறிப்புகள்' நூலில், மார்க்ஸின் இடத்தை வரையறுக்கிறபொழுது, நூலாசிரியர் இப்படிக் குறிப்பிடுகிறார்:- "பாரிஸ் நகரம், ஐரோப்பாவின் அரசியல் மற்றும் கலாச்சார மையமாக 1840களில் இருந்தது. சுதந்திரம், சமத்துவம், சகோதரத்துவம் என்ற உயர்ந்த இலட்சியங்களுக்குப் பதிலாக, பண வேட்டையை இலட்சியமாக்கிவிட்ட முதலாளித்துவ அமைப்பின்மீது, தீவிரமான அதிருப்தி, பாரிஸைப் போல வேறெங்கும் இருக்கவில்லை. காரல் மார்க்ஸ் இந்தப் புறச் சூழலினால் தான், பாரிஸில்தான் அவர் மார்க்சியவாதியானார் என்பதும், விஞ்ஞானக் கம்யூனிசத்தின் தீர்மானகரமான கருத்துகள் அங்கேதான் வகுத்துரைக்கப் பட்டன என்பதும் இயற்கையே (பக்.261). தத்துவரீதியான விமர்சனத்தை, வர்க்கங்களின் உண்மையான போராட்டத்துடன் இணைக்க வேண்டும் என்று மார்க்ஸ் விரும்பினார் (பக்.265). தத்துவத்தையும் நடைமுறையையும், தத்துவஞானத்தையும் உலகத்தையும் இணைக்கின்ற சங்கிலியாக, அவர் பாட்டாளி வர்க்கத்தைக் கண்டடைந்தார்! அந்த வகையில், மார்க்ஸ், 'மனிதகுலத்தின், மொத்த வரலாற்றுக்குமான விளக்கத்தைப் பொருளாதார உறவுகளில்தான் தேட வேண்டும்' என்ற கருத்தில் இருந்தே, '1844ஆம் வருடத்தின் பொருளாதார மற்றும் தத்துவஞானக் குறிப்புகள்' புத்தகத்தைத் தொடங்குகிறார். 'மனிதனின் உற்பத்தி வாழ்க்கை, அவனுடைய உழைப்பு-இவைதாம், சமூக முன்னேற்றத்தின் முக்கியமான விசை. மனிதனுடைய உழைப்பு, வெவ்வேறு சமூக நிலைமைகளில், வெவ்வேறு வடிவங்களை அடைகிறது. கடைசியில் மொத்தமாக, மக்கள் தொகையினரிடம் இரண்டு வர்க்கங்கள்-தொழிலாளி வர்க்கம், முதலாளி வர்க்கம்-மட்டுமே எஞ்சுகின்றன' என்கிறார். ஃபாயர்பாஹின் சூக்குமமான மனிதனுடைய இடத்தில், மார்க்ஸ் பாட்டாளியை வைக்கிறார். ஃபாயர்பாஹ் (Fauerbach), மார்க்ஸ், எங்கெல்ஸ் காலத்திற்கு முந்தைய, ஹெகலிய பள்ளியைச் சேர்ந்த செர்மானிய தத்துவ அறிஞராவார். கருத்து முதல்வாதத்திற்கு எதிராக பொருள்முதல்வாதத்தை முன்மொழிந்தவர். கடவுள்/ஆன்மீகம் எனும் கருத்தியல் இடத்தில், ஃபாயர்பாஹ் மனிதனை முன்னிறுத்தினார். ஃபாயர்பாஹின் ஒரு மனிதன் மற்றொரு மனிதனிடம் கொண்டிருக்கிற உறவுகளின் இடத்தில், மார்க்ஸ், தொழிலாளிக்கும் முதலாளிக்கும், வாழ்கின்ற உழைப்பிற்கும் திரட்டப்பட்ட உழைப்பிற்கும் (மூலதனம்) உள்ள உறவுகளை வைக்கிறார். எல்லாமே விற்பனை செய்யப்படுகின்ற-வாங்கப்படுகிற உலகத்தில், பணம், தலைமையான-தனிமுதலான-சக்தியைக் கொண்டிருக்கின்ற உலகத்தில், தொழிலாளி

ஒரு பண்டமாகத்தான் இருக்கிறான். அவனிடம், மூலதனமோ, வாரமோ கிடையாது. அவன் உழைக்கின்ற சக்தியை மட்டுமே வைத்திருக்கின்றான். உழைப்பு, சமூகத்தின் அனைத்துச் செல்வத்தையும் உற்பத்தி செய்கின்றது. முதலாளித்துவச் சமூகத்தின் இந்த உண்மையை, மார்க்ஸ் தன்னுடைய ஆராய்ச்சியில், தொடக்க நிலையாக வைக்கிறார்... தொழிலாளி, பொருளாயதச் செல்வத்தைப் படைக்கிறான்; ஆனால் அது, அவனுக்குச் சொந்தமாக இருக்கவில்லை. மேலும், இச் செல்வம், தொழிலாளியிடமிருந்து அந்நியமாக்கப்படுவது மட்டுமின்றி, மூலதனம் என்ற முறையில், தொழிலாளியை ஆட்சி புரிகின்ற அந்நியச் சக்தியாகத் தொழிலாளிக்கு எதிரிடையாக வைக்கப்படுகிறது. மார்க்ஸ் இந்த உண்மையை, 'உழைப்பு அந்நியமாக்கப்படுதல்' என்கிறார்" (பக்-277-278). மார்க்சியத் தத்துவம், சமூக, பொருளாதார, அரசியல் துறைகளில் தவிர்க்க முடியாத ஒரு மாபெரும் நடைமுறைத் தத்துவமாக உருவெடுத்த பின்புலத்தை, இதன்வழி ஒருவாறு விளங்கிக் கொள்ளப் பார்க்கலாம். இதேபோன்றதொரு நிலையை, பெரியாரைப் புரிந்து கொள்ள அப்படியே தமிழ்நாட்டிற்கும் நகர்த்திக் கொண்டு வருவோம்!

ஃபாயர்பாஹின், ஒரு மனிதன் மற்றொரு மனிதனிடம் கொண்டிருக்கிற உறவுகளின் இடத்தில், மார்க்ஸ், தொழிலாளிக்கும் முதலாளிக்கும்-வாழ்கின்ற உழைப்பிற்கும் திரட்டப்பட்ட உழைப்பிற்கும் (மூலதனம்)-உள்ள உறவுகளை, வரலாற்று இயங்கியல் பொருள்முதல்வாத அடிப்படையில் வைக்கிற இந்த இடத்தில்தான், மார்க்ஸ் தனித்து நிற்கிறார். இதுவே-உற்பத்திச் சக்திக்கும், அதன் உற்பத்தி உறவுக்கும் உள்ள பிரதான முரண்! அதுவே, அந்தச் சமூகத்தின் அடிக்கட்டுமான மாகிறது என்கிறார் மார்க்ஸ்! இந்த அடிக்கட்டுமானத்தை அடையாளங் காண்பதிலேதான் மார்க்சிய அமைப்புகளுக்குள்ளும் பல்வேறு மாறுபாடுகள் காணப்படுகின்றன. இந்த அடிக்கட்டுமானத்தைக் காக் கின்ற மேற்கட்டுமானங்களாகவே, அடிக்கட்டுமானம் உருவாக்குகிற கருத்தியல் சிந்தனைத் தெறிப்புகளான அறம், நீதி, கல்வி, பண்பாடு, இன்னபிற அனைத்தும் அமைந்திருக்கின்றன என்கிறார், மார்க்ஸ்!

பெரியார், மார்க்ஸ் கூறுகிற, பொருளாதார அடிக்கட்டுமானத்தைக் காக்கும், அதன் மேற்கட்டுமானமான பண்பாட்டியல் தளத்திற்குள், மனிதனை நிறுத்தி, மார்க்ஸின் 'பாட்டாளி'யினுடைய (ஒடுக்கப்பட்ட) இடத்தில், பெரியார் இங்கிருக்கிற 'சூத்திர'னை (பஞ்சமரையும்) திராவிடன் (ஒதுக்கப்பட்ட) என்பதாய் நிறுத்துகிறார். 'பாட்டாளி'யாயு மிருக்கிற, இந்தத் திராவிடனின் 'உழைப்பு' என்கிற பாத்திரம்தான், அச் சமூகத்தின் கருத்தியல் உற்பத்தி உறவாகி, அதன் அடிக்கட்டுமானத்தையே

காக்கிறது - சிலவேளைகளில் அசைத்தும் பார்க்கிறது. அந்த வகையில், அடிக்கட்டுமானத்தையேகூட அசைத்துப் பார்க்கும் வல்லமை கொண்ட மேற்கட்டுமானத்தின் அடிப்படைப் பண்பாட்டு முரணைக் கூர்மைப்படுத்தும் பணியில், தன்னை முழுவதுமாக அவர் ஈடுபடுத்திக் கொண்டிருந்தார் என்பதாகத்தான் புரிந்துகொள்ள முடிகிறது.

மார்க்ஸ், மனிதனுடைய இடத்தில், வாழ்கின்ற உழைப்பிற்கும் திரட்டப்பட்ட உழைப்பிற்கும் (மூலதனம்) உள்ள உறவைத் தன் சமூக அடிப்படையாய்க் கொண்டதுபோல், பெரியார், மனிதனுடைய இடத்தில்-மனிதர்களுக்கிடையிலான கருத்தியல் உற்பத்தி உறவில்-'பார்ப்பனியக் கருத்தியல்-சூத்திரர் வாழ்வியல்' (ஆரியர்-திராவிடர்) என்பதான, சமூகக் கருத்தியல் உற்பத்தி உறவைத் தன் அடிப்படை அலகாக்கிக் கொண்டிருக்கிறார். தொழிலாளியினுடைய உழைப்பு எப்படிச் சுய நடவடிக்கையாக அல்லாமல், அது பலவந்தப்படுத்துகின்ற, கட்டாய உழைப்பாகிறதோ, அதேபோல், சூத்திரனின் (திராவிடன்) உழைப்பும் சுய நடவடிக்கையாக அல்லாமல், அது, மனரீதியில் அவனைப் பலவந்தப்படுத்துகின்ற, கட்டாய உழைப்பாகிறது. 'செவிக்குணவு இல்லாதபோது சிறிது வயிற்றுக்கும் ஈயப்படும்' என்பதை இந்தப் பொருளில்தான் புரிந்துகொள்ள வேண்டியதிருக்கிறது. அந்த நிகழ்வுப் போக்கின்போது, தொழிலாளி முதலாளியின் உடைமையாக இருக்கிறான். அதைப்போலவே, கருத்தியல் தளத்தில் சூத்திரன் பார்ப்பனனின் உடைமையாகவே இருக்கின்றான். தொழிலாளியோ, சூத்திரனோ-பூர்வஜென்மப் பாவத்தால், தான் இப்படி உழைக்க-கஷ்டப்பட-விதிக்கப்பட்டிருக்கிறேன் என்று உண்மையாகவே இரண்டிலும் (தொழிலாளி, சூத்திரன், இத்யாதி) நம்பவைக்கப்பட்டிருக்கிறான். தொழிலாளியாவது, பொருளாதார நிலையில் உயர்ந்து, முதலாளி ஆவதற்கான சிறு சாத்தியக்கூறு உண்டு. ஆயின் சூத்திரன், பிறப்பால் சமூகத்தில் உயர்த்திக் கொண்டிருக்கிற, பார்ப்பனன் ஆவதற்கான சாத்தியக்கூறு, அணுவளவும் கிடையாது. அதற்குத்தான், இங்கிருக்கிற சாத்திரங்கள், புராணங்கள், தருமங்கள், அதற்கான கடவுள்-மனிதர் கதைகள் உருவாக்கப்படுகின்றன.

சமூக முன்னேற்றத்தின் மிக முக்கியமான விசையாக மார்க்ஸ் 'உழைப்'பைக் கண்டதுபோல், பண்பாட்டுவெளியில் இறுகிக் கிடக்கிற, வருணாசிரமத் தளையை அகற்றும், சமூக முன்னேற்றத்தின் முக்கியமான விசையாகச் 'சமூக நீதி'யைப் பார்க்கிறார், பெரியார்! பிறப்பின் வழியாய, தனி நீதியை அறிவித்துக் கொண்டிருக்கிற பார்ப்பனீய வருணாச்சிரம உறவின் எதிர்க் கருத்தியலான-'சமூகநீதி'யைத் தன்

கருத்தியல் எதற்குமான அடிப்படை அலகாக்கிக் கொள்கிறார் பெரியார்! அது, மனுவிற்கெதிரான-பார்ப்பனியத்திற்கெதிரான-வள்ளுவர் அடையாளப்படுத்திய ‘பிறப்பொக்கும்’ என்பதாய், அவர் கையில், ‘பெரியாரியம்’ ஆகிறது. அதனால், வருணாச்சிரம உறவின் தீர்ப்புக் கோடாக இருக்கிற ‘பிறப்’பைக் கேள்விக்குட்படுத்தி, அந்த இடத்தில், அதைச் ‘சமூகநீதி’யால்-சமநீதியால்-இடப்பெயரல் செய்கிறார் பெரியார்!

‘தத்துவஞானிகள், உலகத்தைப் பல்வேறு வழிகளில் வியாக்கியானப் படுத்தி மட்டுமே வந்திருக்கிறார்கள். ஆனால், அதை மாற்றுவதுதான் இப்போதுள்ள விஷயமாகும்’ என்கிற மார்க்ஸ், ‘உலகத் தொழிலாளர்களே ஒன்றுபடுங்கள்’ என்கிற முழக்கத்தை முன்வைக்கிறார். பெரியாரும் மாற்றத்திற்கான நடைமுறை முழக்கமாக, ‘மானமும் அறிவும் மனிதர்க்கு அழகு’ என்பதாய்ப் ‘பிராமணரல்லாதாரே ஒன்றுபடுங்கள்’ என்கிறார். பெரியார், இந்திய வருணாச்சிரமத்தின் ஆக்டோபஸ் கரங்களைக் கண்டு, கேட்டு, வாசித்து, அனுபவித்துத்தான் கடவுள் மறுப்பாளரானார் என்பதும், அதற்கெதிரான சமூகநீதிக் கருத்தியலின் தீர்மானகரமான கருத்துகள் இந்த மண்ணிலிருந்துதான் வகுத்துரைக்கப் பட்டன-அவருக்கு வந்து சேர்ந்தன என்பதும், மார்க்சியம் போலவே இயற்கையானதே! இரண்டும் ஒரு சேரக் கலந்த, இயங்கியல் வழிப்பட்ட, செயற்பாட்டுப் புதுவடிவம், இந்திய அரசியல், பண்பாட்டுத் தளத்தில் தேவை என்பதையே இந்தியச் சனாதனம் இங்குக் கோடி காட்டி யிருக்கிறது. அடிக்கட்டுமானத்தைப் போலவே, மேற்கட்டுமானமும், ஒன்று மற்றொன்றைப் பாதித்து, அதைப் பாதுகாக்கக்கூடியது. சமூக வளர்ச்சியானது, இரண்டும் ஒன்றையொன்று சார்ந்து நின்று, ‘சுழல் வட்டப் படிக்கட்டுமுறைச் சுழற்சியாய்த் தொடர் மாற்ற’த்தைத் தங்களுக்குள் கொண்டிருக்கக்கூடியது. ஆக, பொருளாதாரநிலையில் சமவுடைமைக்கான தாக்கீதாக மார்க்சியம் இருப்பதைப்போல், சமூகநிலையில், சமூகநீதியான, சமவுரிமைக்கான தாக்கீதாக பெரியாரியம் இருக்கிறது.

1885 இல் உருவான இந்திய தேசிய காங்கிரஸில், 1922-1925 வரை தமிழ்நாடு காங்கிரஸ் தலைவர் பொறுப்பிலிருந்த பெரியார், தான் கொண்டு வந்த ‘வகுப்புவாரிப் பிரதிநிதித்துவத் தீர்மானம்’- அதாவது, 1920இல் திருநெல்வேலியில் நடைபெற்ற காங்கிரஸ் மாகாண மாநாட்டில், மாநாட்டுத் தலைவர் திரு எஸ். சீனிவாச அய்யங்கார், வகுப்புவாரித் தீர்மானத்திற்கு அனுமதி மறுத்துவிடுகிறார். 1921இல் தஞ்சாவூரில் நடைபெற்ற காங்கிரஸ் மாகாண மாநாட்டில், அம் மாநாட்டுத் தலைவர் திரு ராஜகோபாலாச்சாரியார், ‘வகுப்புவாரித் தீர்மானத்தைக் கொள்கை

அளவில் வைத்துக் கொள்வோம், தீர்மானமாக வேண்டாம்' என்று நாசூக்காக மறுத்துவிடுகிறார். 1922இல் திருப்பூரில் நடைபெற்ற காங்கிரஸ் மாகாண மாநாடு, 1923இல் சேலத்தில் நடைபெற்ற காங்கிரஸ் மாகாண மாநாடு-இங்கெல்லாம் இத் தீர்மானம் கொண்டு வரப் பெற்று, நிராகரிக்கப் பெறுகிறது. 1924இல் திருவண்ணாமலையில் நடைபெற்ற காங்கிரஸ் மாகாண மாநாட்டில், அம் மாநாட்டிற்குப் பெரியார் தலைமையேற்றபோதும், திரு எஸ். சீனிவாச அய்யங்கார் உள்ளிட்ட தலைவர்கள், பெரியாருக்கு எதிராகப் பெரிய அளவில் உறுப்பினர்களைத் திரட்டியிருந்ததால், வகுப்புவாரித் தீர்மானம் அங்கும் நிறைவேறவில்லை. இத்தனைக்குப் பின்னும், 1925இல் காஞ்சீபுரத்தில் நடைபெற்ற காங்கிரஸ் மாகாண மாநாட்டில், 25 உறுப்பினர்களின் ஒப்புதல் கையெழுத்துடன் வகுப்புவாரித் தீர்மானத்தைப் பெரியார் கொண்டு வருகையில், அம் மாநாட்டுத் தலைவர் திரு.வி.கலியாணசுந்தரம், வகுப்புவாரித் தீர்மானத்தை 'ஒழுங்கற்ற தீர்மானம்' என்று சொல்லி அனுமதிக்க மறுத்துவிடுகிறார்-இவ்வாறு 6 ஆண்டுகளாய்த் தொடர்ந்து திட்டமிடப்பட்டு அவரின் வகுப்புவாரிப் பிரதிநிதித்துவக் கோரிக்கை தோற்கடிக்கப்பட, 'காங்கிரஸ் கட்சி பிராமணமயமாகி விட்டது. இங்கே பார்ப்பனத் தலைவர்களின் ஆதிக்கம் வலுத்து விட்டது. காங்கிரஸில் தொடர்ந்து இருப்பதால் எந்தப் பயனும் ஏற்படப் போவதில்லை. இனி காங்கிரஸை ஒழிப்பதே என் வேலை' என்று டிசம்பர் 1925இல் இந்தியத் தேசியக் காங்கிரஸிலிருந்து-காங்கிரஸை ஒழிப்பேன்; காந்தியை ஒழிப்பேன்; கடவுளை ஒழிப்பேன்; சாதி, மதத்தை ஒழிப்பேன்; பார்ப்பனியத்தை ஒழிப்பேன் என்கிற-பஞ்சசீலக் கொள்கையுடன் வெளியேறுகிறார்.

முதலாளித்துவத்தை ஒழித்து அங்கு சோசலிசத்தைக் கட்டமைப்பது போல், பெரியார், மேற்கட்டுமான ஆதிக்கக் கருத்தியல் பஞ்ச பாதகங்கள் அத்தனையையும் ஒழித்து, அங்குச் சமநீதியைக் கட்டமைக்கலாம் என்கிறார். இந்த இடத்தில், நான்கு விடயங்களை நாம் நினைவுபடுத்திக் கொள்ள வேண்டியதிருக்கிறது. ஒன்று, காங்கிரஸில் இருந்தபோதும், நீதிக்கட்சி கொண்டுவந்த தேவசம் போர்டு (இந்து அறநிலையத்துறை) சட்டத்தைப் பெரியார் ஆதரிக்கிறார்; இரண்டாவது, 1921இல் நீதிக் கட்சி, வகுப்புவாரிப் பிரதிநிதித்துவச் சட்டம் கொண்டுவருகையில், அதையும் காங்கிரஸில் இருந்து கொண்டே ஆதரித்து, காங்கிரஸும் அதை ஏற்றுத் தீர்மானம் நிறைவேற்றப் பாடுபட்டிருக்கிறார். மூன்றாவது, 1924 இல், பெரியார் தமிழ்நாடு காங்கிரஸ் தலைவராக இருக்கையில், 'வைக்க'த்தில், தாழ்த்தப்பட்ட ஈழவ/புலைய மக்கள், கோயில்

தெருவினுள் நடந்து செல்லும் உரிமை நுழைவுப் போராட்டம், பெரியாரின் தலைமையில் தான் நடக்கிறது. நான்காவது, 1924இல் சேரன்மாதேவி குருகுலத்தில் நிகழ்ந்த வருணாசிரம சாதிபேத நடவடிக்கைகளை எதிர்த்து, காங்கிரஸ் கமிட்டியிலிருந்து அதற்கு நிதி அளிக்க மறுக்கிறார். நான்கிலும், வருணாச் சிரமம் எழுதி வைத்திருக்கிற, சாதித் துவேசத்திற்கு எதிரானவராக, அதைத் தட்டிக் கேட்டு, சமநீதிக்கு ஆதரவான நடைமுறைகளைத் தீர்க்கமுடன் பின்பற்றியவராகவே, பெரியார் இந்திய தேசிய காங்கிரசிற்குள்ளேயும் இருந்திருக்கிறார். அதிலிருந்து வெளியேறிய பின்பும், அவரின் சமூகநீதிக் கொள்கைக்குக் கைலாகு கொடுக்கிற, எந்த அமைப்பின் தீர்மானத்தையும் ஆதரிப்பவராகவே இருந்திருக்கிறார். இந்த அடிப்படைதான், சமூகத் தளத்தில் அவரைக் கடைசிவரையும் இயங்க வைத்திருக்கிறது. இவ்வளவிற்கும், அவரும் ஆச்சாரக் குடும்பத்திலிருந்து வெளியேறி வந்தவர்தான்!

1921இல் நீதிக் கட்சி ஆட்சியில் சட்டமான முதல் வகுப்புவாரிப் பிரதிநிதித்துவ ஆணையானது, கிடப்பில் 6 ஆண்டுகள், உயர்த்திக் கொண்ட பார்ப்பனச் சாதியினரின் பெரும் தடங்கலுக்குப் பின், 1926இல் நீதிக் கட்சி ஆதரவைப் பெற்ற சுயேட்சை அரசாங்கத்தில், பத்திரப் பதிவுத்துறை அமைச்சராயிருந்த திரு எஸ். முத்தையா முதலியாரினால், பெரியாரின் ஆதரவுடன் 04-11-1927இல் (ஆணை எண்: 1071) அது நடைமுறைப்படுத்தப்பட்டது. அதற்காகவே, அவரின் செயன்மைக்கான நன்றிக் கடனாகப் பிறக்கிற குழந்தைகளுக்கு, ‘முத்தையா’ என்று பெயரிடச் சொல்லிப் பெரியார் அறிக்கை வெளியிடுகிறார். அதை, முழு வெற்றியுள்ளதாக்கும் நோக்கத்தில், துறைவாரியாகப் பல்வேறு ஆணைகளைப் பிறப்பித்து, 02-07-1929 முதல் 11-11-1929க்குள் சென்னை மாகாண அரசில், எல்லாத் துறைகளிலும், வகுப்புரிமையை நடைமுறைக்கு வரச்செய்தார் திரு முத்தையா! ஆக, நீதிக்கட்சி ஆதரவாளராகப் பெரியார் இருந்தபோதும், பெரியார், வகுப்புரிமைக்கு ஆதரவானவ ராகவும், பார்ப்பன ஆதிக்கத்திற்கு எதிரான சமநீதியைச் செயற்படுத்து கிறவராகவுமே இருந்திருக்கிறார் என்பது, மிகவும் முக்கியமானது. வகுப்புவாரிப் பிரதிநிதித்துவம் என்பது, ஒவ்வொரு சாதிய அடுக்கிற்கும், அதனதன் மக்கள் தொகைக் கணக்கீட்டின்படி (10 ஆண்டுகளுக்கு ஒருமுறை) இட ஒதுக்கீடு செய்வது! அதன்பின், நீதிக் கட்சியிலிருந்தும் விலகியிருந்து, 1932இல், சுயமரியாதை-சமதருமம் எனும் தத்துவங்களை இணைத்து, ‘சுயமரியாதை-சமதருமக் கட்சி’யைத் தோற்றுவிக்கிறார். பெரியார் காங்கிரஸில் தொடங்கிய இந்தப் போராட்டத்திற்கு இப்பொழுது 102 வயதாகிறது. இன்னமும் இது, ஆதிக்கச் சக்திகளால்,

நடைமுறைக்குக் கொண்டுவரப்படவில்லை. மக்கள்தொகைக் கணக்கெடுப்பும், 2011 வரை எடுக்கப்பட்டபோதும், முறையாக நடைபெற்றிருக்கவில்லை. பல திசைகளிலிருந்தும் உரிமைக் குரல்கள் எழ ஆரம்பித்திருந்த நிலையில், 50% மேல் இடஓதுக்கீட்டிற்கு வாய்ப்பில்லை (மராத்தா இடஓதுக்கீடு வழக்கில்!-நாம் இப்பொழுது 69% இட ஓதுக்கீட்டில் சட்டப் பாதுகாப்புடன் இருக்கிறோம்) என்று நீதிமன்றம் கேள்வி எழுப்ப, இப்பொழுது, மக்கள் தொகைக் கணக்கெடுப்பிலிருந்தே பிற்படுத்தப்பட்ட, இதரப் பிற்படுத்தப்பட்டப் பிரிவினருக்கான, நிரப்ப வேண்டிய தகவலையே நிரலிலிருந்து விலக்கி வைத்திருக்கிறது இன்றைய இந்திய ஒன்றிய அரசு! நீதியைத் தேடிப்போனால், நீதிமன்றம், இட ஓதுக்கீட்டிற்குக் கணக்கெடுப்பைக் கேட்கிறது-என்னதொரு விசித்திரக் கண்ணாமூச்சி விளையாட்டு இது! பெரியார், 1920 களில் முன்னெடுத்த வகுப்புவாரி விகிதாச்சாரப் பிரதிநிதித்துவம் என்பதும், சாதியால் பிளவுண்டு, அதில் இறுகிப்போய்க் கிடக்கிற இந்திய-தமிழ்ச் சூழலில், 'பிறப்பொக்கும்' என்பதன் பிறிதுமொழிதல் சட்டப் போராட்ட நடவடிக்கையேயாகும்!

1916இல் நீதிக்கட்சி என்கிற 'தென்னிந்திய நல உரிமைச் சங்கம்' உருவான காலச் சூழலும், 1920 டிசம்பரில் அது ஆட்சிக்கு வந்திருந்த சூழலும் கவனத்தில் எடுத்துக்கொள்ளவேண்டிய முக்கியமான புறச் சூழல்களாகும். தீண்டாமை, இந்தியச் சூழலில் விவாதப் பொருளாகியிருந்த சூழலும் அது! 1925 டிசம்பரில், பெரியார் காங்கிரசிலிருந்து வெளியேறிய அந்தக் காலக்கட்டம், இந்தியச் சூழலில் மிகவும் குறிப்பிடவேண்டியதாகும். 1925 செப்டம்பர் 27இல், இந்துத்துவ இந்து ராஷ்ட்ரத்தைக் கட்டமைக்கும் கருத்தில் உருவான, 'ராஷ்டிரிய சுயம் சேவக் சங்' என்கிற அமைப்பு முளைவிட்டிருந்தது. டிசம்பர், 26, 1925 இல்தான், உழைக்கும் மக்களான, விவசாயி-தொழிலாளர்களுக்கான உரிமைக் குரலான, இந்தியக் கம்யூனிஸ்ட் கட்சியும் இங்கு உருவாகத் தொடங்கியது. 1927இல் தாழ்த்தப்பட்டோர் பிரதிநிதியாக, பம்பாய் மாகாண சட்டமன்ற உறுப்பினராக, ஆளுநர், அம்பேத்கரை நியமனம் செய்திருந்தார். 1927 ஏப்ரல் 3இல் 'பகிஷ்கார பாரதம்' (புறக்கணிக்கப்பட்ட இந்தியா) எனும் பெயரில் பத்திரிகை ஒன்றை நடத்தினார் அம்பேத்கர்! ஏற்கெனவே, 31-01-1920இல், 'மூஹ் நாயக்' (ஊமைகளின் தலைவன்) என்றொரு இதழை நடத்தியிருந்தார். தீண்டப்படாத, தாழ்த்தப்பட்ட மக்களுக்கு எதிராக நடத்தப்பட்டுவரும் அத்தனைக் கொடுமைகளுக்கும் அடிப்படைக் காரணம், இந்து மதமும் அதில் அமைந்திருக்கும் பல அடுக்குகளுமே என்பதைத் தன்னுடைய முதல் கட்டுரையிலேயே

பதிவு செய்திருந்தார். இந்து மதத்தில் ஓரடுக்கிலிருந்து இன்னொரு அடுக்கிற்கு முன்னேறிச் செல்வதற்கு வசதியாக ஏணிப்படிகள் கிடையாது. ஆகவே, மிகவும் அடிமட்ட நிலையில் இருப்பவர்கள், இறக்கும்வரை, அதே நிலையில் இருக்க வேண்டியதிருக்கிறது என்று எழுதியிருந்தார் அம்பேத்கர்! இதே கருத்தில், பெரியார் இவரோடு நிகர் கருத்துகளையே கொண்டிருந்தார். மிக உயர்ந்த, பலப்பலப் படிப்புகளைப் படித்த அறிஞராயும், தீண்டப்படாத மஹர் இனத்தைச் சேர்ந்தவராகவும் அம்பேத்கர் இருந்ததால், பிறப்பினடியாக, அவர் எதிர்கொண்ட அவமானங்களும், அவற்றை மீறிய அறிவுத் திறனும், அதன் காரணமாகவே, அவரை ஒதுக்க முடியாநிலையில், நேரு அமைச்சரவையின் சட்ட அமைச்சராகவும், இந்திய அரசியல் சட்ட வரைவு அறிக்கையை உருவாக்கும் குழுவின் தலைவராகவும் அவரால் பணியாற்ற முடிந்தது. ஆக, இந்தச் சூழலின், 1920களின் சமூக-அரசியல் கொதிநிலையில் வைத்துத்தான்-பருண்மைப் பெருவெளியில் வைத்துத்தான்-பெரியாரைப் பார்க்க வேண்டியதிருக்கிறது.

பெரியாருக்குப் பொதுவுடைமை இயக்கத்தின்மீது பெரும் பரிவு இருந்தது. அதனாலேயே தன் அமைப்பிற்குச் ‘சுயமரியாதை-சமதர்மக் கட்சி’ என்று பெயரிட்டிருந்தார். திராவிடத்திற்குள் இருந்து கொண்டு தன் உள்ளொளியாய்ப் பொதுவுடைமையை நேசித்தவர் பெரியார். சுயமரியாதை இயக்கத்தின் வேலைத் திட்டக் கூட்ட முடிவை, அதன் லட்சியத்தை 01-01-1933 நாளிட்ட ‘குடி அரசு’ இதழில் வெளியிடுகையில், “சுயமரியாதை இயக்க லக்ஷியம் பொதுவுடைமை இயக்க லக்ஷியமாய் இருக்கிறதென்றும், அதற்கு அரசாங்க அடக்குமுறை, கொடுமை ஏற்படு மென்றும், அதனால் இயக்கமே அழிவுற வேண்டிவரும் என்றும் பலர் சொல்லக் கேள்க்கிறோம். பலர் பத்திரிகைகளிலும் பிரசங்கங்களிலும் அந்தப்படிக் குறிப்பிட்டு வருவதையும் பார்க்கின்றோம். இதற்கு நாம், முதலாவது கூறும் பதில் என்னவென்றால், அவர்கள் கூறுகிறபடியே பொதுவுடைமைக் கொள்கையே சு.ம.கொள்கை என்று ஒத்துக் கொண்டே பார்ப்போமானாலும், அதனால் ஏற்படும் நஷ்டமென்ன? கஷ்டமென்ன? என்றுதான் கேட்கிறோம். நாம் என்றையத் தினம் சுயமரியாதை இயக்கம் என்று ஆரம்பித்தோமோ அன்று முதலேதான் இவ்வியக்கத்தைப் பற்றி, பலரால் இது பொதுவுடைமை இயக்கமென்று சொல்லப்பட்டு வந்திருக்கின்றது என்பதோடு, சு.ம. இயக்கத்தின் முடிவான லட்சியங்களை எடுத்துச் சொல்லும் போதெல்லாம், நாமும் மேல்கண்ட தத்துவத்தையேதான் சொல்லி வந்திருக்கிறோம். ஆதலால் நாம் புதிதாக எதையும் கொண்டுவந்து புகுத்திவிடவில்லை” என்று

வெளிப்படையாகப் பொதுவுடைமைத் தத்துவத்தை நோக்கித் தன் மனம் திறந்தவர். சுயமரியாதை இயக்கத்தின் (சமவுரிமை) முடிவான இலட்சியமாக (சமவுடைமை), அவரைக் கைபிடித்து அழைத்து வருவதாகப் பொதுவுடைமை இயக்கக் கொள்கைகளையே கை காட்டுகிறார். ஆயின் மார்க்சியம் சொல்லும் சமூகத்தின் அடிக் கட்டுமானப் பொருளாதார அடித்தளத்தை, அதன் உற்பத்தி உறவு களைக் கொண்டு அடையாளங்கண்டு, அதை மாற்றுவதற்குரிய தந்திரோபாயத்தை நோக்கி நடைபோடும் அதிகார அரசியலை முன் வைக்காமல், அடிக்கட்டுமானத்தைக் காக்கும்-சில வேளைகளில் அதன் இண்டு இடுக்குகளைத் துளைத்துத் தளதாக்கிக் கொள்ள முயற்சிக்கும்-மேற்கட்டுமானப் பண்பாட்டியல் தளத்தின் முரணைக் கூர்மைப்படுத்தும் பணியிலேயே, தன்னை ஒப்புக்கொடுத்திருந்தார் பெரியார்! இங்குள்ள மார்க்சியவாதிகளிடம் அவருக்கு முரண்பாடுகள் இருந்திருக்கக் கூடுமேயொழிய, மார்க்சியத்துடன் அவருக்கு என்றும் முரண்பாடுகள்-மனக் கசப்புகள்-இருந்ததாகத் தெரியவில்லை. மண்ணுக்கேற்ற மார்க்சியம் என்பதிலும், அடிக்கட்டுமானத்தில் அமையும் பிரதான முரண்பாடு எது என்பதைத் தீர்மானிப்பதிலும், பல்வேறு மார்க்சிய அமைப்புகளிடமும் மாறுபட்ட கருத்துகள் வழக்கத்தில் இருப்பதைப் போலவே, தோழர்கள் சிங்காரவேலர், ஜீவா ஆகியோரோடுகூட, தொடக்கத்தில் தமிழ்நாட்டில் மார்க்சியத்தை விதைக்க நடைபோட்ட பெரியாரின் இன்னொரு புதிய மார்க்சியப் பார்வையாகவே, அவரின் பார்வை அமைந்திருந்தது என்பதைத்தான்-இன்றைய மார்க்சியர்களின் பிரதான சமூக முரண்பாடுகளை அடையாளங்காணும் அறிவியல் பூர்வ இடத்தில், பெரியாருக்கும் ஒரு இடம் இருக்கிறது என்பதைத்தான்-பெரியாரிடம் பார்க்க முடிகிறது.

மண்ணுக்கேற்ற மார்க்சியம் என்பதைப் பெரியாரின் மொழியில் பார்த்தால், “நான் ஒன்றும் கம்யூனிஸத்திற்கோ, சோசலிஸத்திற்கோ விரோதியில்லை... மற்றவர்களைவிட கம்யூனிஸத்திலும், சோசலிஸத்திலும், எனக்கு மிகுந்த பற்றும் ஆர்வமுமுண்டு. ஆனால் கம்யூனிஸமும், சோசலிஸமும் இந்த நாட்டிற்கு ஏற்ற முறையில் அமைக்கப்பட வேண்டும். கம்யூனிஸம் என்ன சொல்லுகிறது? பேதத்தை ஒழிக்க வேண்டும் என்கிறது-அபேதவாதம்... அதுதான் கம்யூனிஸம்! அதாவது சமவுடைமை... குளிர் நாட்டு உடை எப்படி, உஷ்ண நாட்டிற்குப் பொருந்தாதோ, அதேபோல், மேல் நாட்டுக்குப் பொருத்தமான பொருளாதாரச் சமத்துவக் கொள்கை, இந்த நாட்டுக்கு, இந்த நிலையிலே பயன்படாது... ஏனென்றால்... இங்கே, சமூகச் சம உரிமை இல்லை.

மேல் நாட்டுலெ ஜாதி இல்லாததனால், அங்கே, பொதுவுடைமைக்கு முதலில் வர்க்கச் சண்டை தொடங்க வேண்டியதாகயிருக்கிறது... இங்கே ஜாதி இருப்பதாலே, பொதுவுடைமைக்கு முதலில் ஜாதிச் சண்டை தொடங்க வேண்டியதாயிருக்கிறது. கம்யூனிஸத்துக்கும் சோசலிஸத்துக்கும் நேர் எதிரியாக, அதாவது, அபேதவாதத்திற்கு எதிராகப் பேதம் வளர்க்கும் பெரும் ஆட்களாய் இருக்கிற பார்ப்பனர்கள், பார்ப்பனத் தன்மைகள் ஒழிகின்ற வரையிலே, இந்த நாட்டில் கம்யூனிஸமோ, சோசலிஸமோ ஏற்பட முடியாது. அதற்குப் பதிலாகப் பிராமணியம் தான் வலுவாக ஏற்படும் என்கிற கருத்துடையவன்" என்பதாகத் தன்னைத் தெளிவுபடுத்துகிறார். அவரைப் பொருத்தவரை எதுவொன்றையும், எவரொருவரையும் தாழ்வாகக் கருதுகிற மனப்போக்கு, நிலவுடைமையோ, முதலாளித்துவமோ தந்தது என்பதைவிட, இந்தியச் சூழலில், பார்ப்பனியம் தந்தது-மிக முக்கியப் பங்காற்றியது-என்கிற பார்வையே பெரியாரிடம் இருந்து வந்தது.

ஒரு மகோன்னத மார்க்சியத் தத்துவத்திற்கு, அவர் தன் யதார்த்தச் சூழலிலிருந்து விளக்கமளிக்கும் மாண்பு-அல்லது தமிழ்ச் சூழலில் மார்க்சியத்தை அவர் விளங்கி உள்வாங்கிக் கொண்டிருக்கும் பண்பு-இதுதான்-இப்படித்தான் என்பது தெளிவாகத் தெரிகிறது. இவரின் சமூக நீதிக்கான போராட்டத்தில், சாதி ஒழிப்புப் போராட்டத்தில், தோழர்களும் தனக்குக் கைலாகு கொடுப்பார்கள் என்கிற நம்பிக்கை வீணானதினால், சில வேளைகளில் கோபத்தின் உச்சிக்கேகூட சென்று விடுகின்றார். அவரின், சமூக அடைகாத்தல் கரிசனம் என்பது, சமவுடைமை தான்-அதற்கான அடைமண் அக்கறை என்பது-முன்னடிவைப்பு-சமவுரிமை என்பதுதான்! "முதலில் சமுதாயத்தில் பிறவியின் பேரால் உள்ள பேதங்களை ஒழித்தாக வேண்டும். அதுவே இந் நாட்டுச் சமதருமத்திற்கான முதற்படியாகும். அதனாலேயே, பொருளாதார சமதருமமே, மனிதச் சமூகச் சாந்திக்கு மருந்து என்று கருதியிருக்கும் நான், சமுதாயத்தில்-வாழ்க்கையில் சமதருமத்தை-அபேதவாதத்தை முக்கியமாய் வலியுறுத்தி வருகிறேன். நிற்க. பொதுவாகவே சமதருமம் என்பது எந்த அருத்தத்தில் இருந்தாலும், சமுதாயம் முக்கியமானாலும், பொருளாதாரம் முக்கியமானாலும் அதற்குக் கடவுள் உணர்ச்சி, மத நம்பிக்கை என்பவைகள் எதிராகவே இருந்து வந்திருக்கின்றன. நம் நாட்டிற்கு இன்று முதலில் ஜாதி பேதங்கள் ஒழிந்து, மக்கள் யாவரும் பிறவியில் சமம் என்கிறதான, சமதர்ம முயற்சியே முதலில் செய்ய வேண்டியதிருக்கிறது... இந்தியாவில் வகுப்புப் போர் என்பதற்குப் பதிலாக, வேறு ஏதாவது சொல்ல வேண்டுமானால், ஜாதிப் போர்

ஏற்பட வேண்டும் என்பதாகத்தான் சொல்ல வேண்டும்" என்று 1935இல் பெரியார் எழுதுகிறார்(திராவிட இயக்கமும் கலைத் துறையும், பக்.6). அதனால், மார்க்சிய சித்தாந்தத்தின் மேலான அவரின் ஆத்மார்த்தம், எங்கேயும், அவரிடம், அணுவளவும் குறைந்து போய் நின்றுவிடவில்லை என்பதை உணரவேண்டும்.

பெரியார் நடத்திய மாநாடுகள்-பண்பாட்டுப் பெருவெளியில்-ஆழ வேரோடியிருக்கும் அத்தனைக் கூறுகளையும், தனித்தனியாக விவாதிப் பதற்கும், சமூகத்தின் வெவ்வேறு தளத்தினர்-பிரிவினர்-பங்கேற்றுச் சிறப்பிக்கவும், மாகாண சுயமரியாதை மாநாடுகள் களம் சமைத்துக் கொடுத்திருந்தன. அதில், சுயமரியாதை பேசப்பட்டிருக்கும்; தீண்டாமை விவாதிக்கப்பட்டிருக்கும்; சமூகநீதி அலசப்பட்டிருக்கும்-பெண்கள் மாநாடு, வாலிபர் மாநாடு, சங்கீத மாநாடு, மதுவிலக்கு மாநாடு என்று தனித் தனிப் பதாகைகளின்கீழ் மாநாடுகள் நடந்து, மக்களிடம் சுயமரியாதைக் கருத்தியலை அழுத்தமாக ஊடுபரவல் செய்திருக்கும். திராவிட ஆராய்ச்சிக் கழகம், திராவிட உடற்பயிற்சிக் கழகம், திராவிட நடிகர் கழகம், திராவிட சொற்பயிற்சிக் கழகம், திராவிட எழுத்தாளர் கழகம், திராவிட பகுத்தறிவாளர் கழகம், சிந்தனையாளர் கழகம், பயிற்சி முகாம்கள் என்று பண்பாட்டுத் தடத்தின் ஒவ்வொரு பிரிவின் கீழும், பல்வேறு சிறுசிறு பிரிவுகள் உருவாகி, உயிர்ப்புடன் செயல்பட்டு வந்தன. தீண்டாமை ஒழிப்பில், கோயில் நுழைவு, அனைத்துச் சாதியினரும் அர்ச்சகராகக் குரல் கொடுப்பது, குலக் கல்வித் திட்ட எதிர்ப்பு, சாதி ஒழிப்பின் முன்நிகழ்வாய் அரசியல் சட்ட எதிர்ப்பு, பார்ப்பன-பனியாவால் வீழ்ந்த தமிழரின் உரிமைக் குரலை நீட்டி முழக்க, 'தமிழ்நாடு தமிழருக்கே' எனும் முழக்கம் என்று, சுழித்தோடும் ஆற்று நீராய், எந்தத் தடங்கலையும் மனங்கொள்ளாமல், மக்களின் மனங்களுக்குள் புகுந்து தன்னை வெளிப்படுத்திக் கொண்டேயிருந்தது.

இந்து மத நம்பிக்கைகள் வேரோடிக் கிடக்கும் திருமணத்தில், திருமணத்தை நடத்திக் கொடுக்கும் பார்ப்பனர் இடத்தைக் கேள்விக்குள்ளாக்குகிறார். சுயமரியாதைத் திருமணங்கள் நடைபெறத் தொடங்குகின்றன. அமங்கலம் என்று ஒதுக்கி வைத்த கருப்புச் சட்டையை அணிந்தபடியே திருமண விசேடங்கள் நிகழ்த்தப்பட்டன. குழந்தைகளுக்குப் பெயரிடும் நிகழ்வில் சாமிகளின் பெயர்களை வைப்பதற்கு மாற்றாக, சாதிய, இந்துமத அடையாளக் குறியீட்டுப் பெயர்களை விலக்கி, சுயமரியாதை உணர்வூட்டும் பெயர்களாக, ருஷ்யா, மாஸ்கோ, குடி அரசு, விடுதலை, சமதர்மம், திராவிடமணி, பிராட்லா, சாக்ரடீஸ், நாத்திகம், கவுதமன், சித்தார்த்தன் என்பதாக, மரபு வழக்கத்தைக் கட்டுடைக்கிற காரியத்தைப்

பெயர்களில் செய்து பண்பாட்டுத் தளத்தின் ஒவ்வொரு அலகிற்குள்ளும் அதிரடியாகக் களமிறங்கிப் புதிய சிந்தனைகளை மலரச் செய்திருந்தார். சனாதனச் சிந்தனைக்கு எதிரான பெரும் வாள் சுழற்றலாகும் இது!

பிரிட்டிஷார் ஆட்சியின் போதும், இராஜாஜியின் ஆட்சியின்போதும் பல்வேறு சதிவழக்குகள் பொதுவுடைமை இயக்கத்தின்மீது பிரயோகிக்கப்பட்டு, அவர்கள் தலைமறைவாய் இருந்து இயக்கத்தை நடத்திக்கொண்டிருந்தபோது, "ஆரம்பத்தில் மேல்ஜாதி, கீழ்ஜாதி கூடாதென்று சுயமரியாதை இயக்கம் ஆரம்பித்தோம். அதற்கு அநுகூல மாகவே ஏழை, பணக்காரத்தன்மை கூடாதென்றோம். அதைத்தான் நாம் சமதருமம்- பொதுவுடைமை என்றோம். சர்க்கார், பொதுவுடைமை கூடாதென்றால் விட்டுவிட்டு மேல்ஜாதி, கீழ்ஜாதி கூடாதென்ற வேலை செய்வதில் என்ன தவறு இருக்கிறது? மற்றும் மூடப் பழக்கவழக்கம் ஒழித்தல், மதத் தொல்லை ஒழித்தல் முதலிய காரியம் செய்வதற்கு மார்க்கமில்லாமல் போகவில்லை" என்று வெளிப்படையாகப் பெரியார் கூறுகிற இடத்தில்-செயல்படுகிற இடத்தில், அவரின் சமூக, அரசியல் பொதுவாழ்வுச் செயல்பாட்டைத் தெளிவாக உணர முடிகிறது. தன் மனதிற்குச் சரியென்று படுகின்ற சமூக உண்மையையே, அறிவியலாய்ப் பேசுகிறார் பெரியார்! உழைக்கும் வர்க்கத்தால் உருவாகும் குணரீதியிலான அரசு மாற்றத்தைப் பொதுவுடைமை பேசுகிறது - ஆகவே அது தடைக்கு உரியதாகிறது. பிரிட்டிஷ் ஆட்சியில், அவர்களும் ஏற்றுக்கொள்ளும் சமூகநீதியைப் பேசுகையில், அது அவர்களுக்குப் பிரச்சனையில்லாது இருக்கிறது. ஆனால், பார்ப்பனியம் தலைமையேற்கும் சுதந்திர இந்தியாவில், இரண்டிற்குமே பிரச்சனைகள் உருவாக ஆரம்பிக்கின்றன. சதி வழக்குகள், பத்திரிகைத் தடை, நாடகத் தடை போன்றவற்றையும் இதனோடு இணைத்துப் பார்க்க முடியும்!

1929 இல் செங்கல்பட்டில் நடந்த இரண்டாவது சுயமரியாதை மாநாட்டுத் தீர்மானம் இன்றைய நிலையிலும், பாதுகாக்கச் சட்டங்கள் இருந்தபோதும், சனாதனத்தால்-சாஸ்திரத்தால் உயிரோடே இருந்துகொண்டிருக்கக் கூடியது. விவசாய மாநாடு, தொழிலாளர் மாநாடு, அரசியல் மாநாடு என்று மட்டும் தன் களத்தைச் சுருக்கிவிடாமல், சனாதனப் பார்ப்பனியத்தால், பண்பாட்டுவெளியில் தனித்து விடப்பட்டிருக்கும் அனைத்து பார்ப்பனரல்லாத மக்கள் பிரிவினரையும் அரவணைத்து, அவர்களின் சுயமரியாதைப் பிரச்சனைகளை, அவர்களின் மொழியில் கூடி விவாதிக்க, சுயமரியாதை இயக்கம் வகைதொகை செய்திருந்தது. பண்பாட்டுத் தளத்தின் கடைக்காலிலிருந்தே உருவான இந்தப் பயிற்சிதான்-சிந்தனைக் கிளறல்தான்-அவர்களை, அவர்களின் செயல்பாட்டுத்

தத்துவத்தில்-சிறந்த பேச்சாளர்களாக, சிறந்த எழுத்தாளர்களாக, சிறந்த கலைஞர்களாக, சிறந்த பத்திரிகையாளர்களாக, சிறந்த செயல்பாட்டாளர் களாக, சிறந்த களப் பணியாளர்களாக-மேற்கட்டுமானத்தின் முரணைக் கூர்மைப்படுத்தும் பெரும் பொறுப்பை அவர்களின் திறன்களின்வழி அவர்களுக்கு வழங்கி இருந்தது என்பது முக்கியமானது. அதனால் தான், கொள்கையளவில், இவற்றினோடு இணங்கிப் போயிருந்தும், செயல்பாட்டுத் தளத்தில் பெரியாரோடு இயங்கிப் போகாத அவர்களின் மேலான கரிசனக் கோபம், 'ரஷ்யாவிலே கம்யூனிஸ்ட் இருக்கிறான். அவனுக்கு முதல் வேலை, கடவுளை ஒழித்தான். இங்கே இருக்கிற கம்யுனிஸ்ட் என்ன பண்ணுறான்?... நாங்கள் இவ்வளவு பிரச்சாரம் பண்ணினோம்; இவ்வளவு மாநாடு எல்லாம் நடத்தினோம். எவன் எங்களை ஆதரித்தான்? பயப்படுகிறானே!... ஆதரித்தால் ஒட்டுப் போய்விடுமே!... ஆதரித்தால் அரசாங்கம் என்ன பண்ணுமோ என்று' என்று தோழர்களைப் பார்த்து எரிச்சல் கொள்ளுகிற நிலைக்குப் பெரியாரைக் கொண்டு சேர்த்துவிடுகிறது.

ஆனால், அதே பெரியார்தான், வரலாற்றுப் புகழ்வாய்ந்த கம்யூனிஸ்ட் கட்சி அறிக்கையை, 'சமதரும அறிக்கை' என்ற பெயரில் தமிழில் முதன் முதலில் வெளியிட்டு அறிமுகப்படுத்தினவர். இந்திய மொழிகளில் தமிழில்தான் அது முதன்முதலில் மொழிபெயர்க்கப்பட்டு வெளியிடப் பட்டது. அதைச் செய்தவர் பெரியார்! அதற்கு முன்னுரை எழுதுகிற பெரியார், அப்பொழுது ஒன்றைச் சொன்னார்:- 'இந்த உலகத்தில் இருக்கிற முதலாளித்துவ பூதத்தை விரட்டியடிப்பதற்கு இரண்டு ஜெர்மானிய இளைஞர்கள் முன்வைத்த கருத்தை நாங்கள் உங்களுக்கு முன்வைக்கிறோம்... இந்தக் கருத்து முளைத்த இடம் ஜெர்மனியாக இருந்தாலும், அதற்காக மாநாடு கூடிய இடம், இங்கிலாந்தாக இருந்தாலும், அதில் முதல் புரட்சி கண்ட இடம், பிரான்ஸாக இருந்தாலும், வெற்றி பெற்ற இடம் ருஷ்யாவாக இருக்கிறது. ஏனென்றால் அங்கு அந்த ஆட்சிக் கொடுமை அவ்வளவு அதிகமிருந்தது. அப்படிப் பார்த்தால், அதைவிடக் கொடுமை மிகுந்த இந்தியாவில் அல்லவா அது வந்திருக்க வேண்டும்... இந்த நாட்டில் முதலாளி-தொழிலாளி, ஏழை-பணக்காரன் என்ற பேதம் மட்டும் இல்லாமல் உயர்த்திக்கொண்ட ஜாதி- ஒடுக்கப்பட்ட ஜாதி என்கிற ஒன்று கூடுதலாகவும், முதன்மையாகவும் (பிரதான முரண்பாடு) இருக்கிறது. இதை மனதிற்கொண்டு இந்த அறிக்கையைப் படியுங்கள்' என்று எழுதுகிறார். இந்த மண்ணுக்கேற்றதாக மார்க்ஸியத்தைப் பார்க்கும் பார்வை அப்பொழுதே அவரிடம் இருந்திருக்கிறது என்பதைத்தான் இது தெளிவாகக் காட்டுகிறது.

லெனின் எழுதிய 'லெனினும் மதமும்', எங்கெல்ஸ் எழுதிய 'கம்யூனிசத்தின் கொள்கைகள்', பகத்சிங் எழுதிய 'நான் ஏன் நாத்திகனானேன்?' முதலிய நூல்களைத் தமிழில் மொழிபெயர்க்கச் செய்து, குடியரசுப் பிரசுரம் மூலமாக முதலில் வெளியிட்டவர் பெரியார்! நாத்திகத்தை மார்க்ஸியத்தின் தொடக்கமாகவும், அறிவியல் வளர்ச்சியின் முதிர்ந்த கோட்பாடாகவும் பெரியார் விளக்கிக் காட்டுகிற நூல்தான், 1934இல் வெளிவந்த 'பிரகிருதிவாதம் அல்லது மெட்டீரியலிஸம்' என்பது! ...பகத்சிங், சுகதேவ், ராஜகுரு-மூன்று பேரையும் ஆங்கிலேய அரசு தூக்கிலிட்டபோது, பகத்சிங் கொள்கையே சுயமரியாதைக் கொள்கை என்று பயப்படாமல் சொன்னவர் பெரியார். 1950 பிப்ரவரி 11ஆம் தேதி, சேலம் சிறையில் 22 பொதுவுடைமைத் தோழர்கள் சுட்டுக் கொல்லப்பட்ட போது, அதை எதிர்த்துத் தைரியமாய்க் குரல் கொடுத்தவர் பெரியார் மட்டுந்தான்! 13-11-1932 'குடி அரசு' இதழிலேயே, இயக்கத்தினர் அனைவரையும், இனி, தோழர் என அழைக்குமாறு எழுதியவர் பெரியார்! முக்கியக் குறிப்பு:- 'இயக்கத் தோழர்களும், இயக்க அபிமானத் தோழர்களும், இனி, ஒருவருக்கொருவர் அழைத்துக் கொள்ளுவதிலும், பெயருக்கு முன்னால், பின்னால் மரியாதை வார்த்தை சேர்ப்பது என்பதிலும் ஒரே மாதிரியாக, தோழர் என்கின்ற பதத்தையே உபயோகிக்க வேண்டும் என்றும், மகாள-எ-ஸ்ரீ, திருவாளர், ஸ்ரீஜத் என்பது போன்ற வார்த்தைகளைச் சேர்த்துப் பேசவோ, எழுதவோ கூடாது என்றும் வணக்கமாய் வேண்டிக் கொள்ளுகிறேன். 'குடி அரசி'லும் அடுத்த வாரம் முதல் அந்தப்படியே செய்ய வேண்டு மென்று தெரிவித்துக் கொண்டிருக்கிறேன்' - ஈ.வெ.ரா. - குடி அரசு 13-11-1932.

பெரியார் நடத்திய பத்திரிக்கைகள் முக்கியமானவை. திராவிட இயக்கச் சிந்தனையைத் தாங்கி வந்த பத்திரிக்கைகளின் எண்ணிக்கை, தேசிய காங்கிரஸ், பொதுவுடைமை இயக்கம், இந்துத்துவ இயக்கங்களின் பத்திரிக்கைகளைவிட எண்ணிக்கையில் மிக அதிகம் என்பது ஆச்சரியப்பட வைக்கக்கூடியது. ஒவ்வொரு முடி திருத்தும் நிலையமும், பொதுவெளிச் சுவருமே இவர்களின் வாசக சாலையாகி மக்களை இவர்களுடன் நெருங்கிவர வைத்திருந்தன. 'குடி அரசு' (மக்கள் அதிகாரம்), விடுதலை (சுதந்திரம்), உண்மை (மெய் யதார்த்தம்), ரிவோல்ட் (கலகம்) என்பதாக இவரின் பத்திரிக்கைகளின் பெயர்களுமே, இவரின் சமநீதிக் கருத்தை, கலகக் குணத்தை முகத்தில் அறையச் சொல்லிவந்தன.

இவற்றைக் கொண்டு பார்க்கையில் பொதுவுடைமைக் கொள்கையின் மீதான அவரின் முரண், பகையுணர்வாய் எங்குமே வெளிப்படவில்லை. சமூக

அடிக்கட்டுமானம் மாறினால், அதன் மேற்கட்டுமானம், தானாக மாறிவிடும் என்கிற உறுதிப்பாட்டில் தோழர்கள் அப்பொழுது நின்றிருந்தனர். பெரியார் தேவையில்லாமல் பார்ப்பனியம், ஆத்திகம், சாதியம், ஆகியவற்றை வம்பிற்கிழுத்து பகைத்துக் கொண்டிருக்கிறார் என்பதாகவே, அவர்களும், அவர்கள் பங்கிற்கு அவரை, 'வறட்டு நாத்திகவாதி' என்றே வசைபாடி வந்தனர். இப்பொழுது அதில் மாற்றம் உருவாகிக்கொண்டு வருகிறது என்பது ஒரு நம்பிக்கைக் கீற்று! கருப்பு, சிகப்பு, நீலம் என்பதன் குறியீடுகள் ஒன்று மற்றொன்றை அரவணைத்துச் செல்லுகிற தன்மையை இப்பொழுது உணர முடிகிறது. சமூக மாற்றத்தை ஏற்படுத்த அடிக்கட்டுமானத்தில் நிகழ்கின்ற தொடர் வர்க்கப் போராட்டம் போலவே, மேற்கட்டுமானத்திலும் தொடர் வருணப் போராட்டம் நிகழ்ந்து கொண்டிருக்க வேண்டியதிருக்கிறது. இரண்டையுமே ஒருசேரக் கூர்மைப்படுத்துகிற தேவையைக் காலம் இப்பொழுது உணர்த்தத் தொடங்கியிருக்கிறது. ஆக, பெரியார் இயக்கமாக உருவாகிற அதே காலக் கட்டத்தில் உருவான, இந்தியக் கம்யூனிஸ்ட் கட்சியின் செயல்பாடுகளில் நேசமுரணே பெரியாரிடம் இருந்திருந்ததும், இருவரும் சமூகத்தின் இருவேறு வேலைத் திட்டங்களில் மட்டுமே, தனித்து நேரிடையாகச் செயல்பட்டு வந்தமையால், செயல் திட்டங்களில், தந்திரோபாயங்களில் வேறுபாடுகள் இருந்தபோதும், அவர்களுக்குள் பெரிய அளவில் தத்துவார்த்த முரண்கள் இல்லை. அடிக்கட்டுமான முரண்கள், சமூக வளர்ச்சிக்குப் பிரதானம் என்று தோழர்கள் செயல் பட்டுவர, மேற்கட்டுமானப் பண்பாட்டுவெளியின் முரண்களைப் பெரியார் முன்னுரிமை கொடுத்துக் கூர்மைப்படுத்தி வந்திருந்தார். பிரிட்டிஷார் ஆட்சியிலும், பிராமணியம் தனக்குள் சிறு சிறு சட்ட வடிவிலான மாற்றங்களை உள்வாங்கிக் கொள்ளவேண்டிய அவசியத்தில் இருந்தபோதும், சாஸ்திர சம்பிரதாயங்கள் பிராமணியத்தின் உள்ளடக்கத்தையே இப்பொழுதும் கொண்டிருக்கின்றன. அபேதவாதம் என்கிற, இந்த, ஒரே நோக்கத்திற்கான செயல்திட்டத்தின் வேறுபாடு இவர்களிடையே இல்லாவிட்டால், இரண்டு தனித்தனி அமைப்புகளின் தேவையே இருந்திருக்காது என்பதைப் புரிந்துகொள்ள வேண்டும். இரண்டுமே இடதுசாரிச் சிந்தனைப் பலமும், மனித நேயமும், புதிய அறநோக்கும் கொண்டவை!

அம்பேத்கர், பொதுவுடைமைச் சிந்தனையை முழுவதுமாய் ஏற்றுக் கொண்டிராத நிலையில், அதற்கு இனி எதிர்காலம் இல்லை என்று, பவுத்தம் என்கிற சமூக நீதியின் நிழலில் ஒதுங்கியபோதும், பெரியாரின் அடிப்படையாக, அம்பேத்கரின் சமூக நீதியும், சாதிய ஒழிப்பும், அவற்றை

வரவொட்டாமலிருக்கிற இந்துமத எதிர்ப்பும் இருந்ததென்பது தெளிவு! வருணாசிரமத்தின் கடை நிலைக்கும் கீழாய் ஒடுக்கப்பட்டிருக்கிற பஞ்சமர் நிலையிலிருந்து அதன் வலியை எல்லோருக்குமாகப் பேசியவர் அம்பேத்கர்! பஞ்சமரை ஆதிச் சூத்திரன் என்கிறார் அம்பேத்கர்! வருணாசிரமத்தின் கடைநிலையான சூத்திர (பஞ்சமரும்) நிலையிலிருந்து, ‘சூத்திர ஒழிப்பே’ தன் ஆயுள்பரியந்த பணி என்று அறைகூவல்விட்டு, அதன் வலியை எல்லோருக்குமாகப் பேசியவர் பெரியார்! பஞ்சமர் விடுதலை இல்லாமல், சூத்திரர் விடுதலை நிகழாது என்பதை வலியுறுத்தியவர் பெரியார்!

தன்னிலும் 12 வயது குறைவான அண்ணல் அம்பேத்கர் பற்றிப் பெரியார் சொல்வதைக் கேட்கலாம்:- “தோழர்களே! உங்களுக்கு உற்ற தலைவர் அம்பேத்கர் என்றும், அவரால்தான் பஞ்சமர்கள், கடையர்கள், இழிபிறப்பு என்கின்ற கொடுமைகள் நீங்கும் என்றும் நம்பினேன். அதனாலேயே உங்களின் தலைவராக ஏற்றுக்கொள்ளும்படிப் பிரச்சாரம் செய்தேன்... நானும் தலைவர் என ஏற்றுக்கொண்டேன்” என்கிறார். ...லண்டன் வட்ட மேஜை மாநாட்டில்... தாழ்த்தப்பட்டோருக்கான ரெட்டை வாக்குரிமை, தனி வாக்காளர் தொகுதிக்காக அம்பேத்கர் வாதாடினபோது, அவரது வாதங்களுக்கு எதிராக இருந்த காந்தியின் போக்கைக் கண்டித்து, 1932 செப்டெம்பர் 24 ஆம் தேதி தாழ்த்தப் பட்டவர்களுக்குக் காந்தியால் இழைக்கப்பட்ட பூனா துரோக ஒப்பந்தம் நிறைவேறுவதற்கு முன்பாக, காந்தியாரைவிட ஆறு கோடித் தாழ்த்தப்பட்ட மக்களின் உயிர் உங்கள் கையில்தான் இருக்கிறது என்பதை மறந்து விடாதீர்கள்... ஏமாந்து போகாதீர்கள்... காந்தி செத்தாலும் பரவாயில்லை... இரட்டை வாக்குரிமையுடன் கூடிய தனி வாக்காளர் தீர்வைக் கைவிட வேண்டாமென்று அம்பேத்கரைக் கேட்டுக் கொண்டு, கோரிக்கையில் உறுதியாக இருக்குமாறு அம்பேத்கருக்கு ஐரோப்பா சுற்றுப் பயணத்திலிருந்தபோதும் தந்தி கொடுத்து ஆதரவுக் குரல் தந்தவர் பெரியார்... அதை அம்பேத்கர் அப்பொழுது கேட்கவில்லை... அதுமாதிரி, அவர் பௌத்த மதத்தில் பெரியாரைச் சேரச் சொன்ன போது, ‘இல்லெ... நான் மாற விரும்பலெ... இங்கெயிருந்தே இதன் வண்டவாளத்தை வெளிக்கொண்டு வரப் போறேன்’னு சொன்னவர் பெரியார்!

இந்து மதத்திலிருக்கிற-வழிபாட்டிலிருக்கிற வருணப் பாகுபாடு, பாலினப் பாகுபாடு, மொழிப் பாகுபாடு ஆகியவற்றை இந்து மதத்திற்குள் நின்றே இறுதிவரையும் எதிர்த்து வந்தார் பெரியார்! இந்திய அரசியல் சட்டத்தில் சொல்லப்பட்டிருக்கிற, ‘சட்டத்தின்முன் அனைவரும் சமம்’

என்ற வாசகத்தின் பொருளைத் தங்களுக்குச் சாதகமாய்த் திரித்துக் கொண்டு, பார்ப்பனர்கள் அரசியல் சட்டத்தின் 15ஆவது பிரிவில் பிற்படுத்தப்பட்டோர், பழங்குடி மக்கள், தாழ்த்தப்பட்டோருக்கு வழங்கப் பட்டிருந்த, வேலையில் இடஒதுக்கீடு உரிமைக்குக் கூடுதலாய், படித்தால் தான் அவர்கள் வேலைக்கே போக முடியுமென்று, கல்வியில் பெரியார் அவர்களுக்கான இடஒதுக்கீடு கேட்டபோது, அவர்கள் நீதிமன்றம் சென்றநிலையில், தமிழ்நாட்டில் பெரியார் தலைமையேற்று நடத்திய கிளர்ச்சிகளினால்தான், 15(4) உட்பிரிவின்படி, பிற்படுத்தப்பட்டோர், பழங்குடி மக்கள், தாழ்த்தப்பட்டோருக்கான கல்வியில் இடஒதுக்கீட்டை உறுதிசெய்யும் முதல் சட்டத் திருத்தம், இந்திய அரசமைப்புச் சட்டத்தில் நிகழ்ந்தது. இடஒதுக்கீடு வரலாற்றில் பெரியாரின் இந்தப் போராட்டம், வரலாற்றில் என்றும் நிலைத்து நிற்கும். ‘எதுவொன்று மனித சமத்துவத்தைத் தடுக்கிறதோ, எதுவொன்று மனித விடுதலையைத் தடுக்கிறதோ, எதுவொன்று மனித சகோதரத்துவத்தைத் தடுக்கிறதோ அதுதான் பார்ப்பனியம்’ என்றார் அம்பேத்கர். ‘இந்துச் சமூக அமைப்பு, சமத் தேவை, சமப் பணி, சமத் திறமையின் அடிப்படையில் உழைப்பிற்கேற்ற ஊதியத்தை அங்கீகரிப்பதில்லை. வரிசைப்படுத்தப்பட்ட சமமின்மைக் கோட்பாடு, இந்து சமூகத்தின் அடிப்படை. சமத்துவத்திற்கு எதிராகச் சமூக நிலைகள் பாதுகாக்கப்படுகின்றன. ஒவ்வொரு வருணத்திற்கும் தொழில்கள் நிலையாக நிர்ணயிக்கப்பட்டுள்ளன’ என்கிறார் அம்பேத்கர். பெரியாரும் அவரின் மொழியில் அதையேதான் சொல்லிக் கொண்டிருந்தார். இந்திய அரசியல் சட்டம் சம உரிமையில் போதாமை கொண்டிருக்கையில், அது எரிக்கப்படவேண்டியதே என்கிறார் அம்பேத்கர். சாதியைப் பாதுகாக்கும் அரசியல் சட்டத்தின் நகலை எரித்துக் காட்டுகிறார் பெரியார்!

இன்னொன்று முக்கியமானது, சைமன் கமிஷனுக்கான ஆதரவு! சைமன் கமிஷன் என்பது, பிரிட்டிஷ் அரசின் கட்டுப்பாட்டிலிருந்த இந்தியாவிற்கு, 1919 இல் அவர்கள் உருவாக்கித் தந்திருந்த இந்திய அரசியல் சட்டத்தை (இதன்படியே 1920 ஆண்டு தேர்தல் நடைபெற்றது. அதில் கவர்னருக்குப் பெரும் அதிகாரங்களிருந்தன. நிருவாக ஆலோசனை அவை, அமைச்சரவை என்ற இரட்டை ஆட்சிமுறை இருந்தது), மறு ஆய்வு செய்து, அதைச் சீர்திருத்துவதற்காக, சர். ஜான் சைமன் என்பவர் தலைமையில் ஏழு பாராளுமன்ற உறுப்பினர்களை இந்தியாவிற்கு அனுப்பியிருந்தது பிரிட்டிஷ் அரசு! இதன்படி, மாண்டேகு செம்ஸ்போர்டு சீர்திருத்தத்தைப் பத்து ஆண்டுகளில் மறு ஆய்வு செய்து, அதற்குத் தேவைப்படும் புதிய சீர்திருத்தங்களை உருவாக்குவது என்று ஒப்புக் கொண்டிருந்த

தீர்மானத்தின் அடிப்படையில், அதை மதிப்பிடுவதற்காக, ஒன்பதாம் ஆண்டில் இந்தியாவிற்கு வந்திருந்தது அக் குழு! அந்தக் குழுவில் இந்தியர்கள் யாருமில்லை என்பதால், ‘சைமனே திரும்பிப் போ’ என்ற முழக்கத்துடன் இந்தியாவில், காந்தி, நேரு, ஜின்னா, இந்திய தேசிய காங்கிரஸ் ஆகியோரிடமிருந்து பெரும் எதிர்ப்பைச் சம்பாதித்திருந்தது. இந்திய அளவில் டாக்டர் அம்பேத்கரும், தமிழக அளவில் பெரியாரும் சைமன் கமிஷனை ஆதரித்திருந்தனர். அதற்கு அவர்களுக்கான காரணங் களிருந்தன.

முதலில், பம்பாய் வழியாகத் தென் தமிழகத்திற்குத்தான் சைமன் கமிஷன் 1928 பிப்ருவரியில் வருகிறது. அதன்பின், பெரியார் எழுதிய தலையங்கங்கள் ஏற்படுத்திய தாக்கங்களின் காரணமாகவே, முதலில் எதிர்த்த நீதிக்கட்சி, சைமன் கமிஷனை வரவேற்கத் தயாரானது. 04-09-1928 அன்று சைமன் கமிஷனை வரவேற்பதற்காக ஒரு கமிட்டியை உருவாக்கியது நீதிக் கட்சி! இந்திய தேசிய காங்கிரஸின் தலைவர்களில் ஒருவரான பஞ்சாப் சிங்கம் என்றழைக்கப்படும் லாலாலஜபதிராய், பஞ்சாபின் லாகூரிலே, 30 அக்டோபர் 1928 இல் இதை எதிர்த்துக் கருப்புக் கொடி ஆர்ப்பாட்டம் நடத்துகையில், காவல் துறையின் தடியடிக்கு ஆட்பட்டு, 17 நவம்பரில் இறந்து போகிறார். இது இன்னுமொரு பெரிய கிளர்ச்சிக்கு இந்தியாவில் வித்திட்டது. இதன் பிறகுதான், பகத்சிங் இந்த அரசியல் களத்திற்குள்ளே தீவிரமாக வருகிறார். சரி, தமிழகத்தில் பெரியார் என்ன சொல்கிறார்? “சைமன் கமிஷனை உலகமே எதிர்த்தது. நான்தான் ஆதரிச்சேன்; அதற்கு வரவேற்புக் கொடுக்குறேன்னு போய் நின்னேன். நான் ஆதரவு தந்த ஜஸ்டிஸ் கட்சி, என்னைக் கெஞ்சாத கெஞ்சு கெஞ்சியது. ‘நீ சைமன் கமிஷனை ஆதரிக்கிறாயே. நாளைக்கு, ஓட்டே வராதே. எங்களுக்கு உதவி பண்ணுவேன்னுதானே வந்தாய். நீ, இப்படிப் பண்ணுறியே’ன்னாங்க. உங்களுக்காக நான் வரலே. பொது நலத்துக்காகத்தான் வந்தேன் அப்படின்னு சொல்லிட்டேன்”-இது பெரியாரின் மொழி!

ஏன் சைமன் கமிஷனைப் பெரியார் ஆதரித்தார்? ‘...மற்றபடி இதில் துரோகம் உண்டா என்பதாகக் கேட்பார்களானால், ஆம், ஒரு வழியில் துரோகம் என்றே சொல்லுவோம். அக்தென்னவெனில், பார்ப்பன ஆதிக்கத்திற்கும், பார்ப்பன ஆதிக்கக் கூலிப் பிரச்சாரத்திற்கும் சந்தேகமில்லாத துரோகம்தான்! ஆனால் இந்தத் துரோகத்தை, ஒவ்வொரு உண்மைப் பார்ப்பனரல்லாதோரும் செய்யவேண்டும் என்பதே நம் வேண்டுகோள்!’ (குடியரசு-தலையங்கம், 09-09-1928). ‘சைமன் கமிஷன் பகிஷ்காரம் என்பது, பார்ப்பனர்களின் சூழ்ச்சி என்றும், மற்றும் பல

பார்ப்பன தாசர்களின் வயிற்றுப் பிழைப்பு வியாபாரம் என்றும், பலமுறை தெரிவித்து வந்திருக்கிறோம். அதற்கிசைந்த வண்ணமாகத் தலைவர்கள் என்று சொல்லிக் கொள்ளுகின்றவர்கள், அடிக்கடிக் குட்டிக் கரணம் போட்டு வருவதையும், பகிஷ்காரத்துக்குப் புதுப்புது வியாக்யானங்கள் சொல்லி வருவதையும் அவ்வப்போது தெரிவித்து வந்திருக்கிறோம்... அன்றியும், இப் பார்ப்பனர்களையும், அவர்களது அடிமைகளையும் நம்பி மோசம் போகாமல், ஒவ்வொரு சமூகத்தாரும், தங்கள் தங்கள் குறைகளை அவசியம் கமிஷனுக்குத் தெரிவிக்க வேண்டும் என்பதாகவும் தெரிவித்துக் கொள்ளுகிறோம் (குடி அரசு-துணைத் தலையங்கம், 24-06-1928) ...'தற்காலம் இந்தியாவிற்கு அளிக்கப் படப்போகும் அரசியல் சுதந்திரம், எப்படிப்பட்டதாக இருக்க வேண்டும் என்பதை விசாரித்தறிவதற்கென்று, பிரிட்டிஷ் பார்லிமெண்டாரால் நியமித்தனுப்பிய சைமன் கமிஷனை பகிஷ்கரிப்பது என்கின்ற ஒரு சூழ்ச்சியையும், குறிப்பாக, இந்த வகுப்புவாரிப் பிரதிநிதித்துவ முறையை ஒழிக்க வேண்டும் என்ற எண்ணம் கொண்டே ஆரம்பித்து, மக்களை ஏமாற்றுவதும், தாங்கள் மாத்திரம் தங்களுடைய இஷ்டப்படி வகுப்புவாரிப் பிரதிநிதித்துவ முறை ஒழிந்த, ஒரு அரசியல் சுதந்திரச் சட்டத்தை ஏற்பாடு செய்துகொண்டு, அதைப் பொதுஜனங்களின் பேரால், சைமன் கமிஷனுக்குத் தெரியப்படுத்துவதுமான வேலையில் ஈடுபட்டிருப்பதும் வெள்ளிடைமலையாகும்.

இந்த நிலையில், இந்திய மக்களின் பொது அபிப்பிராயம் என்ன என்பதை அக் கமிஷனுக்கு வெளிப்படுத்த, பொது ஜனங்களும், குறிப்பாக, மகமதியர்களும், கிறிஸ்தவர்களும், பார்ப்பனரல்லாதவர்களும், தாழ்த்தப் பட்டவர்களும், ஒடுக்கப்பட்டவர்களும், தீண்டப்படாதவர்கள் என்று விலக்கப்பட்ட மக்களும் மிகுதியும் கடமைப்பட்டிருக்கிறார்கள்... வகுப்புவாரிப் பிரதிநிதித்துவம் கூடாது என்பவர்களில் யாரும், இதுவரை, அது கூடாது என்பதற்குச் சரியான காரணமோ அல்லது எல்லா மக்களுக்கும் சமத்துவமும், சம சந்தர்ப்பமும் கிடைக்கும்படியான வேறு மார்க்கமோ, எடுத்துச் சொன்னவர் யாரும் இல்லை' (குடி அரசு-தலையங்கம், 16-12-1928) என்னவொரு தெளிவு! இந்த வகைகளில் அம்பேத்கரின் கருத்தியலுடன் ஒன்றுபட்டும், சிற்சில நடைமுறைகளில் முரண்பட்டும் செயல்பட்டு உள்ளார் என்பது அறியத்தக்கது.

இதே காலக்கட்டத்தில் உருவான இன்னொன்று, 'ராஷ்ட்ரிய சுயம் சேவக் சங்' என்கிற வலதுசாரி அமைப்பு. இந்து பலம், இந்து நேசம், இந்து ராஷ்ட்ரம் என்பதற்கானது இது! மனுதர்மத்தின் பார்ப்பனியத்தைத் (வருண பேதம்) தன் வாழ்வியலாய்க் கொண்டது; மக்களைப் பல பிரிவு

களாகப் பிரித்து, அவர்களுக்குள் பிரிவினை உணர்வையூட்டி, அவர்களை எதிரெதிராக மோதவிட்டு, அவர்களின் கனவான பார்ப்பனிய இந்து ராஷ்ட்ரத்தை நிறுவுவதற்கு உருவானதுதான் ஆர்.எஸ்.எஸ் எனும் இவ் அமைப்பு! மத்திய இந்தியாவின் தலைநகரான நாக்பூரில், பார்ப்பன சாதியினரிடம் இருந்துதான் ஆர்.எஸ்.எஸ். இயக்கத்திற்கான தூண்டு கோலே உருவானது. ஆர்.எஸ்.எஸ். இயக்கத்தை உருவாக்கிய கேசவ் பலிராம் ஹெட்கேவர், பி.எஸ். மூஞ்சே, எல்.வி. பரஞ்பே, பி.பி. தொல்கர் மற்றும் சாவர்க்கரின் அண்ணனான கணேஷ் சாவர்க்கர் ஆகிய அனைவருமே பார்ப்பனர்கள் தாம். அந்த இயக்கம் உருவானபோது அதில் பார்ப்பனர்கள்தான் பெரும்பாலும் உறுப்பினர்களாக இருந்தனர். முஸ்லீம்களுக்கு எதிரான உள்ளூர் வன்முறைக் குழுவாகத் தொடங்கப்பட்ட ஆர்.எஸ்.எஸ்., படிப்படியாக இந்து ஆண்களின் ஒரு தனியார் இராணுவமாக வளரத் தொடங்கிவிட்டது.

1930களில், ஆர்.எஸ்.எஸ். ஸ்தாபகத் தலைவர்களில் ஒருவரான மூஞ்சே, அன்றைய உலகின் பெரும் பணக்காரர்களையும், தங்கள் முன்னோடிகளாகக் கருதும் சிலரையும், அவர்களின் நாடுகளையும், காணச் சென்றார். அதிலொருவர் முசோலினி! முசோலினியின் பாசிச அமைப்பு முறையையும் ஜெர்மானிய நாஜிக் கொள்கையையும் தங்கள் கொள்கையாக ஆர்.எஸ்.எஸ். முழுமையாக ஏற்றுக்கொண்டது. ஹிட்லர், சிறுபான்மையினரான யூதர்களையும், கம்யூனிஸ்டுகளையும் அழித்தொழிக்கப்பட வேண்டியவர்கள் என்று கூறி வந்தார்; சோசலிஸ்டுகளை உள்நாட்டு எதிரியாகக் கருதினார். அதே கொள்கையைப் பின்பற்றி, இங்கு, ஆர்.எஸ்.எஸ்., முஸ்லீம்கள், கிறித்துவர்கள் போன்றவர்களை உள்நாட்டு எதிரிகளாகச் சித்திரித்து, கம்யூனிஸ்டுகளைத் தங்களின் விரோதிகளாகப் பிரகடனப்படுத்திச் செயல்படுகின்றனர். 'இந்தியா மதச் சார்பற்ற நாடு' என்று இந்திய அரசியலமைப்புச் சட்டத்தில் குறிப்பிட்டிருப்பதுதான், இங்குள்ள அத்தனைக் குழப்பங்களுக்கும் காரணம் என்று, ஒன்றிய உள்துறை அமைச்சரே பகிரங்கமாகக் கூறியதை இங்கு நினைவிற் கொள்ளுவது நலம்!

பார்ப்பனர்கள் மற்றும் பார்ப்பனியத்திற்கு எதிர்ப்பு என்பது, அனைத்துச் சாதி இந்துக்களுக்கும் எதிரானது; இந்து மதத்திற்கு எதிரானது; இந்த நாட்டிற்கே எதிரானது என்று வியாக்யானம் செய்கிறது ஆர்.எஸ்.எஸ். அமைப்பு! பெரியார் பார்ப்பனியத்தை எதிர்க்கிறார், அதுதான் இந்து மதத்தின் வேர் என்பதால்! பார்ப்பனர்கள்மேல் இருக்கிற பெரியாரின் கோபமெல்லாம், வெறும் 3% மக்கள் தொகையினராய் அவர்கள்

இருந்துகொண்டு, தங்கள் இருப்பிற்கும் மேலான பங்கினை, அவர்கள் இந்தச் சமூகத்தில் அபகரித்து, அனுபவித்து வருவதுதான்! பெரியார் தலைமையிலான பகுத்தறிவு-சுயமரியதை இயக்கம்தான், ஆர்.எஸ்.எஸ். இந்த மண்ணில் வேரூன்றித் தழைப்பதற்குப் பெரும் தடையாக இருந்தது என்பதனால், இந்துச் சடங்கு, சாத்திரங்கள், இந்தி, பார்ப்பனியம், சமக்கிருதம், இதிகாசம், புராணங்கள் ஆகியவை ஆரியரின் கட்டுக் கதைகள்-வடக்கிலிருந்து வந்தவை, ஆகவே அனைத்தையும் புறக்கணிக்கும்படி நடத்துகிற 'வெறுப்பு இயக்கம்', பெரியார் இயக்கம் என்று ஆர்.எஸ்.எஸ்.காரரர்கள் சித்திரிக்கின்றனர்.

தமிழ்நாட்டில் 1980 வரையும் மிகவும் பலவீனமாக இருந்தவர்கள் இப்பொழுது சொல்லிக் கொள்ளும்படி வளர்ந்திருக்கிறார்கள் என்பதையும் குறிப்பிட வேண்டும். அதற்குக் காரணம், இங்குள்ள திராவிடத் தேர்தல் கட்சிகள் இரண்டுமே, பங்காளிக் காய்ச்சலில் அவர்களுக்குச் சும்மாடு தூக்கி, இரண்டுமுறை நான்கு சட்டமன்ற உறுப்பினர்களை அவர்களில் உருவாக்கிவிட்டதும், ஆட்சியிலிருந்த காங்கிரஸ் இயக்கத்தின் கையாளாகத்தனமும், ஒன்றிய அதிகாரத்தி லிருந்ததால், 'ஆலயப் பாதுகாப்புக் கமிட்டி' என்று அமைத்து, ஒவ்வொரு கோயிலையும் மய்யப்படுத்தி, இந்து என்கிற போர்வையில் மக்களை இணைத்ததும்தாம்!

மனிதகுலத்தின் ஒற்றுமையைக் குலைத்து, இந்துத்துவ எதேச்சதி காரத்தை வலியுறுத்தும்-பல்வேறு மொழி, கலாச்சாரம், மத நம்பிக்கை கொண்ட பன்மிய மக்கள் கூட்டத்தை, இந்து, இந்தியா, இந்தி எனும் ஒற்றை அடையாளத்திற்குள் சிறைப்படுத்த நினைக்கும் தேசத்தின் கட்டமைப்பை-இந்துக் கோயில்களின் கட்டமைப்பாய் மாற்றிவிடத் துடிக்கும் ஆர்.எஸ்.எஸ். அமைப்பின் எதிர்நிலையிலேயே, மார்க்சியம், பெரியாரியம், அம்பேத்கரியம் மூன்றும், சமத்துவம், சகோதரத்துவம், சுதந்திரம், அறிவியல், பகுத்தறிவு, சுயமரியாதை ஆகியவற்றை முன் மொழியக் கூடியவையாய் உள்ளன. மார்க்சியம், அரசியல், பொருளாதார நிலைமைக்கு முன்னுரிமை கொடுக்க, பெரியாரியமும், அம்பேத்கரியமும், பார்ப்பனிய-இந்துத்துவ சக்திகளுக்கு எதிரான சமூக நீதியையே முன்னேர் பூட்டி வலம் வந்து கொண்டிருந்தன. உலகில் இதுவரை உருவான சமூகத் தத்துவங்கள் வரிசையில், உழைக்கும் தொழிலாளர்களை வாழ்வின் தத்துவமாக்கி, அவர்களின் விடுதலைக்கு வழிசொன்ன- சமவுடைமை பேசிய மார்க்சியம், இந்த நூற்றாண்டிலும் எவருமே நெருங்க முடியாத இடத்திலேயே இருந்து கொண்டிருக்கிறது. அதைச் சமூக வாழ்வின் முடிந்த தீர்வாகக் கருதும் பெரியார், சம

உரிமைக்கு முன்னுரிமை கொடுக்க வேண்டிய நிகழ் இந்திய-தமிழ்ச் சூழலில், அதற்கான முன்னத்தி ஏராக விளங்கிக் கொண்டிருக்கிறார்.

ஆக, மார்க்சியம், அம்பேத்கரியம் இரண்டினோடும் கருத்தியல் தளத்தில் இயைந்து, சம உரிமைக்கான இரண்டின் கருத்தியலுடன் தனித் துவத்துடன் கலந்து, பாகுபாட்டைப் பேணும் இந்துத்துவத்தின் எதிர் நிலையில், சமவுடைமையின் நாத்திகக் கருத்தியலைப் பேசுபவராகவே பெரியார் நிற்கிறார். அதனாலேயே, சமூக நீதி பேசும் அம்பேத்கரை அரவணைக்கத் துடிக்கும் வலதுசாரி இந்துத்துவச் சக்திகள்கூட, அவர்கள் நெருங்கவே முடியா நெருப்பாக விளங்குகிற பெரியார்மீது வெறுப்பைக் கொட்டுகின்றன. மனிதகுல விரோதியாக விளங்குகிற-சமூக முன்னேற்றத்திற்குத் தடையாக விளங்குகிற-சிறுபான்மைச் சமூகத்தின் மீது வஞ்சினம் கொள்ளுகிற-வலதுசாரிப் பிற்போக்குச் சக்தியான ஆர்.எஸ்.எஸ்.காவிக்கு எதிராக நின்று களமாடிக் கொண்டிருக்கிற பெரியாரின் இருப்பை நாம் புரிந்துகொள்ள வேண்டும்! ஏதோவொரு கிழவன், சமவுரிமை, பகுத்தறிவு, சுயமரியாதை, கடவுள் மறுப்பு, கருவறை நுழைவு, என்று எதெதற்காகவோ எந்தச் சுய ஆதாயமின்றிக் கத்திக் கொண்டிருந்தான் என்று கருதாமல், உலகத் தத்துவங்களை உள்வாங்கிய, எல்லாவகையான ஆதிக்கங்களுக்கும் எதிரான, சமநீதியைத் தன் சங்கற்பமய்க் கொண்டு முழங்கிய, இந்த மண்ணிற்கான ஒளியாகத் தமிழ் மண்ணில் உலா வந்தவர் பெரியார் என்று புரிந்து கொண்டால், அது சமூக மேம்பாட்டிற்கு நல்லது. வாழ்க பெரியார் புகழ்! வளர்க அவரைத் தொடரும் சமூகப் பணி!

பெரியார் இல்லாத தமிழகம்!

(பெரியார் தேவைப்படுகிற தமிழகம்)

தமிழ்ச் சமூகத்தின் அனைத்து ஒடுக்கப்பட்டோருக்குமான உரிமைக் குரல், சமூகநீதியின் துலாக்கோல் பெரியார் என்பதைக் கடந்த கால மற்றும் வாழுங் காலத் தமிழ்ச் சமூக வரலாறு, கல்லில் எழுத்தாய் அழுந்தச் சொல்லிச் சென்றிருக்கிறது. ஆனாலும் அவரின் கடவுள் மறுப்பு, இந்துத்துவ (பார்ப்பனிய) எதிர்ப்பு, தீண்டாமை வெறுப்பு ஆகியவை, மற்றவர்களால், அக்கம் பக்கம் பார்த்தே, இன்றும் பேச வைத்திருக்கிறது. இன்னமும், 'இந்துத்துவ'மிராண்டிகள் நெருங்கி வரவே முடியாத நெருப்பாக இந்த மண்ணிலே இப்பொழுதும் இருந்து கொண்டிருப்பது, ஈரோட்டுக் கிழவர் பெரியார் என்கிற அழகிய படிமம் மட்டும்தான் என்பதை, என் அனுபவத் தேடலில் நான் நன்கு உணர்ந்திருக்கிறேன். அதற்கான திசைகாட்டியாய், எனக்கு வழியமைத்துக் கொடுத்திருக்கிறார் செர்மானிய யூதக் கிழவர் காரல் மார்க்ஸ்! எதுவொன்றின், அவ்வக் காலக் குணரீதியிலான சமூகப் பயனின், இயங்கியல் நேர்மறையைத் தன் ஆய்வு நெறிமுறையாய்க் கணக்கிலெடுத்தே, 'பகுத்தறிவு, சுயமரியாதை, சமூகநீதி' எனும் அளவுகோல்களைக் கொண்டு, பெரியார், எதுவொன்றையும் அள விட்டிருக்கிறார். அதற்குத் துணைநிற்கிற சக்திகளை எல்லாம் அரவணைத்தே சென்றிருக்கிறார். அதற்குள் அடங்கி வருகிற அடிப்படையில் மட்டுமே, காலதேச வர்த்தமானங்களையும், சாத்திய-அசாத்தியங்களையும் கணக்கில் கொண்டே, சமவுரிமைக்கான, தன் முறையியலை நேரிதாக முன் மொழிந்து, அதனடிப்படையிலேயே, அவரின் முடிவுகள் அமைந்திருக்கின்றன. அதைப் புரிந்துகொள்ள, மனக் கதவை அகலத் திறந்து வைத்துப் பகுத்தறிவுக் காற்றைச் சுவாசிக்க இடங்கொடுக்கும், மனப் பக்குவம் மட்டுமே ஒருவருக்கிருந்தால் போதுமானது!

தாடிக்கார யூதக் கிழவரின், நெருங்கிய உறவுக்காரச் சிந்தனையாளராய் விளங்கும் தாடிக்காரத் திராவிடர் பெரியாரை, சட்டமேதை அம்பேத்கருக்கு அணுக்கராயிருந்த சட்ட எரிப்பாளர் தோழர் பெரியாரைத் தன் முத்திரைச் சாசனமாய் வைத்திருக்கும் ஒரு சில தமிழ் அமைப்புகளைத் தவிர்த்து, மற்றைய பல்வேறு அமைப்பினருமே, காவிக்கு இப்படியும் அப்படியும் கைலாகு கொடுத்து, உடனடி மாப்பிள்ளைத் தோழனாகி விடுகிற இன்றைய சூழலில், பெரியார்

என்பவர், அவர்களைப் பொருத்தவரையும், இன்னுமே அணுகுவதற்குக் கொஞ்சம் ஆபத்தானவராய்த்தான் இருக்கின்றார். ஆகவே, எந்த வழி யிலாவது, தமிழ் மனத்திலிருந்து பெரியாரை மதிப்பிறக்கம் செய்து மகிழ்கிற தேவை, இன்றைய நிலையில், ஆதிக்க மனப்போக்கு கொண்ட வருக்கும், மத அடிப்படைவாதத்தில் மயங்கிக் கிடப்பவருக்கும், ஆளுவோரிடம் அனுகூலத்தை எதிர்பார்த்து நிற்போருக்கும்-இன்று புயற்பந்தாய்ப் பெருகிக் கிளம்பி வருகிற கருப்பு, சிகப்பு, நீல வண்ணப் பயத்தின் காரணமாக-அவர்களுக்கு மிக இயல்பாகவே, பெரும் பீதி வந்து அச்சுருத்துகிறது. அதனாலேயே, நாம் சரியான திசைவழியில்தான் பயணிக்கிறோம் என்பதை உணரமுடிகிறது! அவர்கள் முன்வைக்கும் 'அறிவு வன்மச் சாதுரியம்', அவர்களின் அந்தப் பயத்தையே தெளிவாகக் காட்டுகிறது. யாருக்கோ சிவிகையைத் தூக்குவதற்காக, வரிந்து கட்டிக் கொண்டு, தங்கள் அறிவு வாமடைகளைத் திறந்துவிட்டு, அவர்கள் மகிழ்கின்றனர் என்பதும், ஐயம் திரிபறப் புரிகிறது. அதில் வியப்பதற்கோ சினமடைவதற்கோ ஏதும் இல்லை. ஆனால், பெரியார் என்கிற மனிதநேயக் கலகக்காரரை அறிவதற்குக் கொஞ்சமும் எத்தனிக்காத, அவர்களுடைய மனப்பூச்சின் புரிதல் போதாமையே, இப்பொழுது என்னை, இங்கே எழுதத் தூண்டியிருக்கிறது.

'பெரியார் இல்லாத தமிழகம்' என்பதாய்த் திருவாளர் மாலன், அம்ருதா-ஜுலை 2017 இதழில் எழுதியிருக்கிற, வன்மநெடி வீசும் ஒரு கட்டுரையின், சில கருத்துகளின் எதிர்வினையே இது! இது, மாலனுக்கான எதிர்வினை மட்டும் இல்லை; மாலன் போன்ற மனநிலை கொண்ட அனைவருக்குமான எதிர்வினையாக, மாலனின் கட்டுரைக் கருத்தை முன்வைத்து எழுதப்பட்டிருக்கிறது என்று கருதலாம். பெரியாரை-பெரியார் சிந்தனைகளை, இந்த மண்ணிலிருந்து அப்புறப்படுத்த வேண்டிய வலதுசாரிப் பணி நிமித்தம், அவர்கள், இப்படியான அரை குறையான, குதர்க்க வாசிப்புகளை இங்கு நிகழ்த்திக் கொண்டிருக் கின்றனர். ஒடுக்கப்பட்டோர் நலன் சார்ந்த, இடதுசாரிப் பகுத்தறிவுச் சிந்தனைகளால் இறுகிப்போய் இருக்கிற, இளைஞர்களின் மனதிற்குக் கருத்துகளின் கந்தகமாய் விளங்குற பெரியார், சமூக நீதிக்கான குரலாய் எல்லோர் மனதிற்குள்ளும் ஒலித்துக் கொண்டிருப்பதால், அதைத் தங்களின் இந்துத்துவ 'மோடிமை'க்காக, மௌனப்படுத்த வேண்டிய தேவை, அவர்களுக்கு வந்து சேர்ந்திருக்கிறது. முதலில், பெரியாரை எவ்விதம் அணுகுவது/புரிந்துகொள்வது என்பதை, நான் அவரைப் புரிந்து வைத்திருக்கிற அளவில், சொல்ல வேண்டியது எனக்கு இங்கு அவசிய மாகிறது. அந்தவகையில், கருத்தியல் தளத்தில், அதிகாரத்தவர்களுடன்

ஒன்றுவிட்ட உறவுக்காரராய் விளங்குகிற, திரு மாலன், பெரியார் பற்றி முன்மொழிந்திருப்பவை:-

1)...'பெரியார் இருந்தபோதும், இல்லாதபோதும் தமிழ்நாட்டின் அரசியல் கலாச்சாரத்தில், சமூக வழக்கங்களில் பெரிய மாற்றங்கள் ஏற்பட்டு விடவில்லை... அதாவது, பெரியாரின் வாழ்க்கை, சிந்தனை- இவை, தமிழ்ச் சமூகத்தின் செயல்பாடுகளில், தமிழக அரசியலின் இயங்குமுறையில், பெரிய மாற்றத்தை ஏற்படுத்தி விடவில்லை!'-

இது, பெரியாரின் உழைப்பை, பூஜ்யமாக்கிக் காட்ட எத்தனிக்கிற ஒரு பிதற்றல்! கல்வியில் இட ஒதுக்கீடு என்பதும், அனைத்துச் சாதியினரும் அர்ச்சகராகலாம் என்பதும், சாதியக் கலப்பு மணம் சட்டமானது என்பதும், அங்கங்கு பெரியார் சமத்துவபுரங்கள் துளிர்விட்டு எழுந்து நிற்பது என்பதும், ஊருக்கொரு பெரியார் நகர் உருவாகியிருப்பது என்பதும், சாதிப் பின்னொட்டைத் தங்கள் பெயருக்குப் பின்னால் போட்டுக் கொள்ள உருவாகியிருக்கிற எளிய தயக்கமும், பெரியாரின் எழுத்துச் சீர்திருத்தமும், தமிழக அரசியல் கலாச்சாரத்தில், சமூக இயங்குமுறைகளில் உருவாகியிருக்கிற மாற்றமல்லாமல் வேறென்ன? அதிகார பீடத்தில் அவர் இல்லாதபோதும், அதற்காக ஆள்விட்டு ஆழம் பார்க்கிற ஆசையே இல்லாதபோதும், கருத்தியல் அணுக்கமானவர்களைக் கொண்டு, அதையும் அழகாகச் சாதித்துக் காட்டியிருக்கிறார் பெரியார்!

இன்னொன்றையும் இந்த இடத்தில் சொல்லலாம், அது, 'விழுப்புரம் மாவட்டம் மேல்மலையனூர் அருகே கோட்டைப்பூண்டிப் பஞ்சாயத்தின் கீழுள்ள செக்கடிக் குப்பம், கோட்டுவன் குப்பம், அதியந்தல், கோயில் புறையூர் ஆகிய கிராமங்களில் 55 ஆண்டுகளுக்கு முன்பு திருமணத்தில் பெண்களுக்குத் தாலி கட்டும் பழக்கமிருந்தது. பெரியார் மேல் மலையனூர் வந்து, 'தாலி கட்டுவது' பெண்களை அடிமைப்படுத்தும் செயல் என்று விளக்கிச் சொன்னது, கிராம மக்களுக்கு விழிப்புணர்வை ஏற்படுத்தி, கடந்த 55 ஆண்டுகளாக அங்குச் சுயமரியாதைத் திருமணங்கள் மட்டுமே நடைபெற்று வருகின்றன என்கிற செய்தியை, ஒரு நாளிதழில் படித்தது பசுமையாக நினைவிலிருக்கிறது.

இதைப் போன்றே, தஞ்சை மாவட்டம் ஒரத்தநாட்டிற்கு அருகிலுள்ள நெடுவாய்க் கோட்டை, ஒக்கநாடு மேலையூர் போன்ற கிராமங்களும், கடந்த பதினைந்து ஆண்டுகளுக்குமுன், அவையும், தீபாவளி கொண்டாடாத கிராமங்களாகவும், சுயமரியாதைத் திருமணம் மட்டுமே நடைபெறும் கிராமங்களாகவும், பெரியார் சிந்தனைகள் மட்டுமே

கோலோச்சி வந்திருக்கிற கிராமங்களாகவும் இருந்ததை, நானே நேரில் பார்த்து வியந்திருக்கிறேன். இந்த மாற்றங்கள் சாதாரணமானதில்லை என்பதை சமூக வரலாற்றில் தோய்ந்தவர்கள் நன்கு உணர முடியும். எனக்குத் தெரிந்தவை இவை! இந்த மாற்றங்கள் நடந்த கிராமங்கள்-இன்னுமே நடைமுறைப்படுத்திக் கொண்டிருக்கிற கிராமங்கள்-இன்னுமே பலதும் அங்கங்கு இருந்து கொண்டிருக்கின்றன என்பதும் உண்மை! அவர்களைத் தாமே யோசிக்க மட்டுமே சொன்னார் பெரியார்! யோசித்தவர்கள் உண்மையை உணர்ந்து அவர்களாகவே இப்படி மாறிப் போய், அவர்களின் பரம்பரையும் தொடர்ந்து வந்து கொண்டிருப்பது, நீங்கள் எங்கும் கேட்டறியாதது. இன்னுமேகூட விரிவாக இங்குப் பேசுவோம்!

2) 'பெரியாரைப் பற்றிப் பேசும்போது நாம் எந்தக் காலத்துப் பெரியாரைப் பற்றிப் பேசுகிறோம்? கருத்தை என்றுமே மாறாத நியமமாய்க் கொண்டிராமல், காலச் சூழலுக்கேற்பக் கருத்துகளைத் தொடர்ந்து மாற்றிக் கொண்டே வந்திருக்கக்கூடிய ஒருவர்தான் பெரியார்!'

இதில் மறுப்பதற்கு எதுவுமேயில்லாதிருப்பினும், அவரே அப்படி ஒத்துக் கொண்டிருப்பினும், அவர், அவருக்கான அடிப்படை நிலைப்பாட்டிலிருந்து விலகிச் சென்றிருப்பதாகத் தெரியவில்லை. ஆனால் எந்த ஆதாயத்துக்காகக் கருத்துகளை மாற்றி வந்திருக்கிறார் என்று யோசித்தால், 'மாற்றம் ஒன்றே மாறாதது' என்கிற இயங்கியல் விதிக்குள் நின்று பார்த்தால், அறிவியல்/சமூகநீதி/உண்மை என்கிற ஆதாயங்களை நோக்கியே அவரின் நகர்வுகள் இருக்கும் என்பதே சரி! இன்னுமேகூட இதையும் விரிவாகப் பேசுவோம்!

3) 'பெரியாரின் கொள்கைகள் என்று நமக்குச் சொல்லப்படுபவை சிலவற்றை, அவருக்கு முன்பே தமிழகத்தில் சிலர் முன்னெடுத்திருக் கிறார்கள்.'

இருக்கட்டும். அவர்களும் மதிக்கப்பட வேண்டியவர்களே! சிலர் முன் கூட்டியே சொல்லியிருந்தால், அதனால் சமூகத்திற்கு என்ன குறை? வானத்திலிருந்து குதித்தவன் இல்லை மனிதன், தனியான சிந்தனை கொண்டு தனியனாக உருவாவதற்கு! வாழும் பிரபஞ்சம்தான் அதற்கான களம்! இருப்புதான், சிந்தனையை-வாழ்நிலையை உருவாக்குகிறது. ஃபாயர்பாஹிடமிருந்து மார்க்ஸ் வேறுபடுகிற இடங்களைப் புரிந்து கொண்டால்தான், மார்க்ஸின் பாத்திரத்தைச் சரியாக ஒருவர் உள்வாங்க முடியும் என்பர். ஃபாயர்பாஹின் ஒரு மனிதன், மற்றொரு மனிதனிடம்

கொண்டிருக்கிற உறவுகளின் இடத்தில், மார்க்ஸ், தொழிலாளிக்கும் முதலாளிக்கும், வாழ்கின்ற உழைப்பிற்கும் திரட்டப்பட்ட உழைப்பிற்கும் (மூலதனம்) உள்ள உறவுகளை வைக்கிறார்' -இந்த இடத்தில்தான் மார்க்ஸ் தனித்து நிற்கிறார். அது மாதிரிதான், சமூகநீதியில், மனிதனுடைய இடத்தில், பார்ப்பனரல்லாதோரை, 'சூத்திர'ராக நிறுத்திப் பார்க்கிறார், பெரியார்! ஒரு மனிதன், மற்றொரு மனிதனிடம் கொண்டிருக்கிற உறவுகளின் இடத்தில், பார்ப்பனக் கருத்தியல்-சூத்திரர் வாழ்வியல் என்பதாய், உள்ள உறவுகளை நிறுத்திப் பார்க்கிறார். அது, மனுவிற் கெதிரான, பார்ப்பனியத்திற்கெதிரான பெரியாரியம் ஆகிறது. 'நான்தான் குறிப்பிட்ட கருத்துகளுக்குப் பத்திரப் பதிவு செய்து வைத்திருக்கிறேன். என் அனுமதி இல்லாமல் யாரும் அதைப் பயன்படுத்தக்கூடாது' என்று எங்கும் சொல்லியிருக்கிறாரா? இல்லையே! அதைப்போலவே, அவரே, யார் யார் கருத்தைத் தான் வழிமொழிந்து கொண்டிருக்கிறேன் என்பதையும் தெளிவாகப் பல இடங்களில் சொல்லிச் செல்வதைக் கவனமாகப் படியுங்கள். அவர் பேசுகின்ற உண்மையும், மற்றவர் கருத்துகளை மதித்துப் போற்றும் பண்பும், தொடர்க் களச் செயல்பாடும், அதற்குரிய இயக்க நடவடிக்கையும்தாம் அவரை, பார்ப்பனல்லாதோர் விடுதலைக்காகப் போராடுகின்ற லட்சக்கணக்கானவர்களின் கண்ணோட்டமாகப் பெரியாரியத்தை ஆக்கியிருக்கிறது. சூத்திர இழிவை நீக்கும், சுய மரியாதை பேசும் சமநீதியே, பெரியாரியத்தின் ஆணிவேர்; அதைப் பலப்படுத்தும் பக்க வேர்களே, அவரின் பகுத்தறிவு, பார்ப்பனிய எதிர்ப்பு, கடவுள் மறுப்பு, பெண்ணிய விடுதலை, வடவர் ஆதிக்க-இந்தி ஆதிக்க எதிர்க்குரல், ஜாதி ஒழிப்பு என்பவையாக விரிகின்றன. இதைக் குறைத்துச் சொல்லுகிற, தொனிப் பிறழ்வில்தான், அறிவு வன்மம் வெட்ட வெளிச்சமாகிறது.

4) 'அவர் வாழ்ந்த காலத்திலேயே, அவரின் கொள்கைகளில் பல, நடைமுறையில் மக்களால் ஏற்கப்படாமல், புத்தகச் சித்தாந்தங்களாக, மேடைப் பேச்சுகளாக முடிந்தன'.

எது நடைமுறையில் ஏற்கப்படாமல் புத்தகச் சிந்தாந்தமாயிருக்கிறது என்பதை எவராவது விளக்க இயலுமா? மார்க்ஸியத்தைப் போலவே, அம்பேத்கரியத்தைப் போலவே, பெரியாரியமும் இன்னமும் படிக்கப் படக்கூடிய, பேசப்படக்கூடிய, நடைமுறையில் மேற்கொள்ளப்பட வேண்டிய ஒரு சித்தாந்தமாகவே இன்னுமே வாழ்ந்து கொண்டிருக்கிறது. சமநீதி, சமூகநீதி தேவைப்படுகிற காலம் உள்ளவரையும், பெரியார் தேவைப்பட்டுக் கொண்டேதான் இருப்பார். பெரியார் வாழ்ந்த காலத்தைப் போலவே, இப்பொழுதும் பெரியாரியத் தேவை

கூடுதலாகத் தேவைப்படுகிறது என்கிற காலத்தின் சாட்சியமே, அதை விளக்கவல்லது. வேதங்கள் மட்டும்தான், நடைமுறையில் மக்களால் ஏற்றுக்கொள்ளப்பட்ட ஒரே சித்தாந்தம் என்பதாய்ச் சொல்ல வருகிறாரா மாலன்?

இவைபோகவும், வார்த்தைகளில் அங்கங்கு வக்கணையான வசை யாடல்கள்! இந்தவழி வசைப் பாடல்களைக் கொண்டிருக்கிற, ‘அவர்கள்’ அனைவருக்குமான பதில்களாகவே இதைக் கொள்ளலாம். இது, பெரியார் என்கிற சமூகச் சிந்தனையாளரின், பிரச்சனைகளை அணுகுகிற, அவரின் அடிநாதத்தை மட்டுமே-மேற்கூறிய குற்றச்சாட்டுகளுக்கான எளிய பதிலாக முன்வைக்கிறது. பெரியார் மீதான அவரின் குற்றச்சாட்டுகளின் இறுதிப் புள்ளியிலிருந்து, ஒவ்வொன்றாக மேல் நோக்கி வருவோம். பெரியாரைப் புரிந்துகொள்ள, நாம் எவ்விதம் முயற்சிக்க வேண்டும் என்பதை, அவர், ‘அவர்க’ளின் முகமையிலிருந்து பேசுவதால், அவரின் மொழிவழி நின்றே, நானும் ‘அவர்க’ளுக்கு விளக்க முயற்சிக்கிறேன்.

முதலில் அவர்கள் புரிந்துகொள்ள வேண்டியது, ‘பெரியாரியம்’ என்பது புத்தகச் சித்தாந்தம் அல்ல; மேடை என்பது மக்களைத் திரட்டுவதற்கான ஆயுதம்! சமூகத்தின் நடைமுறையை வாசிப்பதிலிருந்து உருவாவது அது; நடைமுறையைத் திசை மாற்றும் அங்குசமாய்ப் பயணப்பட்டுக் கொண்டே இருப்பது! ‘கற்பி, போராடு, ஒன்றுசேர்’ என்பதன், இன்னொரு புது மறுவுருவாக்கம் இது! காலநியதியை வைத்துக் கொண்டு அந்த நேரத்தில் மட்டும் பயணிப்பதில்லை; சாதி ஒழிப்பிற்காக, மூடநம்பிக்கை அழிப்பிற்காகக் கால காலத்திற்கும் பயணித்துக் கொண்டேயிருப்பது! சமவுடைமைத் தத்துவத்தை முன்மொழியும் மார்க்ஸியத்தைப்போல, சமவுரிமையை முன்மொழியும் பெரியாரியம் என்பதும், இந்த மண்ணுக்கேற்ற ஒரு நடைமுறைச் சித்தாந்தம்! கோயிலில், சிலையின்முன் மந்திரமாய்ச் செபிப்பதல்ல அது! சாதிய இழிவை நீக்குவதற்காகக் களம் கண்ட, நீண்டதொரு போர்ப் பிர கடனம் அது! சாதி, சட்டப்படி நீக்கப்படாததுவரை, சாதியத்திற் கெதிரான- பாகுபாடுகளுக்கெதிரான, ஒடுக்கப்பட்டவரின் உரிமைக் குரல் அது! கோயில் நுழைவுப் போராட்டம், கர்ப்பகிரக நுழைவுப் போராட்டம், அனைத்துச் சாதியினரும் அர்ச்சகராகும் போராட்டம் என்பதாகச் சமூகநீதிக்குக் குரலெழுப்பிய கலகக்காரர் என்பவர், களத்திலேயே இறங்காமல், வெறும் ‘கர்ணமந்திரம்’ மட்டுமே சொல்லிக் கொண்டிருந்தவர் அல்ல. இந்திய அரசியல் சட்டம் முதன்முதலில் திருத்தப்பட்ட வரலாறு, சாதியை ஒழிக்க அரசியல் சட்ட நகல் எரிப்புப் போராட்டத்திற்காக, மூன்றாம் வகுப்பு மட்டுமே படித்திருந்த பெரியாரின் அறைகூவலை ஏற்று, நான்காயிரம் பேர் வரையும் அன்று

கைதானது, அவருடைய போராட்டத்தால் மட்டுமே நிகழ்ந்தது என்பதும் வரலாறு! இறுதிப் போருக்கான ஆயத்தப்படுத்தலில், தன்னையே, முதற் களப்பலியாய் அறிவித்திருந்த போராட்ட நடைமுறைவாதி அவர்! போராட்டமும், சிறைச்சாலையும் அவரின் தவச் சாலைகள் என்பதை முதலில் புரிந்துகொள்ள வேண்டும்.

இப்பொழுதும், பார்ப்பனியச் சிந்தனையின் எதிர்ப்புக் குரலாயும், இரட்டைக் குவளை முறைக்கு எதிர்ப்பாயும், ஆணவக் கொலைகளுக்கு எதிராயும், சமூகநீதி காக்கக் களத்தில் நின்று போராடிக் கொண்டிருப்பவர்கள் பெரியாரியவாதிகள்! தமிழகம் முழுக்கவும் அவர்களின் பரப்புரைப் பயணங்கள் தொடர்ந்து நிகழ்ந்து கொண்டுதான் வருகின்றன. 'அவர்களி'ன் கணக்கில், அவர், எப்பொழுது/எப்படி வெறும் புத்தகச் சித்தாந்தமாக, மேடைப் பேச்சாக மட்டுமே, சுருங்கிப் போனார் என்பது புரியவில்லை. நடைமுறையில் ஏற்கப்படாத, அவருடைய கொள்கைகள், எவையெவை என்று அவர் சொல்லியிருப்பதில், கௌரவக் (ஆணவ) கொலைகள் அங்குமிங்குமாய் நடந்துவந்த போதும், சாதி மறுப்புத் திருமணங்கள் இப்பொழுது மனதளவில் ஏற்கப்பட்ட ஒன்றாகவும் மாறிக் கொண்டிருப்பதை எவரும் பார்த்ததில்லையா? தாலிகளைக் கழட்டிப் போடும் சடங்கும் பெரியார் திடலில் இப்பொழுது நடந்ததைக் கேள்விப் பட்டதில்லையா? கற்பு பற்றிய விளக்கங்களும் மாறியிருக்கின்றன. சடங்காச்சாரங்களில் மாற்றங்கள்-மறுத்தலும்கூட, சுயமரியாதைத் திருமணங்களில் நடந்துகொண்டுதானிருக்கின்றன, அவரவர் மனம் ஒப்பியபடி! அவருடைய கொள்கைகளைத் தங்களின் வாழ்வியலாக ஏற்றுக்கொண்டு, இன்னமும் வாழ்ந்துகொண்டிருப்பவர்கள், எவ்வளவு பேர் தமிழகத்தில் இருக்கின்றனர் என்பதாவது மாலன் போன்றவர் களுக்குத் தெரியுமா? ஆச்சார வைணவக் குடும்பத்தில் பிறந்து வளர்ந்த நானுமேகூட, சாதி மறுப்பு, தாலி மறுப்பு, வயது மறுப்பு, சடங்குச் சம்பிரதாய மறுப்புத் திருமணம் செய்தவன்தான்! இப்படி வரிசைகட்டி நிற்பவர்கள் எண்ணிறந்தவர்கள்!

சமஸ்கிருதம் என்றாலும் எதிர்ப்பு; புற வாசல் வழியே என்றாலும், இந்தி என்றால் எதிர்ப்பு; சரஸ்வதி துதி என்றாலும் எதிர்ப்பு; நீட் தேர்வுக்கு எதிர்ப்பு; மாட்டுக்கறித் தடைக்கு எதிர்ப்பு, ஒன்றிய அரசு கொண்டுவரும் மக்கள் விரோத நடவடிக்கைகளுக்கு எதிர்ப்பு-இவையெல்லாம், இப்பொழுதும் தொடர்ந்து நடைபெற்றுக் கொண்டிருப்பது, தமிழகத்தில் மட்டும்தான்! அதற்கான விழுமியங்களில் ஒன்று, தமிழகம் என்பது, பெரியாரால் புடம் போடப்பட்ட பூமி என்பதை மனச்சாட்சி உள்ளவர்கள் நிச்சயம் மறுக்கவே முடியாது... 'அவர் வாழ்ந்த காலத்திலேயே, அவரின் கொள்கைகளில் பல, நடைமுறையில், மக்களால் ஏற்கப் படாமல், புத்தகச் சித்தாந்தங்களாக, மேடைப் பேச்சுகளாக முடிந்தன'

என்று கூறுகிறவர், எந்தச் சித்தாந்தங்கள் நடைமுறையில் எந்த மக்களாலும் ஏற்கப்படாமலிருந்தன என்பதை எப்படிக் கூறுவார்? இவர் ஏற்கவில்லை என்றாலே, உலகமே ஏற்கவில்லை என்பதாய்ப் பொருளாகி விடுமா? ஒன்று கேட்கிறேன், நடைமுறையில் மக்கள் எல்லோரும் எவ்வித வேறுபாடுகளுமேயின்றி, ஏற்றுக் கொண்ட/கொண்டிருக்கிற ஒற்றைச் சித்தாந்தம் ஏதாவது ஒன்றை எவரும் கைகாட்ட முடியுமா?

அடுத்தது, பெரியாருக்கு முன்பே அவரின் கொள்கைகளில் சிலவற்றைத் தமிழகத்தில் சிலர் முன்னெடுத்திருந்தால், அது பெரியாரின் தப்பா? முன்னெடுத்திருந்தாலும், அக் கொள்கை சமூக வளர்ச்சிக்குத் தேவையானது என்றால், அதைத் தொடர்ந்து வலியுறுத்துவதுதானே, உண்மைச் செயற்பாட்டாளருக்குச் சரியானது! முன்னோர் சொன்ன மொழி பொருளேயாயினும் வாழுகிற காலத்தின் சமூகத் தேவைக்கு எதுவொன்று சரியானதோ, அதை ஏற்று, அதற்காகத் தன்னை முழுக்கவுமாக அர்ப்பணித்துக் கொண்டு செயல்படுவதுதானே சரியானது? ஆனால், ஒன்றை என்னால் நிச்சயம் கூறமுடியும்... முன்னோர் சொன்ன சமூக வளர்ச்சிக் கொள்கையானது, பெரியாரின் ‘பகுத்தறிவு-சுயமரியாதை’ யுடன் அல்லது சமவுரிமைகோரும் சமூக நீதியுடன் நிச்சயமாக இணைக்கப்பட்டு, பெருந்திரளான மக்கள் இயக்கமாக வளர்ந்திருக்க வாய்ப்பே இருந்திருக்காது. அதனாலேயே, அக் கொள்கையானது, அவர் காலத்தின் புதியதாகின்றது. அதை இயக்கமாக்கிய அவர், தனித்து நின்று ‘நினைக்கப்படு’கின்றார். யாருக்குமான போட்டி இயக்கமல்ல இது; சமூக உரிமைக்கான தொடர் போர்க்கள இயக்கமே இது! பெரியாரின் வார்த்தைகளில் சொல்வதென்றால், ‘வாழுறதுன்னாலே, பிறத்தியாருக்குப் பயன்படுறா மாதிரி ஏதாவது செய்தாக வேண்டும். அதுக்கு, இன்னதுதான் செய்தாகணுங்றது இல்லெ... நாமும் வாழுறதுனாலே, பிறத்தியாருக்குப் பயன்படுறா மாதிரி ஏதாவது செய்தாகணுமேன்னு, ஏதோ என்னாலானதைச் செஞ்சுகிட்டு வர்றேன்’ என்று தன் வாழ்க்கையை, ‘தானாக எவரும் பிறக்கவில்லை; எனவே தனக்காகவும் எவரும் பிறக்கவில்லை’ என்பதாய் அவர் அர்த்தப்படுத்திக் கொள்கிற, அவரின் எளிய சமூக ஊழியச் செயல்முறையைப் பாருங்கள்! ‘நாதசுரக் குழாயாக இருந்தால், ஊதியாக வேண்டும். தவுலாயிருந்தால், அடிபட்டுத்தானாக வேண்டும் என்பதுபோல் எனக்குத் தொண்டை, குரல் உள்ளவரை பேசியாக வேண்டும்; பிரசங்கம் செய்தாக வேண்டும்’ என்கிற, மூத்திரச் சட்டியைத் தூக்கிச் சுமந்தபடியே பிரச்சாரம் செய்த, இவர்தான் பெரியார்!

மேற்கொண்ட ஊழியத்தின் வெற்றி தோல்வியைப் பற்றி, அவர் பெரிதாகக் கவலைப்பட்டதேயில்லை. தன் பகுத்தறிவிற்கு, உண்மையென்று

நம்புகிறதை மட்டுமே சமூகத்திற்குச் சொல்வது, அதன் பயனாய் அது எதிர்கொள்ளும் எதிர்ப்புகளை எதிர்கொண்டு, சொன்னபடி, அதற்காகச் செயல்படுவது, அல்லது, தான் மேற்கொண்ட மாற்றத்தை நியாயப்படுத்தி மேற்செல்வது என்பதைத் தவிர, வேறொன்றைக் கடமையாக அவர் கருதியதேயில்லை. ‘முடியுதோ இல்லையோ என்கிறதைப் பற்றி இலட்சியம் இல்லை. நம் கடமையைச் செய்தோமா இல்லையா என்கிறதுதான்’ - அவரின் எளிய கொள்கை! இது, இதுவரையிலே அதிகமாய் நீங்கள் எங்கும் கேட்டிராததாய் இருந்திருக்கக் கூடும். பெரியாரின் சிந்தனைகளில் உரம் பெற்றிருக்கிற இளைஞர், முதியோர், பெண்கள் என்று பல தரப்பட்டோரைப் பலவிதச் சூழல்களில் நான் சந்தித்திருக்கிறேன். பொதுவுடைமைத் தோழர்களை ஒத்ததாய், பெரியாரின் சிந்தனைகளின் மேல், இன்னமும் பெரியாரியத் தோழர்கள் வைத்திருக்கிற அழுத்தமான ஈடுபாடு, கலகக்காரர்களாகவே வாழ்ந்து வருகிற அவர்களின் தவம், அப்பழுக்கற்ற அவர்களின் மனிதநேயம், அறநெறி ஆகியவற்றை அருகிலிருந்து பார்க்கும் வாய்ப்பு, தூற்றிச் செல்லுகிற, குதர்க்க மனம் கொண்ட உங்களுக்குக் கிஞ்சிற்றும் கிடைக்கவில்லை என்பது, உங்கள் எழுத்தின் வன்ம வாடையிலிருந்தே எளிதில் புரிந்துகொள்ள முடிகிறது.

யாருக்கு எது விருப்பமோ, அதுதொடர்பான வார்த்தைகளே அவரவருக்குக் கிடைக்கின்றன; யாருக்கு எது விருப்பமில்லையோ, அதைக் குறை கூறுவதற்கான வார்த்தைகளே அவருக்கு வந்து விழுகின்றன. நம் இருவரின் நிலையுமே எதிரும் புதிருமானதுதான்! மற்றொன்று, நீங்கள் சொல்லியிருக்கிற இவை எதுவுமேகூட, நீங்களாகவே புதிதாகச் சொல்ல வருபவை/சொல்லியிருப்பவை அல்ல என்பதும், ஏற்கெனவே சொல்லப்பட்டதன் பிறிதொரு மொழிவழி வழிமொழிதல்தானே தவிர, வேறொன்றுமில்லை என்பதும் எனக்குப் புரிகிறது. ‘பெரியார் இல்லாத தமிழக’த்தில், இன்னமும் பெரியார் பயம் இவர்களை எப்படியெல்லாம் ஆட்டிப் படைத்துக் கொண்டிருக்கிறது என்பதை, இவர்களின் பதுங்கு மொழிகள் காட்டிக் கொடுத்துவிடுகின்றன.

அவருடைய இரண்டாவது கருத்திற்கு, இப்பொழுது வருகிறேன்:- இப்படியாக எவராவது சொல்லியோ எழுதியோ கேட்டிருக்கிறீர்களா? ‘நான் பல விஷயங்களில் அறிவுக் குறைவு உள்ளவனாக இருக்கலாம். பல தவறுகள் செய்திருக்கக்கூடும். நேற்று ஒரு கருத்து சொல்லியிருப்பேன்; இன்றைக்கு அதை மாற்றியிருப்பேன்; இன்றைய கருத்திலிருந்து நாளை என் கருத்து, மாறுதல் அடையக் கூடும். பல கருத்துகளை மாற்றியுமிருக்கிறேன். ஆனால் அவைகளெல்லாம் என் கண்ணியமான அனுபவம்,

ஆராய்ச்சிகளைக் கொண்டே இருக்குமேயொழிய, பணம் சேர்க்கவோ, பதவி பெறவோ, வாழ்க்கையை மேம்படுத்திக் கொள்ளவோ, பெரிய ஆளாகவோ, இழிவை மறைத்துக் கொள்ளவோ, கடுகளவும் காரணம் கொண்டதாய் இருக்காது' என்றும், 'நான் பேசுவதையோ எழுதுவதையோ அப்படியே நம்பாதீர்கள். நான் சொல்லீட்டேங்றதுக்காக எதுவொன்றையும் அப்படியே நீங்க நம்பிடுவீங்கன்னா, அப்ப, நீங்க எல்லோரும் அடிமைங்கதான். யார் சொல்வதையும் கேட்டு, வேதவாக்கு என்று நம்பி நடப்பதனால்தான், நாம் இன்று அடிமைகளாக இருக்கிறோம். ஆகவே நான் சொல்பவைகளை நீங்கள் ஆராய்ந்து பாருங்கள். அவை, உண்மையென்று தோன்றினால் ஏற்றுக் கொள்ளுங்கள். இல்லையெனில் தள்ளிவிடுங்கள்' என்றும், 'நான் சொல்வதை நம்பு, இல்லாவிட்டால் பாவம்! என்று நான் சொல்லவில்லை. எதிலும், உண்மையைக் கண்டுபிடிக்க வேண்டும்... என் புத்திக்கு எட்டியதை எடுத்துக் காட்டினேன். அதில் சரியானது எனத் தோன்றியதை ஒப்புக்கொண்டு, அதன்படி நடக்கும்படிக் கேட்டுக் கொள்கிறேன். நான் சொல்வதிலும் பிசகிருந்தால், என் அறியாமைக்குப் பரிதாபப்படும்படியும் கேட்டுக் கொள்கிறேன்' என்றும், இத்தனைப் பணிவோடு சொல்லியிருப்பதை அறிவீர்களா!

இதைவிடவும், உங்களைப் போன்றவர்களுக்காகவே அவர் சொன்ன இடங்களும் உண்டு! 'அய்யா, நீங்கள் அடிக்கடி கருத்துகளை மாற்றிக் கொள்வதால், உங்கள் கருத்துகளை மற்றவர்கள் எவ்வாறு நிலையாக ஏற்றுப் பின்பற்ற முடியும்?' என்று 1937லேயே உங்களைப் போன்ற சிலர், பெரியாரிடம் கேள்வி கேட்கிறார்கள். அதற்குப் பெரியார் அறிவார்த்தமாய்ப் பதில் சொல்லியிருக்கிற அழகைப் பாருங்கள்:- 'மாறுதல், முற்போக்குள்ளதா, பிற்போக்குள்ளதா? அதனால், மக்களுக்கு நன்மையா தீமையா? என்பனவற்றைக் கவனிக்க வேண்டியது அறிவாளிகளின் கடமையாகும். மற்றும் பொது நன்மையை உத்தேசித்து, கஷ்டப்படுகின்ற மக்கள் நன்மையை உத்தேசித்து மாறினேனா, அல்லது சுயநலத்திற்கு-அக்கிரமமான இலாபம் அடைவதற்கு மாறினேனா என்று பார்க்க வேண்டும். யோக்கியன், அறிவாளி, ஆராய்ச்சியாளன், பொறுப்பாளி, கவலையாளி ஆகியோர் மாறவேண்டியது அவசியமாகலாம். அதைப் பற்றிய கவலை ஏன்? யார் எப்படி மாறினாலும், பார்க்கிறவர்களுக்குப் புத்தியும் கண்ணும் சரியாய் இருந்தால், மற்றதைப் பற்றிக் கவலைப்பட ஒன்றுமில்லை... ஒன்றும் ஆபத்து வந்துவிடாது. மாறுதல்கள் காலத்திற்கும், பகுத்தறிவிற்கும், நாட்டின் முற்போக்குக்கும் ஏற்றார்போல் நடந்தே தீரும். எனவே, நான் மாறுதலடைந்துவிட்டேன்

என்று சொல்லப்படுவதில் வெட்கப்படுவதில்லை. நான், நாளை எப்படி மாறப் போகின்றேன் என்பது எனக்கே தெரியாது. ஆகையால், நான் சொல்வதைக் கண்மூடித்தனமாய் அப்படியே நம்பாதீர்கள்' என்று, அழுத்தந்திருத்தமாய்ச் சொல்கிறார்.

உண்மையைத் தேடிச் செல்லுகிற ஒருவரின் கருத்துகள், கண்டடைவதற்கேற்ப மாற்றம் அடைந்து வரும் என்பதுதான் இயற்கை! அவர் ஒரு கருத்தைச் சொல்கிறாரென்றால், அது வேதம் அல்ல; அந்தச் சமூகச் சூழலின், அப்போதைய அறிவியலாய் அது இருந்திருக்கிறது என்பதே உண்மை! அறிவியல் நித்தியமானது; ஆனால் அறிவியல் கண்டுபிடிப்புகள் நித்தியமானவையல்ல; காலத்திற்கேற்ப, தேவைக்கேற்ப, சோதனைகளுக்கேற்ப மாறிக் கொண்டிருக்கக் கூடியதே! இப்படியாக அவர் பதில் சொல்லி முடித்து, இப்போதைக்கு எண்பத்தைந்து ஆண்டுகள் ஆகிவிட்டன. 'மறுபடியும் மொதல்லயிருந்தா' என்று, வடிவேலு பாணியில் காதையும் கண்ணையும் திறக்க மறுக்கிற 'அவர்க'ளுக்கெல்லாம் பதில் சொல்லிக் கொண்டிருக்க வேண்டியதாகி விட்டதே என்கிற வருத்தமிருந்தாலும், இதன்மூலம் மீண்டும் எதையும் கண்மூடித்தனமாக நம்பாமல், நம் திசைவழியை நாம் நினைவுபடுத்திக் கொள்ளுவதற்கு நமக்கு வாய்ப்பளித்திருப்பதற்கு, 'அவர்க'ளுக்கு நன்றி கூற வேண்டும்!

இன்னமும் கூடுதலாகப் பெரியார் சொல்லியிருப்பதைப் பாருங்கள்:- 'நான் சாதாரணமாக, ஒரு வெறும் பேச்சாளியல்ல; அல்லது விஷயங்களை எல்லாம் படித்து அறிந்து மக்களுக்கு எடுத்துச் சொல்லும் படியான படிப்பாளியும் அல்ல; நான் ஒரு கருத்தாளி. உலகத்தைப் பார்த்து, எப்படி நடந்தால் அவர்களுக்கும் நல்லது என்று நான் சொந்தமாகக் கொண்ட கருத்தினைக் கூறி வருபவன்' என்று, தன் கருத்துகளைப் பற்றி அறிவியல் பூர்வமாக, இத்தனைப் பட்டவர்த்தனமாகப் பேசிய ஒரு தலைவரை இந்த மண்ணிலே நான் பார்த்ததில்லை. உங்கள் அனுபவத்தில், மனச்சாட்சியைத் தொட்டுச் சொல்லுங்கள், நீங்கள் பார்த்திருக்கிறீர்களா? இயங்கியலுக்கு எதிரானதும், காலம்தோறும் மாற்றமேயில்லாததுமான, உறைந்துபோன, முரண்பாடுகளே அற்ற ஒற்றைக் கருத்தைக் கொண்ட ஓர் உண்மையான மனிதனை, உங்கள் வாசிப்பில் காட்டுங்கள் பார்க்கலாம்!

அவரின் முதல் கருத்து, அது, இப்படிப் போகிறது:- 'பெரியார் இருந்த தமிழ்நாட்டில் *(1879-1973)* கடவுள் நம்பிக்கை வேரூன்றி இருந்தது. இன்றும், அது வலுக்குறையாமல் இருப்பதைக் கோயில்களில் நாம் காணும் கூட்டமும், உண்டியல் வருமானங்களும்('வருமானம் அடிப்படையில்,

பழனி கோயில் இந்தியாவில் மூன்றாவது பெரியது' என்கிறார் அவர்! நாம், அத்திவரதர் வரையிலும்கூட என்று நீட்டிச் சொல்லுவோம்) சொல்கின்றன... அன்று அறிவுக்குப் பொருந்தாத நம்பிக்கைகள் பரவலாக இருந்தன... இப்பொழுதும், அவை தழைத்திருக்கின்றன. இந்தித் திணிப்பு இருந்தது. இப்பொழுதும் இருக்கிறது. ஆங்கில மோகம் இருந்தது. இப்பொழுதும், அதிகமாக இருக்கிறது. அப்போதும் இட ஒதுக்கீடு (முதல் வகுப்புவாரிப் பிரதிநிதித்துவ அரசாணை எண்: 613, செப்டம்பர் 16, 1921) இருந்தது. இன்று அது விரிவுபடுத்தப்பட்டுப் பலனும் அளித்திருக்கிறது' என்பதாய் 'அவர்' 'திருவாய்' மலர்ந்தருளியுள்ளார். 'அன்று அறிவுக்குப் பொருந்தாத நம்பிக்கைகள் பரவலாக இருந்தன... இப்பொழுதும், அவை தழைத்திருக்கின்றன. இந்தித் திணிப்பு இருந்தது. இப்பொழுதும் இருக்கிறது' என்று கூறுவதன் மூலம், என்ன சொல்ல வருகிறார்? பெரியார் பிறப்பதற்கு முன்பிருந்தே இங்குக் கடவுள் நம்பிக்கையானது, கல்லுப்போல உறுதியாக இருந்தே வந்திருக்கிறது. சமநீதிக்கு எதிராக வக்காலத்து வாங்குபவர்கள் தூக்கிப் பிடிக்கிற கடவுள் என்கிற கருத்தியலை எதிர்க்கிற பெரியார், அவர் பங்கிற்குத் தன் கையில் கிடைத்ததையெல்லாம் கொண்டு, மக்கள் சிந்தனையில், இரண்டாயிரம் ஆண்டுகளாக ஆழப் புரையோடியிருக்கிற அந்தக் கருத்தை, வெறும் அய்ம்பது ஆண்டுகளில் அறிவார்த்தமாகப் பேசி உடைக்கப் பார்த்தார். அதுதானே நடந்தது. அதற்குரிய மாற்றமும் விளைந்தது. புத்தரும் செய்ததுதானே இது! 'இதைத் தவிர எனக்கும் கடவுளுக்கு மென்ன வாய்க்கால் தகராறா? இன்னும் சொல்லப்போனால், நான் அவரைப் பார்த்ததுகூட இல்லையே' என்கிறார் பெரியார்! என்னவொரு அழகிய இலக்கியத்தரமான பகுத்தறிவுக் குசும்பு!

பெரியார் இருந்த தமிழ்நாட்டில், 'அப்போதும் இடஒதுக்கீடு இருந்தது' என்று போகிற போக்கிலும், காங்கிரஸில் இருந்த பெரியாரும் நீதிக் கட்சியில் இருந்த பெரியாரும் ஒரே நிலைப்பாட்டில் இல்லை என்று வாய்கூசாமலும் சொல்லிக் கடந்து சென்றுவிடுகிறீர்கள். அடிப்படை நிலைப்பாடு, பெரியாரிடத்தில் மாறாமலேதான் இருக்கிறது. அது, சமூகநீதி-சமவுரிமைதான்! ஆனால் அதற்குரிய போராட்டத் தந்திரங்கள் -நடைமுறை உத்திகள் மட்டுமே, அப்போதைக்கப்போது, காலச் சூழலுக் கேற்ப மாறிக் கொண்டே வந்திருக்கின்றன. முதல் வகுப்புவாரிப் பிரதி நிதித்துவ ஆணை, அரசாணை எண் 613/16-09-1921 மூலம், சட்டமானது என்பது, உண்மைத் தகவல் மட்டுமே!

ஆயின், அது உருவான வரலாறு (வரலாறு மிக முக்கியமானது மாலன்!) உங்களுக்குத் தெரியுமா? இதோ;- மாண்டேகு செம்ஸ்போர்டு

சீர்திருத்தத்தின்படி, 30-11-1920 அன்று நடைபெற்ற, மத்திய மற்றும் மாகாண சட்டமன்றத் தேர்தல்களில், 'பிராமணர் அல்லாதாரின் உரிமைக் குரல் மட்டுமே தேர்தல் பிரச்சனையாகப் பார்க்கப்பட்ட சென்னை மாகாணத் தேர்தலில்', பிராமணர் அல்லாத மக்களின் நம்பிக்கை நட்சத்திரமாக இருந்த நீதிக்கட்சி என்கிற தென்னிந்திய நல உரிமைச் சங்கம், 98 இடங்களில் 63 இடங்களைப் பெற்று, 04-12-1920இல், வெற்றி பெற்றது. 17-12-1920 அன்று, தன் ஆட்சியை சென்னை மாகாணத்தில் நீதிக்கட்சி அமைத்தது. சற்றொப்ப, நூற்றியிரண்டு ஆண்டுகள்! அப்பொழுது நீதிக்கட்சி கொடுத்திருந்த வாக்குறுதிகளில் முக்கியமானவை: '1) அரசுப் பணிகள் அனைத்திலும் பிராமணர் அல்லாதார்க்கு உரிய முக்கியத்துவம் கொடுக்க, சட்டமும் விதிகளும் இயற்றப்படும், 2) கோயில் சொத்துக்களைத் தனியார் கொள்ளையிடுவதிலிருந்து காப்பாற்ற, சட்டம் கொண்டு வரப்படும், 3) அனைத்து உள்ளாட்சித் துறைகளுக்கும் அதிக அதிகாரங்கள் வழங்கப்படும், 4) விவசாய வளர்ச்சிக்கும், விவசாயிகளின் நலன்களுக்கும் உடனடித் திட்டங்கள் நிறை வேற்றப்படும்' ஆகியனவாகும். அப்பொழுது பெரியார், நீதிக்கட்சிக்கு எதிரான இந்திய தேசிய காங்கிரஸில் இருந்தார். அங்கிருந்தபோதும், நீதிக்கட்சியின் வகுப்புவாரிப் பிரதிநிதித்துவத்திற்கு ஆதரவான கலகத்தையே தேசிய காங்கிரஸிற்குள்ளும் மேற்கொண்டிருந்தார்.

1920 இல் திருநெல்வேலி காங்கிரஸ் மாகாண மாநாட்டில் வகுப்புவாரிப் பிரதிநிதித்துவத் தீர்மானத்தைப் பெரியார் (அப்பொழுது அவர் ராமசாமி நாயக்கர் அல்லது ஈ.வெ.ரா.) கொண்டு வருகிறார். பொது நலனுக்குக் கேடு பயக்கும் தீர்மானம் என்று சொல்லி, அந்த மாநாட்டுக்குத் தலைமை தாங்கிய எஸ். சீனிவாச அய்யங்கார் அந்தத் தீர்மானத்துக்கு அனுமதி மறுத்து விடுகிறார். 1921 இல் தஞ்சாவூரில் நடைபெற்ற காங்கிரஸ் மாநாட்டில், தலைமை தாங்கிய 'ராஜதந்திரி' ராஜாஜி (அவர்களின் மொழியில் ராஜதந்திரி; இவர்களின் மொழியில் 'குல்லுகப் பட்டர்), 'வகுப்புவாரிப் பிரதிநிதித்துவத்தைக் கொள்கை அளவில் வைத்துக் கொள்வோம், தீர்மானம் வேண்டாம் என்று நாசூக்காகத் தடுத்து விடுகிறார். 1922 இல் திருப்பூரில் நடைபெற்ற மாநாட்டிலும், தீர்மானம் கொண்டு வந்தார் பெரியார்! அங்கும் தீர்மானம் நிராகரிக்கப்பட்டது. அடுத்த ஆண்டு, சேலத்தில் நடைபெற்ற மாநாட்டிலும் பெரியாரால் தீர்மானம் கொண்டுவரப்பட்டு நிராகரிக்கப்பட்டது. 1924 இல் திருவண்ணா மலையில் மாநாடு கூடியது. தலைமை வகித்தவர் பெரியார். ஆனால் அந்த மாநாட்டில், எஸ். சீனிவாச அய்யங்கார் உள்ளிட்ட தலைவர்கள், பெரியாருக்கு எதிராகப் பெரிய அளவில் உறுப்பினர்களைத் திரட்டி யிருந்ததால், வகுப்புவாரித் தீர்மானம் அங்கும் நிறைவேறவில்லை.

இத்தனைத் தோல்விகளுக்குப் பிறகும், 1925இல் காஞ்சிபுரத்தில் நடைபெற்ற மாநாட்டில், வகுப்புவாரித் தீர்மானத்தை, 25 உறுப்பினர்களின் ஒப்புதல் கையெழுத்துகளுடன், கொண்டு வந்திருந்தார் பெரியார்! மாநாட்டுத் தலைவர் திரு.வி.கல்யாணசுந்தரம், வகுப்புவாரித் தீர்மானத்தை 'ஒழுங்கற்ற தீர்மானம்' என்று சொல்லி அனுமதிக்க மறுத்துவிட்டார். 'காங்கிரஸ் கட்சி பிராமணமயமாகி விட்டது. இங்கே பார்ப்பனத் தலைவர்களின் ஆதிக்கம் வலுத்துவிட்டது. காங்கிரஸில் தொடர்ந்து இருப்பதால் எந்தப் பலனும் ஏற்படப் போவதில்லை. இனி காங்கிரஸை ஒழிப்பதே என் வேலை' என்று காங்கிரஸிலிருந்து வெளியேறுகிறார் பெரியார்! அதிலிருந்து வெளியேறி சுயமரியாதை இயக்கத்தைத் தோற்றுவிக்கிறார் பெரியார்!

இந்தச் சூழலில்தான், முதல் வகுப்புவாரிப் பிரதிநிதித்துவ ஆணை, 1921இல் சட்டமானது! ஆனால் அதை நடைமுறைப்படுத்த முடியாமல், பார்ப்பனர்களின் வம்புதும்புகளினால், தடங்கல்களினால், கிடப்பிலேயே முடங்கிப்போய்க் கிடந்தது அது! தூசிதட்டி எடுக்கப்பட்ட அந்த வகுப்புவாரிப் பிரதிநிதித்துவ அரசாணை, 6 ஆண்டுகள் நெடிய தூக்கத்திற்குப் பின், 1927 நவம்பரில்தான், நடைமுறைக்கு வந்தது. அப்பொழுது 'சுயமரியாதை இயக்க'ப் பெரியார், நீதிக்கட்சியின் ஆதரவாளராயிருந்தார். நீதிக்கட்சியின் திட்டமான வகுப்புரிமைத் தீர்மானம், அப்பொழுது உருவான டாக்டர் பி. சுப்பாராயன் தலைமை யிலான, நீதிக்கட்சி ஆதரவு பெற்ற சுயேட்சை அரசாங்கத்தில், பத்திரப் பதிவுத்துறை அமைச்சராக இருந்த திரு எஸ். முத்தையா (முதலியார்) என்பவர், பெரியார் ஆதரவுடன் அதை (ஆணை: எம்.எஸ். எண்: 1071 / 04-11-1927) நடைமுறைப்படுத்தி, வகுப்புவாரிப் பிரதிநிதித்துவ அடிப்படையில், தன் கீழுள்ள துறையில், பணி நியமனங்களை முதலில் செய்தது வரலாற்றில் குறிப்பிடப்பட வேண்டியது. இதை முழு வெற்றி யுள்ளதாக்கும் நோக்கத்துடன், 1929இல் துறைவாரியாகப் பல்வேறு ஆணைகளைப் பிறப்பித்து, 02-07-1929 முதல் 11-11-1929க்குள் சென்னை மாகாண அரசில் எல்லாத்துறைகளிலும் வகுப்புரிமையை நடைமுறைக்கு வரச் செய்தார். அதன் காரணமாகவே, பெரியார், பிறக்கிற குழந்தை களுக்குப் பெயர் சூட்டுகையில், வகுப்புவாரிப் பிரதிநிதித்துவத்தை நடைமுறைப்படுத்திய முத்தையா முதலியாருக்கு நன்றி செலுத்தும் விதமாக, பிராமணர் அல்லாதார், 'முத்தையா' என்று தங்கள் பிள்ளை களுக்குப் பெயர்சூட்டித் தங்கள் மகிழ்ச்சியைத் தெரிவிக்கச் சொல்கிறார்! இந்த வகையில் நன்றிகூறும் பண்பையும் நீங்கள் எங்கும் கண்டிருக்கவே முடியாது!

'பிராமணர்களுக்கு ஆதரவாகச் செயல்பட்ட காங்கிரஸை/ காந்தியை ஒழிப்பதே என் வேலை என்று காங்கிரஸிலிருந்து வெளியேறிய' பெரியார் தான், ஆர்.எஸ்.எஸ்.ஸின் முஸ்லீம் வெறுப்பிற்கு எதிராக, இந்து-முஸ்லீம்கள் இணக்கத்தை விரும்பிய, நிராயுத பாணியான காந்தியை, முஸ்லீம்கள் மீதுள்ள வெறுப்பால், அவர்களுக்குக் காந்தி துணை போனதாய், கோட்சே அவரைச் சுட்டுக் கொன்றபின், பெரியார்தான் சொல்கிறார், 'இந்தத் தேசத்திற்கு காந்திஸ்தான் என்று பெயரிட வேண்டு மென்று! மனிதநேயம், நன்றியறிதல் தவிர வேறெந்த முரண்பாடுகளும் இவற்றில் நமக்குத் தெரிவதில்லை. காங்கிரஸில் இருந்த பெரியாருக்கும், நீதிக்கட்சிக்கு ஆதரவு தந்த பெரியாருக்கும், பிராமண ஆதிக்க எதிர்ப்பு என்பதும், அனைவருக்குமான சமூக நீதி என்பதும்தாம் இணைப்புக் கோடுகளாயிருந்தன. டாக்டர் சுப்பராயனின் ஆட்சியை நீதிக்கட்சி வழிநடத்த, நீதிக்கட்சியை வழிநடத்தும் பொறுப்பு மறைமுகமாகப் பெரியாரின் வசம் வந்தது. நீதிக்கட்சியின் அதிகாரப்பூர்வ இதழான 'திராவிட'னின் ஆசிரியர் பொறுப்பையேற்று நடத்த வேண்டுமென்று நீதிக்கட்சித் தலைவர்கள் கேட்டுக் கொண்டதற்கிணங்க, 'அவசியம் ஏற்பட்டால் நீதிக்கட்சியின் நடவடிக்கைகளையும் கண்டிப்பேன்' என்ற நிபந்தனையுடன் 1927 ஆகஸ்டில் 'திராவிடன்' இதழ் ஆசிரியராகச் செயல்படத் தொடங்கினார், பெரியார்!

உண்மையில், காங்கிரஸில் இருந்தபோதும், சுயமரியாதை இயக்கம் கண்டபோதும், நீதிக்கட்சிக்கு ஆதரவு தந்தபோதும், பெரியாரின் நிலைப்பாடு ஒன்றாகத்தான் இருந்தது. வகுப்புவாரிப் பிரதிநிதித்துவம், சேரன்மாதேவி குருகுலப் பாகுபாடு ஆகிய பெரியாரின் குரலுக்குக் கேளாச் செவியராக இருந்த காங்கிரஸிலிருந்து, உள்ளிருந்து போராடிய படியே, அங்கிருப்பதால் பயனில்லை என்று முடிவுக்கு வந்தபிறகு, அங்கிருந்து வெளியே வருகிறார். பிராமணர் அல்லாதாருக்கான காரிய மாற்றும் நீதிக்கட்சிக்கு ஆதரவளிக்கிறார். நீதிக்கட்சியில் முரண்பாடு வளர்வதற்கும் அவருக்குக் காரணங்களிருந்தன. நீதிக் கட்சிக்கு ஆதரவு கொடுத்துக் கொண்டே, பெரியார், சைமன் கமிஷனை வரவேற்றார். பெரியாரே எதையும் மறுக்கவில்லை. முதலில் எதிர்ப்புத் தெரிவித்தவர்கள் எல்லாம், பிற்பாடு நிலை தடுமாறிப் போனதையும், பெரியார் தன் அறிக்கையில் வெட்ட வெளிச்சமாக்குகிறார்... அந்தக் குழுவில் இந்தியர்கள் யாருமில்லை என்பதால், 'சைமனே திரும்பிப் போ' என்ற முழக்கத்துடன் இந்தியாவில், காந்தி, நேரு, ஜின்னா, இந்திய தேசிய காங்கிரஸ் ஆகியோரிடமிருந்து பெரும் எதிர்ப்பைச் சம்பாதித்திருந்தது. இந்திய அளவில் டாக்டர் அம்பேத்கரும், தமிழக அளவில் பெரியாரும்

சைமன் கமிஷனை ஆதரித்திருந்தனர். அதற்கு அவர்களுக்கான காரணங் களிருந்தன. பெரியார் எழுதிய தலையங்கங்கள் ஏற்படுத்திய தாக்கங்களின் காரணமாகவே, முதலில் எதிர்த்த நீதிக்கட்சி, சைமன் கமிஷனை வரவேற்கத் தயாரானது. 04-09-1928 அன்று சைமன் கமிஷனை வரவேற் பதற்காக ஒரு கமிட்டியை உருவாக்கியது நீதிக்கட்சி! பெரியார் என்ன சொல்கிறார்? (விரிவான விளக்கத்திற்குப் பார்க்க: இந்நூல், பக்.27-29)

'மனு'வைச் சார்ந்து தொழிற்படும் பார்ப்பனிய எதிர்ப்பு-வகுப்புவாரிப் பிரதிநிதித்துவ ஆதரவு-சமூகநீதி-இவைதாம், இங்கும் இவரை, இப்படியான முடிவெடுக்க வைத்திருக்கிறது. பெரியார், தன் அடிப்படைக் கொள்கைகளிலிருந்து-நிலைப்பாட்டிலிருந்து எங்குமே தடம் மாறாதவராகத் தானிருக்கிறார்! இதே வகுப்புவாரிப் பிரதிநிதித்துவத்தை ஏற்காமையும், பார்ப்பனியர்-சூத்திரர் பாகுபாடும்தானே, 1925இல் தமிழ்நாடு காங்கிரஸின் தலைமைப் பதவியைத் தூக்கி எறிய, அவரை வைத்தது! இதையெல்லாம் விட்டுவிட்டு, அவர் இன்னாருக்கு எதிராக இருந்தார், இன்னதற்கு எதிராக இருந்தார் என்று பார்ப்பனியத்தின் கையிலிருந்த பத்திரிகைகள், அவரைக் கட்டம் கட்டித்தானே எழுதி வந்தன. 'பத்திரிக்கையிலே என்னைப் பத்தி ஏதாவது வந்தா எனக்கு விரோதமாத்தான் எழுதுவாங்களே தவிர, அனுகூலமானது வராது. இப்படி விளம்பரத்துக்கு இடமில்லாம, ஏதோ ஒண்டியா இருந்து செய்து வர்றோம். இதுக்காகத்தான் அரசாங்கத்தையும் கொஞ்சம் ஆதரிச்சு, நம்ம எண்ணம் உள்ளவனா அல்லது நமக்கு எதிரியாக இல்லாதவனா வருகிற அரசாங்கத்தை ஆதரிக்கலாம் என்று நான் ஆதரிக்கிறது. நமக்கு ஒன்றும் அரசியலிலே பற்று இல்லை... பொதுநலப் பணின்னா, அது, இப்ப வாழ்வுக்கு ஒரு வழின்னு ஆயிப்போச்சு... உண்மையா ஒருத்தன் வரணும்னா, அவன்கிட்ட ரெண்டு குணம் இருக்கணும். பொதுநலத்தாலே பிழைக்கிறோம்... சோப்பிடுறோம் என்கிற நிலைமை இருக்கக்கூடாது. இரண்டாவது, பொதுநலத்துனாலே ஒரு சின்ன பலன்கூட (இலாபம்) அடைந்ததாக இருக்கக்கூடாது... அதுக்கு வேற ஏற்பாடு பண்ணிக்கணும். அதுலே சாப்பிடறதுன்னு ஆரம்பிச்சா, வழுக்கி விட்டுடும் சொல்றேன், அவனை!' இதுதான் பெரியார்!

இதன் காரணமாகவே, அவருக்கு அனுசரணையாயிருந்த, காங்கிரஸ் திராவிடர் காமராசர் ஆட்சியைப் பார்த்ததும், தி.மு.க. ஆட்சியைப் பார்த்ததும்! அவரின் வார்த்தைகளில், 'ஏதாவது பொல்லாத வாய்ப்பால், இப்போதைய இந்தத் திமுக ஆட்சிக்கு ஏதாவது மாறுதல் காலம் ஏற்பட்டால், வேறு எந்த ஆட்சி வரும், அதன் பலன் என்ன ஆகும் என்பவைகளைச் சிந்தித்தால் பெரும் பயம் ஏற்படுகிறது' (17-09-1972)

என்கிறார், அவரின் 92 ஆம் ஆண்டுப் பிறந்த நாள் கட்டுரையில்! இங்கு மட்டுமல்ல, இந்தியா முழுக்கவுமே, இப்படிப் பொதுநலம் மட்டுமே கொண்டவர்கள், ஆளுகின்ற தலைவர்களாக இல்லாமலிருப்பதுதான், நமக்கிருக்கிற பிரச்சனை!

'இட ஒதுக்கீடு சமூக மாற்றங்களை ஏற்படுத்தியிருக்கிறது என்பது உண்மைதான். அதுகூட அவரால் கண்ணீர்த் துளிகள் என்று எள்ளி நகையாடப்பட்டவர்களாலும், அவரது இறைமறுப்புக் கொள்கையைக் கைவிட்டவர்களாலும் மேற்கொள்ளப்பட்ட முயற்சிதான்' -எப்படி இப்படி எழுத மனது வருகிறது ஒருவருக்கு? மன வன்மம் அல்லாமல் வேறென்னவென்று இதற்குப் பெயரிடமுடியும்? 1967 இல் திராவிட முன்னேற்றக் கழகத்தின் வெற்றியை, 'இந்த ஆட்சியே அய்யாவிற்கு சமர்ப்பணம்' என்று பெரியாரிடம் அண்ணா பகிரங்கமாக ஒப்படைத்ததை எவ்வளவு லாவகமாகப் புறந்தள்ளித் 'துண்டுபடுத்தி' விடுகிறார் இவர்! சரி, இப்படிச் சொல்கிறவர், 'அவரது இதிகாச, புராண எள்ளல்களை, திராவிடக் குடும்பங்கள் நடத்தும் டி.வி.க்களில் ஒளிபரப்பாகும் தொடர்கள் மறுக்கின்றன' என்று எப்படி 'ஒன்றுபடுத்தி' விடுகிறார் இவர்! எதையும் மெல்லுவார்கள்; எப்படியும் மெல்லுவார்கள் 'அவர்கள்'! இன்னொன்று, நாற்பதுகளில் 'அவரது திராவிட நாட்டுக் கொள்கைக்குத் தென்னிந்தியாவில் எல்லாத் தரப்பினரிடமும் வரவேற்பு இல்லை; தமிழ்நாட்டிலேயே முழுமையான ஆதரவு இல்லை. அதனால் காந்தி, ஜின்னா, அம்பேத்கரை சில குழுக்களின் தலைவர்கள் என்று கருதி அவர்களுடன் பேச்சு வார்த்தைகள் நடத்திய ஆங்கில அரசு, பெரியாருக்கு அத்தகைய நிலையை அளிக்கவில்லை' என்பதாய்க் கூறியிருக்கிறீர்கள். அது மட்டுமே ஒரு காரணமல்ல. இந்துக்களின் தலைவராக காந்தியைப் பார்த்தது ஆங்கிலேய அரசு; இசுலாமியர்களின் தலைவராக ஜின்னாவைப் பார்த்தார்கள்; ஷெட்யூல் பிரிவின் தலைவராக அம்பேத்கரைப் பார்த்தார்கள்; பல சாதிகள், பல மொழிகள், பல மதங்கள் கொண்ட திராவிடத்தில், நீதிக்கட்சியின் வீழ்ச்சிக்குப் பிறகு, யாரின் தலைவராகப் பெரியாரைப் பார்ப்பார்கள்? பெரியாரைத் திராவிடத்தின் ஒரே தலைவராகப் பார்க்க முடியாது போனது அவர்களால் அப்போது!

'1938 இல் இந்தி எதிர்ப்புக் கிளர்ச்சியில் ஈடுபட்ட பெரியாரும் 1965 இல் இந்தி எதிர்ப்புக் கிளர்ச்சியைக் கண்டித்த பெரியாரும் ஒருவர்தானா?' என்கிற உங்களின் கேள்வி மிகச் சரியானதுதான்! ஆனால் அதேவேளை, 1938 இல் இந்தியைத் தமிழகத்தில் திணித்த, சென்னை மாகாண 'பிரிமியர்' - தேசிய காங்கிரஸ் 'மூதறிஞர்' ராஜாஜியும்,1965 இல் இந்தியை எதிர்த்து, 'அரசமைப்புச் சட்டத்தின் 17 ஆவது பிரிவு, இந்தியை ஆட்சிமொழி

ஆக்குவதற்கு வழி செய்கிறது. அந்த, 17 ஆவது பிரிவைத் தூக்கிக் கடலில் போடுங்கள்' என்று அறிக்கை வெளியிட்ட சுதந்திரா கட்சி 'மூதறிஞர்' ராஜாஜியும் ஒருவர்தானா என்று நீங்கள் எப்பொழுதும் கேட்கவே மாட்டீர்கள்! 1938 இல் ஆட்சிப் பொறுப்பில் அவர் இருந்தபோது, ஏன் இங்கு இந்தியைத் திணித்தார் என்பதை, இடையில் 27 ஆண்டுகள் ஆகிவிட்டதால், அந்தச் 'சர்க்கரவர்த்தித் திருமகன்' கவனமாக மறந்து விட்டிருந்தார், காங்கிரஸ் எதிர்ப்பு என்கிற ஒன்றைத் தவிர! நாமும் கவனமாகக் காரணம் கேட்க மறந்துவிட்டிருந்தோம், ஆதரவு எண்ணிக்கை ஒன்று கூடுகிறது என்பதால், அந்த மாற்றம், நமக்குப் பிடித்தமானது, முற்போக்கானது என்பதால்!

ஆனால் பெரியார், மனச்சாட்சி உள்ளவர் என்பதால், அவர் மாறியிருப்பதற்கான காரணத்தைச் சொல்கிறார்:- 'நீதானே முன்பு இந்தியை எதிர்த்தாய்? இப்போது ஏன் இப்படிச் சொல்கிறாய் என்று கேட்பீர்களானால், சொல்கிறேன். இப்பொழுதும் நான் இந்தியை எதிர்க்கத்தான் செய்கிறேன். ஆனால் நீங்கள் சொல்வது போல, தமிழ் கெட்டுவிடுமே என்று அல்ல; இனிமேல் கெட, தமிழில் என்ன பாக்கியிருக்கிறது? ஆனால், நமக்கு ஆங்கில அறிவு தேவை என்பதால் இந்தியை எதிர்க்கிறேன். இந்தி எதிர்ப்பு, மொழிப் பிரச்சனை அல்ல; அரசியல் பிரச்சனைதான். என்னைப் பொருத்தவரையில் காமராஜர் ஆட்சி அவசியமா? இந்தி ஒழிய வேண்டியது அவசியமா? என்றால், காமராஜர் ஆட்சி இந்தியை ஒழித்துவிடும் என்று நம்புவதால், முதலில் காமராஜர் ஆட்சி நிலைக்கவே பாடுபடுவேன்' என்கிறார்.

இன்னும் கடுமையாகக்கூடச் சொல்கிறார் பெரியார்! பொய்யாக, அல்லது ஆதரவு குறைந்துவிடுமே என்பதாய் ஏதேனும் ஒரு வறட்டுக் காரணத்தைச் சொல்லாமல்-உண்மையைச் சொல்வதால் உயர்ந்து நிற்கிறார்-அந்தக் கருத்துடன் நாம் உடன்படாதபோதும்! ஆனால், இதற்கும் அடிப்படை நிலைப்பாடாய் அவர் கொண்டிருந்தது, 1937-38 இல் இந்தித் திணிப்பு, 1953-54இல் குலக் கல்வித் திட்டம் கொண்டுவந்த பார்ப்பனர் இராஜாஜிக்கு எதிராகப் பார்ப்பனரல்லாத, மக்களின் கல்விக் கண்ணைத் திறந்த, மிகவும் பிற்படுத்தப்பட்ட காமராஜருக்குச் செய்நன்றி காட்டுகிற முனைப்பு மட்டுமே! பிற்படுத்தப்பட்ட, மிகப் பிற்படுத்தப்பட்ட, ஒடுக்கப்பட்ட, பழங்குடி மக்கள் கல்வியில் இட ஒதுக்கீடு பெறுவதற்கான போராட்டத்தை முன்னெடுத்தவர் பெரியார். இந்திய அரசியல் சட்டம், முதன்முதலில் திருத்தப்பட்டு, 'சட்டத்தின் முன் அனைவரும் சமம்' எனும் பிரிவு 15 இன்கீழ் 4 ஆவது உட்பிரிவு ஒன்று உருவான வரலாறு அது! அதற்கு மறைமுக உதவியாயிருந்தவர்

கருமவீரர் காமராஜர்! அது முடியவும், பெரியாரிடம் காமராஜர், ‘வேறென்னங்க செய்யணும்?’ என்று அவரின் ஆசையைக் கேட்கிறார். பெரியார், தனக்காகவோ, தன் கழகத்திற்காகவோ எதுவும் கேட்காமல், சமூகப் பற்று ஒன்று மட்டுமே கொண்ட பெரியார், அப்பிராணியாக இப்படிக் கேட்கிறார்;- ‘நம்ம புள்ளைங்க எல்லாம் படிக்கணுங்கய்யா... அதுக்குக் கிராமந்தோறும் பள்ளிக்கூடம் வச்சிக்குடுத்தா போதுங்க’ என்கிறார். அப்பொழுது அதற்கான இணைப்புப் பாலமாகச் செயல் படுகிறார், அப்போதைய பள்ளிக் கல்வி இயக்குநர் திரு நெ.து.சுந்தர வடிவேலு அவர்கள்! அதைத் தன் மூச்சாகச் செயல்படுத்துகிறார் காமராஜர்! அந்தச் சமூகப் பற்றின் ‘பொது நல’ நன்றிக் கடன்தான்-அன்று, முத்தையா என்று பெயர் வைக்கச் சொன்ன அதே சமூகப் பற்றின் ‘பொது நல’ நன்றிக் கடன்தான்-அவரை மொழிப் போராட்டத்தில் காமராஜரின் கரத்தைப் பிடிக்க வைத்திருக்கிறது!

அதனால்தான், 29-02-1967 அன்று திருச்சியில் இருந்த பெரியாரைச் சந்திக்க வந்த அண்ணா, நாவலர், கலைஞரிடம், அண்ணாவின் கைகளைப் பிடித்தபடி, ‘என்னுடைய வாழ்த்துகளும் பாராட்டுகளும் உங்களுக்கு என்றென்றும் உண்டு. உங்களைத் தோற்கடிக்க எவ்வளவோ பாடு பட்டேன். ஆனால் நீங்கள் வென்று விட்டீர்கள். நான்தான் தோற்றுப் போய் விட்டேன். என்னுடைய கொள்கைகளுக்கும் குறிக்கோள் களுக்கும் ஆதரவாக இருந்து வரக்கூடிய உங்களுக்கு என் ஆதரவும் ஒத்துழைப்பும் என்றென்றும் உண்டு’ என்கிறார் பெரியார்.

விடுதலை இதழ்த் தலையங்கத்தில் இப்படி எழுதுகிறார்:- ‘உண்மையாகச் சொல்லுகிறேன். காமராஜரைத் தவிர்த்து, காங்கிரஸில் இருக்கும் எவரையும்விட, திமுகவின் தலைவர்கள் தரத்தில் இருக்கும் எல்லாரிடமும் எனக்குக் கவர்ச்சி இருக்கிறது. அவர்கள் என்னிடம் தொடக்கம் முதல் இன்றுவரை, தாட்சண்யமாகவே நடந்து வந்திருக் கிறார்கள். நான் அவர்களை மீதி இல்லாமல் எவ்வளவு கண்டித்துக் கடுமையான, குறைவான வார்த்தைகள் பயன்படுத்திய காலத்திலும், அவர்களில் ஒருவர்கூட, என்னைக் கடிந்தோ, குறைகூறியோ, குற்றஞ் சாட்டியோ தரக்குறைவாக ஒரு வார்த்தையைக்கூடச் சொன்னது கிடையாது. இதை நாங்கள் அடிக்கடி பேசிக் கொண்டிருக்கிறோம். இன்றைய மந்திரிகள் யாரும் திருவாளர் பக்தவச்சலத்தைவிடக் கேடாகவும் மோசமாகவும் நடந்துகொள்ள மாட்டார்கள் என்றே தோன்றுகிறது’-மாற்றத்திற்கான, என்னவொரு கண்ணியமான, நேர்மையான, உண்மையான பதிவு! அதுதான் பெரியார்! இது, ஹிம்சைக்கு எதிராக அகிம்சையை நிறுத்திப் பார்க்க, காந்திக்குத்

தென்னாப்பிரிக்காவில் தன் துணைவி கஸ்தூரிபாயிடமிருந்து கிடைத்த சத்தியாக்கிரக தத்துவ அனுபவத்தை ஒத்தது!

பெரியார், இந்தத் தமிழ்ச் சமூகத்திற்குச் செய்தது, யாரிடமும் ஊதியம் எதிர்பார்க்காத, கடும் விமரிசனங்களை மட்டுமே எதிர்கொண்ட, சுயப் பற்றுக்கொண்ட தொண்டு! அதன்மூலம், இந்தியாவெங்கும், பெரியார், தன்னைத் திரும்பிப் பார்க்க வைத்திருக்கிறார் என்பதே உண்மை! மக்கட்தொகையும் அதேபோல் மூன்று மடங்காக உயர்ந்திருக்கிறது என்பதை மட்டும் 'அவர்கள்' கவனமாகத் தவிர்த்திருக்கின்றனர். இதே போல் கொண்டுகூட்டி, யாராலுமே இப்படிச் சொல்லமுடியும்-வறுமைக் கோட்டிற்குக் கீழிருப்பவர்களின் எண்ணிக்கையும், இந்தியாவில் இத்தனை ஆண்டுகளில் மலையளவு உயர்ந்திருக்கிறது; அமெரிக்க டாலருக்கு நிகரான ரூபாயின் மதிப்பு, வெடிப்பை எதிர் நோக்கி வீங்கிப் பெருத்திருக்கிறது; உலக நாடுகளிடம் இந்தியா வாங்கியிருக்கிற கடன், இந்தியாவையே அடகு வைத்தாலும் தீராததாயிருக்கிறது; இந்தியப் பொருளாதாரப் பற்றாக்குறை பெரும் வீக்கமெடுத்திருக்கிறது; இந்தியாவில் குறைந்தபட்ச அடிப்படை ஊதியம் உயர்ந்திருக்கிறது; மக்களின் வாழ்வியல் அஸ்திவாரம் தகர்ந்திருக்கிறது. இவற்றையெல்லாம் மறக்க வைப்பதற்கு, 'அவர்க'ளுக்குப் பெரியார் எதிர்ப்பு என்பதும் இந்துத்துவம் என்பதும் சீனித் தண்ணீராய்த் தேவைப்படுகிறது. ஆனாலும் இந்தியாவின் வளர்சிதை மாற்றத்தில், கல்வியறிவில், தொழில் வளர்ச்சியில், மக்கள் தேவை பூர்த்தியில், தமிழகம் கௌரவமான இடத்திலேயே இருக்கிறது என்று, அரசின் புள்ளிவிபரத்தின்படியேயும் சொல்லிக் கொண்டே போகலாம். ஒன்றை நினைவிற்கொள்ள வேண்டும்! பெரியார், எல்லாக் காலத்திற்கும், எல்லா வகையினருக்குமான பொது வாகடம் சொல்ல வந்தவர் இல்லை. அவரும், தன் பணிகளின் மீது முழுத் திருப்தி யுடனேயே இல்லாதிருந்தபோதும், தொடர்ந்து, சமூக மேன்மைக்காகப் போராடியபடியே இருந்தார் என்பதற்கு, மாற்றுக் கருத்து எதுவும் இருக்க வாய்ப்பில்லை. அவரின் மொழியில், அவரின் மனத்திருப்தியைப் பார்க்கலாமா?

இதோ, அவரின் மொழியில்:- '...ஏதோ வாழ்ந்த நாளெல்லாம் ஏதோ ஒரு அளவுக்கு மக்களுக்காகத்தான் தொண்டு செய்தேன் என்று இருந்தாலும், மனத்திருப்தியோடு காலம் முடிவு பெறுவதற்கு வாய்ப்பு இல்லாத நிலையிலேயே இருக்கிறேன். ஏனென்றால், ஏறக்குறைய 50 வருஷகாலம் பொதுத் தொண்டு என்று நான் செய்தாலும், அதன் பயனாக, ஏறக்குறைய பெரும்பாலான மக்களுடைய அன்பும் அவர் களுடைய பாராட்டுதலும் பெறும்படியான வாய்ப்புப் பெற்றிருந்தாலும்,

பெரிய மனக்குறையோடுதான் வாழ வேண்டியவனாக இருக்கிறேன்... பெரும்பாலோருக்கு, வெளிப்படையாய் இருந்த இழிவுகள் எல்லாம், நீங்கியும், நீங்கிக் கொண்டும் இருக்கிற ஒரு நல்ல வாய்ப்பிலேதான் இருக்கிறோம். அது யாராலே ஏற்பட்டிருந்தாலும் சரி, நல்ல வாய்ப்பிலே இருக்கிறோம்... ஆனால் நமக்கிருக்கிற சட்டம், 'இந்து-லா' என்பதிலே, இந்துக்கள் என்ற சமுதாயத்திலே, பார்ப்பானைத் தவிர்த்த மற்ற மக்கள் எல்லாம் சூத்திரர்கள். அவர்களுடைய தாய்மார்கள், மனைவிமார்கள், சகோதரிகள், மக்கள் ஆகிய பெண்கள் எல்லாம் பார்ப்பானுக்குத் தாசிகள் என்று சட்டத்திலே இருக்கிறது. தப்புவதற்கே வழி இல்லை... அப்புறம், என்ன உங்களுக்கு நான் தொண்டு செய்தேன். வெங்காயம் செய்தேன்? நான் பிறக்கிறதுக்கு முன்னாடியே, தேவடியா மக்கள் நீங்கள்! நான் பிறக்கிறதுக்கு முன்னேயே, சூத்திரர்கள் நீங்கள்! நான்காவது சாதி நீங்கள்! இப்பொழுது, நாளைக்குச் சாகப் போகிறேன். சூத்திரனாக விட்டுவிட்டுத்தானே சாகிறேன். அப்புறம் என்ன என்னுடைய தொண்டு?' என்பதாகத்தான் அவரின் இறுதி உரையில், இந்தத் தமிழ்ச் சமூகம் அவரைப் புலம்பவிட்டிருக்கிறது. அதையும், நேர்மையாகப் பதிவு செய்திருக்கிற மகான் அவர்! இதை மட்டுமே வைத்துக் கொண்டு, புலம்பித் தவிக்கிறார் பெரியார் என்றும், பஞ்சமரைக் கணக்கிலேயே எடுக்காமல் விட்டுவிட்டார் என்றும், இன்னொரு புதிய கட்டுரை எழுதப் போய்விடாதீர்கள்! மனுவின் கணக்கில், பஞ்சமரும் சூத்திரராகத்தான் வரவு வைக்கப்படுகிறார். அவ்வளவே!

பிரம்மனுடைய தலையிலிருந்து பிறந்தவன் பிராமணன்; தோளிலிருந்து பிறந்தவன் சத்திரியன்; தொடையிலிருந்து பிறந்தவன் வைசியன்; காலிலிருந்து பிறந்தவன் சூத்திரன் என்று மனு கூறுவதில், பஞ்சமன் எங்கிருந்து பிறந்தவன் என்ற ஒரு கேள்வியைக் கேட்க வைத்து, 'அவன் ஒருத்தந்தான் ஒழுங்கா அவுங்க அப்பா அம்மாவுக்குப் பொறந்தவன் போல' என்று போகிற போக்கில் சவுக்கை வீசிச் செல்கிற வீரியம் கொண்டவர் பெரியார்! கடைசிவரைக்கும், பெரியார் சொல்வதைக் காது கொடுத்துக் கேளுங்கள் அல்லது கண்களை அகலத் திறந்து வைத்துப் பாருங்கள். அப்பொழுதுதான், பெரியார் கருத்தின் உண்மைக்குப் பக்கத்திலேகூட, நீங்கள் எல்லாம் வர முடியும். வாய் புளித்ததோ மாங்காய் புளித்ததோ என்று, நீங்களெல்லாம் எழுதுகிறீர்கள்! 'சமூகத்தைத் தலைகீழாகப் புரட்டிப் போடும் அழிவு வேலைக்காரன் நான்' என்பதாகத் தன்னை அடையாளப்படுத்தி, அதைத் தவிர வேறொரு பற்றும் இன்றி, சூத்திரப்பட்ட ஒழிப்பிற்காகச் சமூகப் பணியாற்றிய அவர், சாகும் தருவாயில் சொன்னது, 'இந்தச் சூத்திரப் பட்டத்தை

ஒழிக்காமல், நான் என் மக்களை நிராதரவாய் விட்டுட்டுப் போறேனே' என்பதுதான்!

அவரின் இறுதி முடிப்பு, இப்படி அமைகிறது:- '...எனவே தோழர்களே! இப்படிப்பட்ட ஒரு நெருக்கடியிலே இருக்கிறோம்... கடைசி முயற்சியாக ஆரம்பித்து இருக்கிறேன். முடியுதோ, இல்லையோ என்கிறதைப் பற்றி இலட்சியம் இல்லை. நம் கடமையைச் செய்தோமா, இல்லையா என்கிறதுதான்...' என்று முடிக்கிறார் (இறுதிப் பொழிவு-திருச்சி/04-11-1973). 'தோற்றேன் என நீ உரைத்திடும் வேளையில் வென்றாய்' என்று, 'கண்ணன் என் சேவக'னாய்ப் பாரதி(!) கண்ணனுக்குச் சொன்னதன், வாழ்ந்த உதாரணம் தான் பெரியார் என்பது உங்களுக்குப் புரியுமா?

நீங்கள் பெரியாருக்குச் சொன்னதுபோல், உங்கள் புரிதலுக்காக, இதை, இப்படியும் சொல்லிப் பார்க்கலாமா? 'வள்ளுவர் இல்லாத தமிழகம்', காந்தி இல்லாத தமிழகம்', 'வள்ளலார் இல்லாத தமிழகம்' என்பதாய்! 'வள்ளுவன் தன்னை உலகினுக்கே தந்து வான்புகழ் கொண்ட தமிழ்நாடு' என்று பாரதி கொண்டாடிய வள்ளுவர் காலத்தில், அதாவது 2000 ஆண்டு களுக்கு முன்பு, அறம் சிதைந்திருந்தது. அதனால்தான் 'அறத்தான் வருவதே இன்பம்', 'மனத்துக்கண் மாசிலன் ஆதல்', 'அறன் எனப் பட்டதே இல்வாழ்க்கை' என்றெல்லாம் கருத்துச் சொல்ல வேண்டிய தேவையானது, திருக்குறள் என்கிற நீதி நூலுக்கு அன்றைக்கு இருந்தது. கைப்புண்ணுக்குக் கண்ணாடி தேவையா என்பதுபோல், திருவள்ளுவர், குறள் சொல்லி 2000 ஆண்டுகளுக்குப் பிறகும், அறச் சிதைவானது, வலுக் குறையாமல் இந்த மண்ணில் நீக்கமறப் பெருகி இருப்பதை, நான் சொல்லித்தான் நீங்கள் தெரிய வேண்டும் என்பதில்லை!

எல்லோருமே தெளிவாகச் சொல்வார்கள், ஒளிவு மறைவு என்பதெல்லாம்கூட இப்பொழுது இல்லை; எல்லாமே வெட்ட வெளிச்சம்தான் என்று! மத்தியோ, மாநிலமோ, கூட்டணியோ, ஓட்டணியோ எல்லாம் இங்கு அறத்தை அநாதையாக்கி விட்டு... 'காசு, பணம், துட்டு, மணி மணி' என்றே ஓயாது ஓலமிட்டுக் கொண்டிருக்கின்றன. யாராயிருந்தாலும், இதுதான் இன்றைய அரசியல்-இதில் எவருக்கும் எந்த ஐயமும் இருக்க வாய்ப்பில்லை. வள்ளுவம் காலாவதி ஆகிவிட்டது; இனிமேல் வள்ளுவத்தின் அறவியல், மக்களுக்குத் தேவையே இல்லை; 'வள்ளுவர் இல்லாத தமிழக'த்தில், அதனால் எந்த மாற்றமும் உருவாகவில்லை என்று சொல்ல, உங்களைத் தவிர எவருக்கும் வாய் வருமா? 'ஊழிற் பெருவலி யாவுள' என்று 'ஊழ்' இயலில் கூறுகிற வள்ளுவர்தான், 'ஆள்வினையுடைமை' இயலில், அதை அப்படியே மாற்றிப் போட்டு, 'ஊழையும் உட்பக்கம் காண்பர்' என்கிறார். எந்த இயலில் எதைச்

சொல்ல வருகிறாரோ, அந்தக் கருத்திற்கு ஒரு அழுத்தம் தருவதற்காக வள்ளுவர் அப்படிச் சொல்கிறார் என்று, அதை வெகு இயல்பாகக் கடந்து சென்றுவிடும் உங்களால், இங்கு மட்டும் எப்படி 'மாறுகிறார்' என்று குரலெழுப்ப முடிகிறது? பெரியாருக்கு மட்டும் வக்கணை சொல்லும் நீங்கள், இதற்கென்ன சொல்லுவீர்கள்? 'நுண்ணிய நூல்பல கற்பினும் மற்றுந்தன் உண்மை அறிவே மிகும்' என்று சொல்லுகிற வள்ளுவர்தான், 'ஒருமைக்கண் தான் கற்ற கல்வி ஒருவர்க்கு எழுமைக்கும் ஏமாப்புடைத்து' என்றும் சொல்கிறார். இதற்கெல்லாம் என்ன சொல்லுவீர்கள்?

'இரந்தும் உயிர்வாழ்தன் வேண்டின் பரந்து கெடுக உலகி யற்றியான்' என்ற குறளின் பொருள், உங்களுக்குத் தெரியாதிருக்க வாய்ப்பில்லை. அது சொல்லுகின்ற, சமூக அனுபவத்தில் கண்டு தெளிந்த இன்னொரு வகைப் பொருள்தானே, 'கடவுள் இல்லை இல்லவே இல்லை' என்பது! 'கட்டிக் குடுத்த சோறும், சொல்லிக் குடுத்த சொல்லும் எத்தனை நாளைக்கு வரும்?' என்று சொல்லுகிற சொலவடைக்கு எதிர்ச் சொலவடையாய்க் 'கற்ற வித்தைதான் கை கொடுக்கும்' என்றும் சொல்லப்படுவதற்கெல்லாம், என்ன விரித்தியுரை சொல்லுவீர்கள்? 'உழுதுண்டு வாழ்வாரே வாழ்வார்' என வள்ளுவர் சொன்னதற்கு ஒரு தேவை, 2000 ஆண்டுகளுக்கு முன் அன்று இருந்தது. இன்றும், ஆளுபவர்கள் மறந்தாலும், மக்கள் அதையே சொல்லிக் கொண்டிருக்கிற நிலையிலல்லவா நாம் இப்பொழுதும் இருக்கிறோம். அப்படியானால், வள்ளுவரின் தேவை என்பது, இப்பொழுதும் தேவை என்பீர்களா, இல்லை, வள்ளுவர் சொன்ன அறம் இன்று தேவையேயில்லை என்றாகி விட்டதா? நீங்கள் எப்படிப் பொருள் கொள்வீர்கள்? 'விவசாயியை வாழவிடு' என்பதாக, இப்பொழுதும் ஒரு முழக்கம் சுவரெழுத்தில் ஊர்தோறும் கூவி அழைத்துக் கொண்டிருக்கிறதே, அதற்கு என்ன காரணம்? நெடுவாசல், கதிராமங்கலம் ஆகியவை அதன் பலத்த சாட்சியமாகத்தானே, இன்றைக்கும் இருந்து கொண்டிருக்கின்றன. 'அல்லற்பட்டு ஆற்றாது அழுத கண்ணீர்', என்றைக்குச் 'செல்வத்தைத் தேய்க்கும் படை'யாய் அமையும் என்ற கேள்வியை யாரைப் பார்த்துக் கேட்பீர்கள்? அந்தக் குறளுக்கு என்ன பயனென்று வள்ளுவரைப் பார்த்தா? அல்லது திருவள்ளுவர் கழகங்களைப் பார்த்தா? இத்தனை ஆண்டுகளாய் நம் வாழ்வை அலைக்கழித்தவர்களைப் பார்த்தா? 2000 ஆண்டுகளாக, வள்ளுவரால் எந்தப் பயனுமே இல்லை என்கிற முடிவுக்கு வந்துவிடலாமா! அதன்பின், திருக்குறளை வகுப்பறைகளில் சொல்லித் தருவதன் தேவையை, எந்தச் சுவற்றில் போய் முட்டிக்

கழிப்பது? இவை எல்லாவற்றிற்குப் பின்னும், திருக்குறள், அதன் பொது அறம் இன்றும் தேவைப்படுகிறது. அப்படித்தான் சமூக நீதிக்காகப் போராடும் பெரியாரும்-அவர் சிந்தனைகளும் இன்னமும் இங்கே தேவைப்படுகின்றன!

மாவோ சொல்லுவார், 'எதிரி நம்மைக் குற்றம் சாட்டினால், நாம் சரியாகச் செல்லுகிறோம் என்று அர்த்தம். எதிரி நம்மைப் பாராட்டினால், நாம் எங்கோ தவறு செய்கிறோம் என்று அர்த்தம்' என்று! பெரியார் மிகச் சரியாகத்தான் இருந்திருக்கிறார்! பெரியாரின் வாழ்விலிருந்து ஓர் உதாரணம் சொல்லட்டுமா? கேட்ட கதை! பெரியார், குக்கிராமங்களில் பிரச்சாரம் செய்துகொண்டிருக்கிறார் அப்பொழுது! மசோதா ஒன்று தாக்கலாக இருக்கிறது. அதைப் பற்றிக் கருத்தெழுத, அய்யாவைத் தொடர்பு கொள்ளப் பார்க்கிறார்கள் தோழர்கள்! முடியவில்லை. மூன்று நான்கு நாட்கள் கழித்துப் பெரியார் வருகிறார். மசோதாவை எதிர்த்துக் கருத்தெழுதாதது ஏன் என்று கேட்கிறார் பெரியார்! பெரியாரைத் தொடர்பு கொள்ள முடியாமையைத் தோழர்கள் சொல்லுகின்றனர். பெரியார் சொன்ன எளிய சூத்திரம் என்ன தெரியுமா? 'அன்றைய ஹிந்து பேப்பரில் மசோதாவை ஆதரித்திருக்கிறார்களா எதிர்த்திருக்கிறர்களா என்று பார்த்து, அதற்கேற்ப எழுதியிருக்க வேண்டியதுதானே' என்கிறார். 'நமக்கு ஆதரவான மசோதா என்றால் அவர்கள் வரவேற்றிருக்க மாட்டார்கள். எதிரான மசோதா என்றால், அவர்கள்தான் முதலில் வரவேற்றிருப்பார்கள்' - என்னவொரு தீர்க்கமான அனுபவப் பார்வை! சொல்லிலும் செயலிலும் அவரவர்களின் சமூக-வர்க்க முத்திரை இருக்கத்தானே செய்யும்? - இப்படியே இது நீளும்!

ஈழத் தேர்தல் களத்தின் குடுமிப்பிடி பற்றி, ஈழத்திலிருந்து ஒரு முகநூல் பதிவு (09-07-2017), இப்படிப் பொருமியிருந்தது:- 'ஆயிரமாயிரம் உயிர்த் தியாகங்களால் கட்டியெழுப்பப்பட்ட ஒரு புரட்சிகர அரசியல் சூழமைவை மாற்றியமைத்து, ஒரு பக்கா நாற்காலி அரசியல் பண்பாட்டைத் தமிழர் சூழலில் நிலைநிறுத்துவதற்கான ஒரு உளவியல் நாடகமே, சமகால அரசியல் சம்பவங்கள் ஆகும் ...கடந்த சில மாதங்களாக சமகால அரசியல் களத்தில் நிகழும் குடுமிப்பிடிச் சண்டைகளையும், அவர்களின் சொல்லாடல்களையும் கவனித்துப் பாருங்கள். தமிழ்நாட்டு அரசியல் தோற்றுப்போம். அவ்வளவு அபத்த மானது. அற்பத்தனமானது எமது சமகால அரசியல். 40 வருடமாக போராடிய ஒரு சமூகம், ஆயிரமாயிரம் மாவீரர்களைப் பலி கொடுத்த ஒரு இனத்தின் அரசியல் இவ்வளவு தானா என்று கேட்கத் தோன்றுகிறது. ஆனால் இந்த அர்ப்பத்தனமான, அபத்தமான வாதங்களையும்

கொண்ட அரசியல் பண்பாட்டை வளர்ப்பதுதான், இந்த உளவியல் நாடகத்தின் ‘மிஷன்’- பெரியார் பற்றிய உங்களின் கருத்தும், அதுபோன்றதொரு தேவையற்ற - உங்களுக்குத் தேவைப்படும் ஒரு உளவியல் நாடகத்தை உருவாக்குகிற ‘மிஷன்’தான்! பெரியார், மிகத் தெளிவாக, கருத்தியல் நேர்மையாளராகவே இருந்திருக்கிறார். அதனாலேயே இன்றுவரை, எதிரெதிர்க் கருத்துகளின் பக்கமிருந்தும், அவரவர்களுக்குத் தக எதிர்கொள்ளப்பட்டு வருகிறார் பெரியார்! அவரவர்களின் முற்போக்குச் சிந்தனைகளைப் பொருத்தே, அவர் கொண்டாடப்படுகிறார்; அல்லது குண்டுவீசப்படுகிறார்.

‘குடி அரசு’ இதழை, ‘மழித்த தலையும் மார்பில் சிவலிங்கமும், நெற்றியில் நீறும், கழுத்தில் உத்திராட்சமும் அணிந்த திருப்பாதிரிப்புலியூர் ஞானியார் மடம் ஸ்ரீலஸ்ரீ சிவசண்முக மெய்ஞ்ஞான சிவாச்சாரிய சுவாமிகள்’ என்று ஒரு சாமியாரை வைத்துத் தொடங்கியதாகப் பெரியாரின் பெருந்தன்மைப் பண்பைக் கேலி செய்திருக்கிறீர்கள்!

இன்னும் வாய்ப்பிருந்தால், இதற்கும் செவிகுடுத்துப் பாருங்கள்:- “நமது நாட்டு மக்களுக்குள் சுயமரியாதையையும் சமத்துவத்தையும் சகோதரத்துவத்தையும் உண்டாக்க, ‘குடி அரசு’ என்னும் ஒரு பத்திரிக்கையை ஆரம்பிக்க வேண்டும் என்பதாக, முதன் முதலில், நானும் எனது நண்பர் ஸ்ரீமான் தங்கப்பெருமாள் பிள்ளையும், 1922 இல், கோயமுத்தூர் ஜெயிலில் சிறைவாசம் செய்யும்போதே நினைத்தோம். அதுபோலவே வெளியில் வந்த கொஞ்ச நாட்களுக்குள், ‘குடி அரசு’ என்ற ஒரு வாரப் பத்திரிகையும், ‘கொங்குநாடு’ என்று ஒரு மாதாந்திரமும் நடத்தப் போவதாய் 19-01-1923 தேதியில், சர்க்காரில் ரிஜிஸ்டர் செய்யப் பட்டது. இவ் விஷயத்தை முதலில் ஸ்ரீமான் திரு.வி.கலியாணசுந்தர முதலியார் அவர்களிடம் சொன்னேன். அவர், என் கொள்கையைக் கேட்டவுடன் சந்தோஷப்பட்டு, ’இப்படி ஒரு பத்திரிகை வேண்டியது தான்; ஒரு கூட்டத்தார் அதை எப்படியாவது ஒழித்துவிடுவார்கள். ஆனாலும் நடந்தவரை லாபம்; நடத்துங்கள்’ என்றார். பிறகு, ஸ்ரீமான் வரதராஜுலு நாயுடு அவர்களிடம் சொன்னேன். அவரும் மிக சந்தோஷப்பட்டுச் சீக்கிரத்தில் வெளியாக்க வேண்டுமென்று விரும்பு வதாகவும், ‘வெளியாகத் தாமதமேற்பட்டால் அதுவரை தனது பத்திரிகையில் வேண்டுமானாலும் எழுதி வரும்படியும்’ சொன்னார். பிறகு, ஸ்ரீமான் இராஜகோபாலாச்சாரியார் அவர்களிடம் சொன்னேன். அவர், இந்தச் சமயம் இப்படிப்பட்ட பத்திரிகை கூடாது; அல்லாமலும், மகாத்மா ஜெயிலில் இருக்கும்போது இதை விட்டுவிட்டு நீ பத்திரிகை நடத்தப்

போவது சரியல்ல. உன்னுடைய சேவை, இதுசமயம் மிகவும் அவசிய மானது. ஆனதால் கண்டிப்பாகப் போகக்கூடாது என்று சொல்லி விட்டார். அதன் பேரில், அந்த எண்ணத்தை ஒத்திவைத்துவிட்டு, மறுபடியும் ஒத்துழையாமைக்காகவே உழைத்தேன். தற்செயலாய் வைக்கம் சத்யாக்கிரகம் ஏற்பட்டது... அங்கு ஜெயிலில் இருக்கும் போதும், இதே எண்ணந்தான். அதாவது, வெளியில் போனதும் பத்திரிகை நடத்த வேண்டும் என்கிற ஆவல் அதிகமாயிற்று.

அதுபோலவே, வெளியில் வந்ததும், பத்திரிகை ஆரம்பிக்கத் தீர்மானித்து விட்டேன். அதற்கேற்றார்ப்போல் திருப்பாப்புலியூர் ஞானியார் மடாதிபதி ஸ்ரீலஸ்ரீ சிவசண்முக மெய்ஞ்ஞான சிவாச்சார்ய சுவாமிகளும் கோயமுத்தூருக்கு வந்திருக்கிறார்கள் என்று கேள்விப்பட்டு, அவர்களை இங்கு அழைத்து, அவர்களைக் கொண்டே ஆரம்பவிழா நடத்தி விடலாம் என நினைத்து, அவரை அழைக்க, அவரும் வந்து நடத்திக் கொடுத்திருந்திருக்கிறார்... அப்பொழுது ஞானியார், 'நமது நாட்டில் பல பத்திரிகைகள் இருந்தும் இப் பத்திரிகை போன்ற கருத்துடைய பத்திரிகை, வேறொன்றுமில்லை. இன்று உயர்வு தாழ்வு என்கிற ஆணவம் மிகுந்திருக்கிறது. சமத்துவம் என்ற உணர்ச்சி எங்கும் பரவ வேண்டும். குடி அரசின் கருத்து, இதுவே என நான் அறிந்து கொண்டேன். சமயத்திலிருக்கும் கேட்டை, முதலில் ஒழிக்க வேண்டும். இவை குடி அரசின் முதல் கொள்கையாய் விளங்க வேண்டும். இப் பத்திரிகையில் ஸ்ரீமான் நாயக்கருக்கு எவ்வளவு சிரத்தை உண்டோ, அவ்வளவு எனக்கும் உண்டு' என்று வாழ்த்தி இருக்கிறார் (*குடிஅரசு/01-05-1927*).

பெரியார் அவரை வைத்துத் தொடங்கினார் என்பது சரி, ஆனால் அவர்-ஒரு சாமியார், 'சமயத்திலிருக்கும் கேட்டை, முதலில் ஒழிக்க வேண்டும். இவை குடிஅரசின் முதல் கொள்கையாய் விளங்க வேண்டும். இப் பத்திரிகையில் ஸ்ரீமான் நாயக்கருக்கு எவ்வளவு சிரத்தை உண்டோ, அவ்வளவு எனக்கும் உண்டு' என்று கூறியிருப்பதை வசதியாக மறைத்துவிட்டார், இந்தப் புதிய தலைமுறையார் என்று சொல்லலாமா? அல்லது ஒரு ஸ்ரீலஸ்ரீ சிவாச்சாரிய சுவாமிகள், பெரியாரின் கொள்கைகளைத் தன் பக்கதர் களிடமும் எடுத்துக் கொண்டு சென்றிருக்கிற வரலாற்று நிகழ்வாக்கி யிருக்கிறார் பெரியார் என்று சொல்லலாமா இதை?

'அன்பான கடவுள், கருணையுள்ள கடவுள், ஒழுக்கமுள்ள கடவுள் நான் வேண்டாமென்று சொல்லவில்லை' ...'யோக்கியமான ஒரு கடவுளைக் கும்பிடுங்கள்'... 'கடவுள் மனிதர்களாக இருக்கிறார்; நடமாடும் ஜீவன்களாக இருக்கிறார். நீங்கள் மனிதர்களிடம் காட்டுகிற அன்பைக் கடவுள் இருந்தால் ஏற்றுக் கொள்வார்' - இவை எல்லாமே பெரியார்

கூறியதுதான்! முன்னும் பின்னும் விட்டு விட்டு, உங்களுக்குத் தோதான பகுதிகளை மட்டும் எடுத்துக் காட்டியிருக்கிறீர்கள். இருக்கட்டும்! இதிலும் என்ன சொல்கிறார்? 'மனிதர்களைத்தான் நேசிக்கச் சொல்லுகிறார்- அதை யோக்கியமான ஒரு கடவுள் இருந்தால் அவர் ஏற்றுக் கொள்வார்' என்று மக்களின் மனம் நோகாமல், தன் கருத்தை வாழைப்பழத்தில் ஊசியைச் சொருகுவதுபோல், இலகுவாகச் சொல்லுகிறார். கருத்தில், முரட்டு அடியாக அடித்துக் கொண்டிருப்பதைவிட, சாதாரண மக்களுக்குப் புரிகிற தொனியில், தன் குரலில் இறங்கிவந்து, 'கடவுள் இல்லை; கடவுள் இல்லவே இல்லை' என்று பகைமுரண் கொண்ட எதிரிகளிடம் சொல்வதைத்தான், இன்னொரு மென்மைத் தன்மையில், தான் நேசமுரண் கொண்ட மக்களிடம் சொல்லிப் போகிறார். இந்த நுண் அரசியல்தான் பெரியார்!

பெண்ணுரிமையைப் பற்றிப் பேசுகிற இடத்தில், இந்த மக்களுக்குப் புரிய வைக்கிற தொனியில், ஆண்களிடம் பெரியார் சொல்லியிருப்பதைப் பாருங்கள்;- உங்கள் மனைவிமார்களை நினைத்துக்கொண்டு பெண்ணுரிமையைப் பார்க்காதீர்கள். உங்கள் மக்கமார்களையும், பெற்றெடுத்த தாயையும் நினைத்துக்கொண்டு பெண்ணுரிமையைப் பாருங்கள்' என்கிறார். இந்த மண்ணின் உணர்வைப் புரிந்து, 'அம்மாவும் மகளும்' எத்தனை உரிமையுடன், துன்பப்படாமல் இருக்க வேண்டும் என்று நினைக்கிறீர்களோ, அப்படியான அனுசரணையுடன் எல்லாப் பெண்களும் வாழவேண்டும் என்று யோசித்துப் பாருங்கள் என்கிறார். இதைக் கொண்டு, மனைவிகளுக்கு உரிமையே கொடுக்க வேண்டாம் என்று பெரியார் சொன்னதாகப் புதுப்பொருள் சொல்லி விடாதீர்கள். மனைவி மற்றவரின் மகள்; மகனின் தாய்! தாய், மகளில் ஆரம்பித்தால் அது மனைவியில் வந்து முடியும் என்பது அவரது நம்பிக்கை!

பெரியாருக்கு முன்னாலும் பலர் இத்தொண்டைத் தொட்டுப் பார்த்துமிருக்கலாம்; முன்சால் ஓட்டிப் பார்த்துமிருக்கலாம். பெரியார் எல்லாமே நான் செய்ததுதான் என்று, உங்களைப்போல் எப்போதும் சொன்னதில்லை. அவர் சொல்லியிருப்பதைப் பாருங்கள்! 'ஏதோ, நான் செய்ததாகச் சொல்லப்படுவதெல்லாம், காலப்போக்கிலே நடைபெறுகிறது என்றுதான் கருதுகிறேனே தவிர, நானே செய்தேன் என்றில்லை. ஆனாலும், என் பிரச்சாரத்திற்கு மூலப்பொருள் பகுத்தறிவேயாகும்... ஆனாலும், இயற்கைப் போக்கும் விஞ்ஞான வளர்ச்சியும் விரைவில் எங்கள் கொள்கைக்கு வெற்றியளிக்கும் என்று கருதித் தொண்டு செய்து கொண்டு இருக்கிறேன்'.

அத்திப்பாக்கம் வெங்கடாசல நாயகர் எழுதிய 'இந்துமத ஆசார ஆபாச தரிசனி' நூலுக்கு 1946இல் மதிப்புரை எழுதிய பெரியார், அதில் இப்படிக் குறிப்பிடுகின்றார்:- "நான் பெரிதும் தொண்டாற்றிவரும் பகுத்தறிவை ஆதாரமாகக் கொண்ட சுயமரியாதை இயக்கத்தின் கருத்துக்கள் இன்றைக்கு 60, 70 ஆண்டுகளுக்கு முன்பாகவே மிகத் துணிவோடு தெளிவாகச் செய்யுள் உருவாய்ப் பாடப்பட்டிருப்பதைக் கூர்ந்து நோக்கினால், சுயமரியாதை இயக்கத்தின் கருத்துக்கள் புதியனவல்ல வென்பதோடு, வெகு காலத்திற்கு முன்னதாகவே, அதாவது நான் பிறப்பதற்கு முன்னதாகவே, பல அறிஞர்களால் வெளியிடப்பட்ட பழங்கருத்துக்கள் என்பதற்கு இது ஓர் தக்க சான்றாகும்" என்கின்றார். எங்கேயோ ஒரே ஒரு வாக்கியத்தை மட்டும் எடுத்துவைத்துக் கொண்டு, அதற்குத் தனித்துப் பொருள் சொல்லப் பார்க்காதீர்கள். ஒவ்வொரு வாக்கியத்தையும், அதன் இயைபுடன் பொருத்திப் பார்த்து, மொத்தமாக எடுத்துப் பொருள் கொள்ளப் பாருங்கள்-அதற்குப் பெரியாரை ஒழுங்காகப் படியுங்கள் - அப்பொழுது தான் பெரியார் உங்களுக்குப் புரிபடுவார்!

தமிழில் கூட்டெழுத்து எழுதிக் கொண்டிருந்த பெரியார்தான், தமிழானது அச்சு வாகனமேறிய பொழுது, ஊரே தன்கூட வராத நிலையிலும், தன் எழுத்துமுறையை மாற்றிக்கொண்டு, தமிழைக் காலத்திற்கேற்பக் கரை சேர்க்க 90 ஆண்டுகளுக்குமுன் அவர் நடைமுறைப்படுத்திய, 'னை', 'லை' என்கிற தும்பிக்கை வடிவ எழுத்துகள், ரொம்ப காலம் வரையுமேகூட, பெரியார் எழுத்துகள் என்றுதானே அழைக்கப்பட்டன. ஆய்வறிஞர்கள், அதன் சாதகங்களை, ஆதாரங்களாய் முன்வைத்த போதும், அதை மக்கள் அரங்கிற்குத் தனிமனிதனாய் முன்னிழுத்துச் சென்ற பெரியாரின் பணியைக் குறைத்து மதிப்பிட முடியுமா? பெரியார் சீர்திருத்தம் என்பதனாலேயே, பெரியாரின் நூற்றாண்டுவிழாக் கௌரவமாக அந்த எழுத்துச் சீர்திருத்தத்தைத்தான், எம்ஜிஆர் சட்டமாக்கினார். அதிலும் பெரியார் பயன்படுத்திய 'அய்', 'அவ்' எழுத்துமுறையை-நடைமுறைக்குள் பெரியாரால் கொண்டுவரப்பட்ட போதும்- இன்னமும்கூட, அரசு அதை நடைமுறைப்படுத்தவில்லையே! அறிவானது, ஒன்றைச் சரியென்று சொல்லும்போது, அதைப் புறந்தள்ளி, எப்படிக் கடந்து போய்விட முடியும் ஒரு பகுத்தறிவாளன்? தமிழைக் காட்டுமிராண்டி மொழி என்று சொன்னவர் பெரியார் என்று, அக் கூற்றின் முன்னும் பின்னும் நீக்கி, மொட்டையாக அவதூறு பரப்புகிற நீங்களும், பெரியார் எழுத்துச் சீர்திருத்தத்தைத்தானே இன்றைக்குப் பயன்படுத்திக் கொண்டிருக்கின்றீர்கள்? 'கடவுள் இல்லை, இல்லவே இல்லை' என்று சத்தியம் பண்ணி அடித்துச் சொல்லிவிட்டு, சமூக

உரிமைக்காக, அனைத்துச் சாதியினரும் அர்ச்சகராக வேண்டும் என்று, கர்ப்பக்கிரக நுழைவுப் போராட்டம் நடத்தியதும் எகனைக்கு முகனையானது என்று கூடுதலாய்ச் சேர்த்துக் கொள்ளுங்கள்!

1938 இல் அவரெழுப்பிய 'தனித் தமிழ்நாடு' கோரிக்கை, நீறு பூத்த நெருப்பாய், சாத்தியப்படும் கால தேச வர்த்தமானச் சூழலுக்காக, அவருக்குள் காத்துக் கிடந்து, 1973 இல் மீண்டும் புதுப்புனலாய், பீரங்கியாய் அவரிடமிருந்து புறப்பட்டதற்கு என்ன சொல்லுவீர்கள்? இப்படியே நிறைய சொல்லிக்கொண்டே போக முடியும். ஆனால், இந்த மண்ணின் மிக இயல்பான, பொய்யில் கிழவர் பெரியார் என்பதைப் புரிந்துகொள்ள அவர் எழுத்துகளில் பயணம் செய்து பாருங்கள், அப்பொழுது புரியும், அந்தக் கிழவரின் மனசின் வியாபகமும், அதன் அத்தனைக்குள்ளும் ஒளிந்திருக்கும் ஒடுக்கப் பட்டோர் சமூக நலனும்! 'பெரியார் இல்லாத தமிழகம்' என்பது, பெரியார் என்கிற பௌதீக உடல் இல்லாத தமிழகம் என்பதாகத்தான் அறிவியல்ரீதியாகச் சொல்லக்கூடியதாயிருக்கிறது. ஆனால் 'பெரியார் இல்லாத தமிழகம்' என்கிற உங்களின் சிந்தனைத் தேவையேகூட, பெருகிவரும் பெரியாரியம் என்கிற சிந்தனை வீச்சின் அச்சம் காரணமாகவே, சமூகச் சிதிலர்களிடம் மட்டுமே உருவாகியிருக்கிறது என்பதாகத்தான் கொள்ள வேண்டியதிருக்கிறது.

சமூகநீதிக்குப் பங்கம் ஏற்படுகின்ற பொழுதெல்லாம், ஆதிக்கத்திற்கு எதிரான-சனாதனத்திற்கு எதிரான இயக்கக் குரலாகப் பெரியார் இந்த மண்ணிலே தனித்து ஒலித்துக் கொண்டிருக்கும் தேவையை அதுவே உருவாக்கிக் கொடுக்கும்-தேவையின் உணர்வை உருவாக்கிக் கொடுத்துக் கொண்டிருக்கிறது என்பதுதான் வரலாறு! உண்மையில் இந்தக் கட்டுரை, 'பெரியார் இன்னும் ஏன் தேவைப்படுகிறார்' என்று எழுதப்பட வேண்டியது. நிகழ்காலத்தை வாசித்துப் பார்த்தால் பெரியாரின் தேவை இன்னுமே இருந்து கொண்டிருக்கிறது என்பதையே தெள்ளிதின் காட்டுகிறது.

பெரியாரியக்கத் தோழர் ஒருவரிடம் பேசிக் கொண்டிருக்கையில், அவர் சொன்ன ஒரு நேர்மையான கருத்து என்னை இன்னுமே யோசிக்க வைத்தது. ஏறக்குறைய முப்பது ஆண்டுகளுக்கும் மேலாக, பெரியார் உயிருடன் இல்லாத நிலையில், பெரியாரிய இயக்கங்கள் ஈழ விடுதலையுடன் தன்னை இரண்டறக் கலந்து, அதற்குரிய இயங்கு தளமாக இங்குச் செயல்பட்டிருந்ததால், தமிழீழத் தாயகம் உருவாக அணிலாக அவர்கள் உதவிக்கொண்டிருந்ததால், அதன் சனாதன

எதிர்ப்பு முத்திரையானது, கொஞ்சம் ஒத்தி வைக்கப்பட்டிருந்தது. ஆனாலும், ஈழப் போரில் இந்தியத் தலையீட்டின் முக்கிய ஆலோசனை பீடமாயிருந்த பார்ப்பனீயத்தின் முகத்திரையைக் கிழிக்கிற இன்னொரு தளத்திற்கு பெரியாரியம் அப்பொழுது இடம் மாறியிருந்தது என்பது வரலாற்று உண்மை! ஆக, பெரியார் போன்று, ஓங்கி ஒலிக்கிற தனித்த குரலாகவே இல்லாதபோதும், இன்னமும் பெரியார் 'இருக்கிற' தமிழகமாகவே இதைத் தங்களின் களப் போராட்டங்களின் மூலம் இருத்திக் கொண்டிருப்பவர்கள், பெரியாரியத் தோழர்களும் பெரியாரிய உணர்வாளர்களும்தாம்! பெரியார், இன்னமும் தேவைப் பட்டுக் கொண்டிருக்கிற தமிழகம்தான் இது! ஏன் இந்தியாவிற்கும்கூட!

கல்வியில் பெரியாரின் சமூக நீதியும் தேசியக் கல்விக் கொள்கையில் ஒன்றிய அரசின் சரிந்த நீதியும்!
- எளிய முன்னுரை

"மதத் தத்துவத்தின்படியும் சாஸ்திரத் தத்துவத்தின்படியும் நாம் இழிவான ஜாதியாக, அதாவது சூத்திரனாக இருக்கிறோம்... பஞ்சமர் ஜாதி என்பது மிகவும் கீழான ஜாதியாக மதிக்கப்படுகிறது. சாஸ்திரத்திலே எப்படி எழுதி வைத்திருக்கிறார்கள் என்றால், மேலான ஜாதிதான் படிக்க வேண்டும்; கீழான ஜாதி படிக்கக்கூடாது என்று இருக்கிறது. அது மாத்திரமல்ல, அவர்களுக்கு யாரும் படிப்புச் சொல்லிக் கொடுக்கக் கூடாது என்றும் எழுதி வைத்திருக்கிறார்கள்... நாம் முன்னமேயே, பரஸ்பரமாக சில தொழில்களையே, நம் மேலே சுமத்தப்பட்டதனாலேயே, அந்தத் தொழில் முறையிலேயே இருந்துவிட்டபடியால், நமக்கு வசதியும் உரிமையும் இல்லாமல் போய்விட்டது... உண்மையிலே, வெள்ளைக்காரன் வந்த பிறகுதான், அதுவும் நீண்ட நாட்களுக்குப் பின்புதான், நமக்கும் படிக்கும்படியான சந்தர்ப்பம் சிறிது கிடைத்தது... ஜஸ்டிஸ் கட்சியார் பதவிக்கு வந்த பிறகுதான், பி.ஏ., எம்.ஏ., முதலிய வகுப்புகளை நம்மவர்களிடம் அதிகமாகக் காண முடிந்தது. அதன் பின்னர் நாம் உத்தியோகங்களிலே போட்டிபோட ஆரம்பித்தோம். பெரும்பாலான உத்தியோகங்களுக்கு சர்க்காருக்கு விண்ணப்பம் போட ஆரம்பித்தனர் நம்மவர்கள்! இதைக் கண்ட பார்ப்பனர்கள், சூழ்ச்சி செய்து, தகுதியை அதிகப்படுத்தினார்கள்... இப்படியாக, உத்தியோகத்திற்காகப் படிப்பை அதிகப்படுத்திக் கொண்டு போய்விட்டார்கள்... இப்படியாக, உத்தியோகத்திற்கு பரீட்சையை மிக முக்கியமாக்கி விட்டனர். இப்பொழுது, படிப்பு படிக்கும் நாளைக் குறைத்து, வருஷத்தை அதிகமாக்கிச் செலவையும் அதிகமாக்கி, சொற்பச் செலவிலே நம் மக்கள் படிக்காமல் இருக்கும்படிச் செய்து விட்டார்கள்... இவ்வளவு கஷ்டங்களை எல்லாம் தாண்டி, நாம் மேலே போகத் தயாராக இருந்தால், அதற்கும் 'தகுதி-திறமை' என்று முட்டுக்கட்டை போட்டு வழி இல்லாமல் போய் விடுகிறது. இந்த மாதிரியாக நம் காரியங்களில் பார்ப்பனர்கள் தொல்லை கொடுத்து, நம்மவர்களுக்கு மேலே போக

வகை இல்லாமல் தடுத்து விடுகின்றார்கள். இவற்றிலிருந்து மீளவே, நாம் வகுப்புவாரி பிரதிநிதித்துவம் கேட்கிறோமே தவிர, எங்களுக்கு இந்த வேலை கொடு, அந்த வேலை கொடு என்று பெருமையடைய கேட்கவில்லை" *(08-07-1951இல் திருவாரூரில் நடைபெற்ற வகுப்புரிமை மாநாட்டில் தந்தை பெரியார் அவர்கள் ஆற்றிய உரை-'கல்வி முறையும், தகுதி-திறமையும்').*

"*1921* இல் காந்தியார், 'ஆங்கிலக் கல்வி அடிமைகளை உற்பத்தி செய்யும் கல்வி; வெள்ளையன் தன் ஆட்சிக்குக் கூலிகளைச் சேர்ப்பதற்காகக் கொடுக்கும் கல்வி; இதை பகிஷ்கரியுங்கள்' என்று சொன்னதன் பின், காங்கிரஸ், கல்வியைப் பகிஷ்கரித்து தேசியப் பள்ளிக் கூடங்கள் ஏற்பாடு செய்தது. மற்றும் காந்தியார் வார்தா கல்வித் திட்டம் வகுத்தார்... இராஜாஜி ஆட்சியில் பார்ப்பானைத் தவிர மற்றவர்களுக்குக் கல்வி எதற்கு? அவனவன் படிக்கவேண்டிய கல்வி, அவனவன் ஜாதித் தொழில்தான் என்று திட்டம் வகுத்தார்... நம்மைக் கீழ் மக்களாக, பாமர மக்களாக வைத்திருப்பதையே குறிக்கோளாகக் கொண்டிருந்த யோக்கியர்கள், நாம் *100* க்கு *40* பேர் படித்தவர்களானவுடன், இன்று, கல்வியில் 'தகுதி-திறமை' குறைந்து போய்விட்டது என்றால், இது வடிகட்டின அயோக்கியத்தனமல்லவா என்று சிந்திக்க வேண்டுகிறேன். முதலாவது, அறிவுள்ள மனிதனானால்-யோக்கியமான மனிதனானால்-ஒரு காரியம் வேண்டுமானால், அது, எதற்காக வேண்டும் என்று சொல்ல வேண்டும்" *(தந்தை பெரியார் 88ஆம் ஆண்டு பிறந்த நாள் மலர், 1966).*

"கல்வியின் பயனை, எல்லா வகுப்பினரும், எல்லா தரத்தினரும் அடைய வாய்ப்புகள் கிடைத்தது, திரு காமராசர் ஆட்சி வந்த பிறகே ஆகும்" *(தந்தை பெரியார் 86ஆம் ஆண்டு பிறந்தநாள் மலர் 1964).*

"படிப்பு என்பது, எதையோ படிப்பதும், படிப்பு வரக்கூடிய பிள்ளையாய் இருந்தால், படித்துக் கொண்டே போவதும், படிப்பு வராவிட்டால் நிறுத்தி விடுவதும், படித்துப் பட்டம் பெற்றுவிட்டால், அன்று முதலே வேலை தேடித் திரிவதும், ஏதோ கிடைத்த வேலையை ஒப்புக் கொண்டு அதன் மூலம் வாழ்க்கை நடத்துவதும், தன் தனிப்பட்ட குடும்பம் முன்னுக்கு வரப் பார்ப்பதும், அதற்காக என்ன வேண்டு மானாலும் செய்வதும் ஆகிய இவைதான் கல்வியின் தன்மையாய் இருக்கிறது... இன்றைய கல்வி, கல்வியின் பேரால் மற்ற மக்களைச் சுரண்டுவதற்கே பயன்படக்கூடியதாக ஏற்பட்டுவிட்டதால், கல்வி கற்றவர்கள், மற்ற மக்கள் நலத்தைப் பற்றிக் கவலையே இல்லை... ஆகவே, இன்றைய கல்வி, அறிவுக்கும், ஒழுக்கத்திற்கும், அன்புக்கும்

பயன்படுவது இல்லை என்பது மாத்திரமில்லாமல், பல கேடுகளுக்கும் காரணமாக இருக்கின்றது" (குடிஅரசு-சொற்பொழிவு-01-04-1944).

"சமஸ்கிருதம் பரவினால்தான் பார்ப்பான் வாழ முடியும்; சுரண்ட முடியும்; நம்மைக் கீழ் ஜாதி மக்களாக ஆக்க முடியும்; அவன் பிராமணனாக இருக்க முடியும். அதன் நலிவு, பார்ப்பன ஆதிக்கத்தின் சரிவு என்பதை உணர்ந்துதான் ஒவ்வொரு பார்ப்பனரும் சர்வ ஜாக்கிரதையாக-விழிப்போடு காரியம் செய்து வருகிறார்கள். இல்லாவிட்டால்,உலகம் பூராவும் சுற்றி வருகிற சசிவோத்தம சர்.சி.பி.இராமசாமி அய்யர், சமஸ்கிருதம்தான் இந்தியாவின் அரசாங்க மொழியாக இருக்கவேண்டு மென்று பேசி வருவாரா? அதுமட்டுமா? தமிழைத் தாய்மொழி என்று கூறுகின்ற பார்ப்பனரைக் காண முடிவதில்லையே! தப்பித் தவறி ஏதாவது ஒன்று இரண்டு சுட்டிக் காட்டுவீர்களானால், அது வயிற்றுப் பிழைப்பைக் கருதி, அப்படி உதட்டளவில் கூறிய பார்ப்பனனாக இருக்கும். அவ்வளவுதான்" (தந்தை பெரியார், விடுதலை, 15-02-1960).

தமிழ்ச் சமூக வெளியில், கல்வி தொடர்பாகப் பெரியார் முன்னமே உதிர்த்திருக்கிற இந்தக் குரல்கள் - சமூக நீதி அடிப்படையில் கல்வியில் இடஒதுக்கீட்டின் அவசியம், கல்வியில் தகுதி-திறமை கொண்டு வரப் படுவதன் சூட்சமம், அனைத்து வளர்ச்சியையும் உள்ளடக்கிய அனைவருக்குமான கல்வியின் தேவை, சமூகப் பயன்பாட்டிற்கு உதவாத சுயநலத்தை வளர்க்கிற இன்றைய கல்வியின் யோக்கியதை, கல்வியில் சமஸ்கிருத ஆதிக்கம் ஆகியன பற்றி-இன்றைக்கும் புதியதாகவும், இன்றையப் புதிய கல்விக் கொள்கையின் குல்லுக அரசியலின் மூலவித்தைப் பாந்தமாய் வெளிப்படுத்துவதாகவும் அமைந்திருக்கிறது. பார்ப்பனியக் கருத்தியல் மேலாண்மையையே, புதிய தேசியக் கல்விக் கொள்கையானது, புதுத் தொழில் நுணுக்க மோஸ்தரில் வழிமொழிந்து கொண்டிருப்பதாகவும் அமைந்திருப்பதாய் விமரிசிக்கப்பட்டு வருவது தான் ஆச்சரியமாயிருக்கிறது; பெரியார் இயக்கத்தின் தேவை, இப்போதும் அதிகமாய்த் தேவைப்பட்டுக் கொண்டிருப்பதைத்தான் அது காட்டுவதா யிருக்கிறது.

கல்வியாளர்கள்-அறிவாளிகள்-மேதாவிகள் என்று சாதிய, பாலின, வர்க்க நிலையில் பேதப்பட்டுக் கிடக்கும் இந்தச் சமூகத்தின் புத்தியிலே, இந்து மத சாஸ்திரங்களால் கட்டுவிக்கப்பட்டிருக்கிறதான, 'சனாதனம்' என்கிற பெயரிலான இந்தக் கல்வியை எதிர்த்து, பள்ளி சென்று முறையாகக் கற்றிராத பெரியாருக்குத் தோன்றிய இந்த ஆணித்தரமான கருத்து, அவரின் சிந்தையிலே உருவாகக் காரணம், 'தானாக எவரும் பிறக்கவில்லை;

எனவே தனக்காகவும் எவரும் பிறக்கவில்லை’ என்பதை, அவர் தனக்கான வேதமாகக் கொண்டிருந்ததால், அவர், தன்னை விடவும், தான் சார்ந்த சமூகத்தின் வர்ணவழி இழிவைத் துடைப்பதிலேயே தன்னை முழுவதும் ஈடு கொடுத்துக் கொண்டிருந்ததனால்தான்! அதைத் தவிர வேறொரு ‘பற்றும்’ அவருக்கில்லையாதலால், எதுவொன்றையும், சம நீதி-சமூக நீதிப் பார்வையில், பகுத்தறிவின் வெளிச்சத்திலேயே கண்டு, தடம் சொல்லும் வல்லமை அவருக்கிருந்தது. அறிவு, சமூகத்திற்கானதாக ஆக்கப்படுகையிலேயே, அது சமூகத்திற்குக் குணரீதியில் பயன்தரத் தக்கதாகும் என்பதில் அழுத்தமான அனுபவத் தெளிவு அவருக்கிருந்தது. அதுமட்டுமே, கல்வியின் சமூகப் பயனாக இருக்க முடியும் என்கிற சமூகப் புரிதலும் அவரிடம் நிறைந்திருந்தது. வாழும் சமூகத்திடமிருந்து, நாளும் கற்றுக் கொண்டேயிருத்தல் என்பதே, தன் சமூக நீதி அளவு கோலால் அதை அளந்து பார்த்துக் கொண்டிருக்கிறோம் என்பதே, வாழ்ந்துகொண்டிருக்கிறோம் என்பதன் இன்னொரு எளிய வெளிப்பாடு தான் என்கிற சமூக அறிவும் அவருக்கிருந்தது!

இந்தியக் கல்வியை நவீனப்படுத்தவும் அறிவியல்ரீதியான கல்வி நிறுவனங்களை உருவாக்கவும், நேரு அரசாங்கத்தால் 1948இல் பல்கலைக் கழகக் கல்வி ஆணையமும், 1952-53இல் இடைநிலைக் கல்வி ஆணையமும், பல்கலைக்கழகக் கல்வியை ஒருங்கிணைக்க 1953 இல் பல்கலைக்கழக மானியக் குழுவும், 1961 இல் அறிவியல்பூர்வமான கல்விக் கொள்கைகளை உருவாக்கவும் செயல்படுத்தவும், தேசிய கல்வி ஆராய்ச்சிப் பயிற்சி நிறுவனமும் (NCERT) அமைக்கப்பட்டன. 1962 முதல் இந்தியைப் பொது மொழியாக்கவும், மும்மொழித்திட்டத்தை அமல்படுத்தவும், சமஸ்கிருத மொழியினை மீட்டெடுக்கவும், பரிந்துரைகளும் முயற்சிகளும் தொடர்ந்து மேற்கொள்ளப்பட்டு வந்தன. இந்தித் திணிப்பிற்கு எதிராக 1965 இல் நடைபெற்ற தமிழ்நாட்டு மாணவர்களின் தன்னெழுச்சிப் போராட்டமானது, அதற்கொரு இடைக்கால நிறுத்தத்தை, அப்பொழுது உருவாக்கிக் கொடுத்திருந்தது.

கல்விக் கொள்கையானது, ஏதோ இன்றைக்குப் புதிதாகத் தயாரிக்கப்பட்ட ஒரு கல்விக் கொள்கை அல்ல. இந்தப் புதியக் கல்விக் கொள்கையின் பின்னணி, அனைத்து மக்களுக்குமான சுகாதாரம் மற்றும் கல்வி போன்றவை, சமூகநலம் சார்ந்த விஷயங்கள் என்ற நிலையிலிருந்து, அவையும், சந்தைகளாக மாற்றப்படுவது, சுகாதாரம், கல்வி போன்றவற்றில் அரசின் தலையீட்டை ஒழித்துக் கட்டிவிட்டு, அவை முற்றிலும் தனியாரின் கைகளில் ஒப்படைக்கப்படுவது போன்றவற்றை நடைமுறைப்படுத்த வேண்டுமென்று கட்டாயப்படுத்துகிற உலக வல்லாதிக்க நாடுகளின்

நிர்ப்பந்தங்களினால்தாம்! உலக வங்கி மற்றும் ஐஎம்எஃப் போன்ற சர்வதேச நிதி நிறுவனங்களால், இந்தியாவின் மீது திணிக்கப்பட்ட கட்டமைப்புச் சீர்திருத்தங்கள், அவற்றின் நோக்கமான உலகமய, தாராளமய, தனியார்மயக் கொள்கைகள்தாம் இந்தக் கல்விக் கொள்கையின் அடிப்படையாகும்...

இதன் ஒரு முன்னோட்டமாகவே, ராஜீவ் காந்தியின் புதிய கல்விக் கொள்கை 1986இல் கொண்டு வரப்பட்டது. உண்மையில் இதன் தீவிரமான அமலாக்கம் 1990களில் நிகழ்த்தப்பட்டது... 'அனைவருக்கும் கல்வி' என்ற கொள்கையைத் தீவிரமாக நடைமுறைப்படுத்தியதால்தான், நம் கல்வியின் தரம் குறைந்துவிட்டது என்று கூப்பாடு போட்டது ராஜீவ் காந்தியின் கல்விக் கொள்கை! அதை மாற்ற, 'நவோதயா பள்ளிகள்' என்ற பெயரில், மேல்தட்டினருக்கான மாதிரிப் பள்ளிகளை உருவாக்க வேண்டுமென்று அது கூறியது. ராஜீவ் காந்திக்குப் பின்வந்த காங்கிரஸ் அரசாங்கங்களும், பாஜக அரசாங்கங்களும், இக் கொள்கையைப் படிப்படியாக நிறைவேற்றியே வந்துள்ளன. அதன் விளைவாகத்தான், 1980க்கு முன்புவரை அரசின் ஆதிக்கத்தில் இருந்த பள்ளிக் கல்வியும், உயர் கல்வியும், பெரும்பகுதி தனியார் மயமாக்கப்பட்டன. 'அனைவருக்கும் கல்வி' என்கிற அரசியல் சட்டத்தின் அறைகூவல், வெறும் எழுத்தறிவுத் திட்டமாகவும், அல்லது எவ்விதக் கட்டுப்பாடும் இல்லாத கல்வி உரிமைச் சட்டமாகவும் சுருங்கிப் போனது.

2000ஆம் ஆண்டு வாஜ்பாய் தலைமையிலான பிஜேபி அரசு, கார்ப்பரேட் முதலாளிகளான பிர்லா - அம்பானி தலைமையில் ஒரு கல்விக் குழுவை அமைத்தது. அந்தக் குழு கொடுத்த பரிந்துரைகளின் அடிப்படைகளே, இந்தத் தேசிய கல்விக் கொள்கை வரைவு அறிக்கையின் மையமாக இருக்கின்றது. 2014இல், மீண்டும் பாஜக ஆட்சிக்கு வந்த போது, டாக்டர் டி.எஸ் சுப்ரமணியம் தலைமையில் ஒரு குழு அமைக்கப் பட்டது. அது 2016இல் வரைவு அறிக்கையை வெளியிட்டது. அன்றைய பாஜக அரசின் மனிதவள மேம்பாட்டுத்துறை அமைச்சர் ஸ்மிருதிராணி, அந்தக் கல்விக் கொள்கையை நடைமுறைப்படுத்த கூடுதலான முயற்சிகள் மேற்கொண்டார். இந்துத்துவா தீவிரவாதி தீனநாத் பத்ரா தலைமையிலான சிக்ஷா பச்சோ, அந்தோலன் உள்ளிட்ட ஆர்எஸ்எஸ் அமைப்புகள், அக் கல்விக் கொள்கையின் மீதான அழுத்தத்தை அரசுக்குக் கொடுத்து வந்தன. முனித் கனித்காரைச் செயலாளராகக் கொண்ட பாரதீய சிக்ஷான் மண்டல் அமைப்பு, பள்ளி-கல்லூரிகளில் 'சரஸ்வதி துதி' எனும் காலை வழிபாட்டுக் கூட்டம் உள்ளிட்ட பரிந்துரைகளைக்

கொடுத்தது. நாடு முழுவதுமே கடுமையான எதிர்ப்புகள் கிளம்பியதால், அது தற்காலிகமாக 2018இல் நிறுத்தி வைக்கப்பட்டது.

ஆனால், 2019 மேயில் மீண்டும் பா.ஜ.க. ஆட்சிக்கு வந்தபோது, 2018 டிசம்பரில் சமர்ப்பிக்கப்பட்டுக் கிடப்பிலே கிடந்த அந்த அறிக்கையைத் தூசு தட்டி, இஸ்ரோ விஞ்ஞானி திரு கஸ்துரிரங்கன் தலைமையிலான குழுவின் மூலம், தேசியக் கல்விக் கொள்கைக்கான புதிய வரைவு அறிக்கையாக மீண்டும் புழக்கத்தில் விட்டது. அது, மனிதவள மேம்பாட்டுத் துறை அமைச்சர் ரமேஷ் பொக்கிரியாலால் 2019 ஜூனில் வெளியிடப்பட்டது. சில திருத்தங்களை மேற்கொண்டு, 2020இல் புதிய தேசியக் கல்விக் கொள்கை நடைமுறைக்கு வருமென்று அறிவுறுத்தப் பட்டிருந்தது. ஆயின் கொரோனா தீநுண்மியின் காரணத்தால் 2020-21/ 2021-22இல் நடைமுறைப்படுத்தாமலிருந்த இத் தேசியக் கல்விக் கொள்கையை, இப்பொழுது (2022-23) நடைமுறைப்படுத்தும் முயற்சியில் ஒன்றிய அரசு இறங்கியிருக்கிறது.

...பல்தேசிய இனங்களின் மொழி, இனம், கலாச்சாரம் அனைத்தையும் ஒழித்துக் கட்டிவிட்டு, கல்வியை, சனாதனமான இந்தியப் பண்பாடு என்ற பெயரில் சமஸ்கிருதப் பண்பாட்டைப் புகுத்தி, இந்து, இந்தி, இந்தியா என்ற தனது நீண்ட காலக் கனவான இந்து ராஷ்ட்ரத்தை அமைப்பதற்கான ஒரு கருவியாகக் கல்வியைப் பயன்படுத்துகிறது ஆர்எஸ்எஸ்-பிஜேபி என்கிற அபாயகரமான குற்றச்சாட்டு அதன் மேல் எழுந்திருக்கிறது! இன்னொரு பக்கம், பல லட்சம் கோடி வணிகம் புரளும் இந்தியக் கல்விச் சந்தையைக் கார்ப்பரேட் முதலாளிகள் சூறையாடத் திறந்து விடுகிறது என்பதாய் இருக்கிறது. மக்கள் நலனுக்கான கல்வி, மகேசர்கள் நலனுக்கான கல்வியாக, இன்றைய பொருளாதார-அரசியல்-சமூகச் சூழலில் பெற்றிருக்கிற இடத்தைத் தான், மேற்கண்ட விமரிசனங்கள் சுட்டிக் காட்டுகின்றன. ஆக, பெரும்பான்மை மக்களின் கல்வி உரிமையை மறுக்கின்ற, இந்தப் புதிய தேசியக் கல்விக் கொள்கையை, அது எந்த வடிவில் வந்தாலும் நிராகரிக்க வேண்டிய நிலையிலிருக்கிறது-அடுத்த தலைமுறைக்கு, ஆக்கபூர்வமாய் அறிவைக் கையளிக்க வேண்டிய நிலையிலிருக்கிற ஆசிரியர் சமூகமும், அடுத்த தலைமுறையாய்த் தலைநிமிர்ந்து அண்ணாந்து நிற்கயிருக்கிற மாணவர் சமுதாயமும், அவர்களின் நேர்மறைச் சமூக வளர்ச்சியில் பெருமிதம் கொள்கிற பெற்றோரும், சமூக வளர்ச்சியில் அக்கறைகொண்ட உழைக்கும் மக்களும்!

இந்தியக் கல்வி வரலாற்றில், இந்துத்துவத்தை உயர்த்திப் பிடிக்கும் பார்ப்பனீயத்தின் பங்கினை, 100 ஆண்டுகளுக்கு முன்பே, தென்னிந்திய

நல உரிமைச் சங்கம், நீதிக் கட்சி, திராவிடர் இயக்கம் போன்றன அடையாளங்காட்டியதன், இன்றைய, இன்னொரு பார்ப்பனீயக் கருத்தியல் தொடுப்பின் செயல்முறையாகத்தான்-கார்ப்பரேட் மூலதனத்தின் காலனிய நடைமுறையாகத்தான்-இன்றைய நீட் தேர்வையும், அதை நியாயப்படுத்தி, இந்துப் பண்பாடு என்கிற பெயரில் மதவாதத்தை அடிப்படைக் கல்விச் சிந்தனையாக மாற்ற முனையும் ஒன்றிய அரசின் தேசியக் கல்விக் கொள்கையையும் பார்க்க முடிகிறது. இத்தகைய, பன்னாட்டு நிதி நிறுவனக் காலனிய-பாசிச இந்துத்துவக் கருத்தியலின் உருட்டித் திரட்டிய ஒரு புதுக் கொழுக்கட்டை வடிவத்தை, உலகமயக் கொள்கைகளுக்கேற்ப உள்வாங்கிக் கொண்டிருக்கிறதான ஒரு புதிய கல்வி முறையாய் மறுகட்டமைப்பு செய்வதற்கான காரணத்தை, இந்தச் சமூக, பொருளாதார, அரசியல் நோக்கங்களைக் கொண்டு புரிந்து கொள்ளாமல், 2022-23இல் நடைமுறைக்கு வர இருக்கும், மோடி அரசின், 2019இன் புதிய தேசியக் கல்விக் கொள்கையை,நம்மால் வெறுமனே புரிந்துகொள்ள முடியாது. முழுமையான ஆளுமை மிக்கவர்களாக மாணவர்களை உருவாக்குவது என்கிற பெயரில்-தொழில் நுணுக்க மோஸ்தரில்-சனாதனம், மரபு என்கிற பெயரில், அறிவியலுக்குப் புறம்பாக, கல்வியை நம் தலையில் இறுக்கமாகப் புகுத்த-அதைச் சட்டமாக்குவதற்காகவே-எவ்விதமான விவாதத்திற்கும் இடமளிக்காமல்-திடீரென்று, 2016 நவம்பர் 8 அன்று மக்கள்மேல் பாய்ந்த பாஜக ஒன்றிய அரசின் பண மதிப்பிழப்பு நடவடிக்கையைப்போல்-2019 ஜூனில் புதிய தேசியக் கல்விக் கொள்கையை நம் தலையில் இறக்கியிருக்கிறது ஒன்றிய பாஜக அரசு!

முந்தையக் காங்கிரஸ் அரசு, அவசரநிலைக் காலத்தில், 18-12-1976 அன்று, 42ஆவது சட்ட திருத்தம் மூலம், மாநிலப் பட்டியலிலிருந்த கல்வியை, அடாவடியாய் இடம் நகர்த்திப் பொதுப் பட்டியலுக்குக் கொண்டு சென்ற பெரும் பழியைச் செய்திருக்கிறது. இது, தனக்குமே வசப்பட்டிருக்க வேண்டியதுதான் என்று உணர்ந்ததால், ஏற்கெனவே காங்கிரஸ் அரசினால் கொண்டு வரப்பட்டதுதான் இது என்னும் பழியைக் காங்கிரஸ்மீது சுமத்தியபடி, புதுக் கணக்காய், இந்துத்துவத்தை அதில் விதைத்துத் தன் கணக்கைத் தீர்க்கப் பார்த்திருக்கிறது இன்றைய ஒன்றிய பாஜக அரசு! பொதுப்பட்டியல் என்கையில், மாநிலத்தின் இசைவும் தேவைப்படுகிற இடத்திலேயே இன்னமும் கல்வி இருந்தபோதிலும், மாநிலங்கள், அதற்குரிய மரியாதையுடன் நடத்தப்படுவதாகவும்-மாநிலத்தின் இசைவு கேட்கப்படுவதாகவும் தெரியவில்லை. 2030க்குள், ஒவ்வொரு மாநிலத்திலும் 50% மக்களை எழுதப்

படிக்கத் தெரிந்தவர்களாய் ஆக்குகிற இலட்சியத்தை கொண்டிருக்கிறதாம் இந்தப் புதிய தேசியக் கல்விக் கொள்கை! எழுதப் படிக்கத் தெரிந்தவர்கள் என்ணிக்கையில், மற்ற மாநிலங்களைவிட, தமிழ்நாடு இப்பொழுதே, 50% கடந்து விட்டது என்று, ஊரும் உலகமும் கணக்குக் காட்டினால், ஒன்றிய அரசு, அதுபற்றி வாய் திறந்து எதுவுமே பேசக் காணோம்-பாஜக ஆளும் வட மாநிலங்களில், கர்நாடகாவில் நிகழ்ந்த இராம நவமி, அனுமார் ஜெயந்திக் கலவரங்களைப் பற்றியும், இஸ்லாமியர்களின் வீடுகள் கான்பூரில் புல்டோசர்களால் தகர்க்கப்பட்டது பற்றியுமே-எங்கும் வாயையே திறக்காத அதே கள்ள மௌனமே இங்கும் இதுவரையும் ஒன்றிய அரசிடம்! அதிகாரத்தின் வழியே, தமிழ்நாடு அரசின் சமச்சீர்க் கல்வியைச் சனாதனக் கல்வியாக மாற்றப் பார்க்கிறது ஒன்றிய அரசு!

மாநில உரிமையைப் பாதுகாக்க, மாநிலங்கள், மெல்ல மெல்லப் போர்க் கொடி தூக்க ஆரம்பித்திருக்கின்றன. அதில், முன்வரிசையில், ஒதுக்கப் பட்டோருக்கான கல்வி உரிமையை, பெண் உரிமையை, சமூகநீதியை முன்மொழிகின்ற, திராவிட முன்மாதிரியைப் பெருமையுடன் முன்னிறுத்தும் தள மேடையாய்த் தமிழ்நாடு நின்றுகொண்டிருப்பது, நமக்குக் கிடைத் திருக்கிற ஒரு வரம்! திராவிட இயக்கத்தின் இன்றைய மூத்த வம்சாவளித் தலைவர்-விடுதலை ஆசிரியர்-மானமிகு கி.வீரமணி அவர்கள், பார்ப் பனியத்தின் பக்கமேளமான ‘நீட்’டை எதிர்த்தும்/தேசியக் கல்விக் கொள்கையை எதிர்த்தும்/மாநில உரிமை மீட்பிற்கான, பரப்புரை களுக்காக, நீண்ட பயணத்தைத் தமிழகம் முழுக்க 21 நாட்கள் (2022 ஏப்ரல் 4 முதல் 25 வரையும்) மேற்கொண்டிருந்ததும், திராவிட இயக்கத்தின் நான்காம் கொடிவழி-தமிழ்நாட்டு முதல்வர்-மாண்பமை மு.க.ஸ்டாலின் அவர்கள் தலைமையில் சட்டமன்றத்தில், நீட்/தேசிய கல்விக் கொள்கைக்கு எதிரான/மாநில உரிமை மீட்பிற்கான-மசோதாக்களை நிறைவேற்றி இருப்பதும், அவற்றை நடைமுறைப் படுத்த ஒன்றிய அரசிடம் தினம் தினம் போராடிக் கொண்டிருப்பதும், நம்பிக்கை அளிப்பவையாய் இருந்தபோதிலும், பொறுப்புகளைத் தள்ளி வைத்து எவரும் சும்மா இருக்க முடியாது. ஆசிரியர்-மாணவர்-பெற்றோர் இயக்கங்களுக்கு, நம் குழந்தைகளின் எதிர்காலம் பற்றிக் கவலைப்படும் அனைவருக்குமே, இன்னுமே கூடுதல் பொறுப்பு இருப்பதாகத்தான் உணர முடிகிறது.

சமூகத்தைப் பற்றியோ, சமூக நடவடிக்கைகள் பற்றியோ எதுவும் அறியாமல், உலகின் இயங்குப் போக்கு பற்றி, அதன் அரசியல் நகர்வு பற்றிச் சுயமாய்க் கருத்துச் சொல்ல முடியாமல், அறிவியல் பார்வையற்று, மாணவர்களைச் சவலைகளாய் ஆக்குவதற்காகவே, தேர்வு, தேர்வு,

தேர்வு என்று, எந்தப் பக்கம் திரும்பினாலும் செமஸ்டர், ட்ரிமெஸ்டர், மாதிரித் தேர்வுகள் என்று தேர்வை மட்டுமே முன்னிறுத்தி, சுய சிந்தனையை வளர்க்கிற-உரிமையைக் கேட்கிற-கேள்விகளை எழுப்புகிற குரல்வளைகளை முடக்கி, பாடத்தை மட்டும் அப்படியே வாந்தி எடுக்க வைத்து (அப்படி இல்லை என்பதாய், சுயசிந்தனையைத் தூண்டக் கூடியதாய், அறிவியல் நோக்கு கொண்டிருப்பதாய் புதிய கல்விக் கொள்கையின் வரைவு அறிக்கையில் வரிக்கு வரி சொல்லப்படுகிறது!), பிராய்லர் கோழிகளாய் அவர்களை ஆக்குகிற இந்தக் கல்விக் கொள்கை, கார்ப்பரேட்டுகளின் பசிக்குத் தீவனமாக மட்டுமே பயன்படக்கூடியதாகும். புதிய கல்விக் கொள்கை ஏன் கொண்டுவரப்படுகிறது; அதன் சமூகத் தேவைகள் என்னென்ன என்பதற்கு, அறிவியல் பூர்வமாய்த் திரட்டப்பட்ட களத் தரவுகளை முறையாக ஆய்வு செய்து, ஆக்கபூர்வ சமூக விளைவை உருவாக்கும் அக்கறையுடன், இக்கல்விக் கொள்கையானது கொண்டு வரப்படுவதாய் எந்த வலுவான குறிப்பும், எந்த இடத்திலும் சுட்டப் படவில்லை.

புதிய கல்விக் கொள்கை-2019 இன் முன்னுரையைப் படிக்கையில், 21ஆம் நூற்றாண்டிற்கான முழு ஆளுமை கொண்ட மனிதனை வடிவமைக்கக்கூடியது என்கிற போர்வையில், வார்த்தைகளைக் கோர்த்து, வயிற்றுப் பசிக்குதவாத அழகிய பொம்மை வடையொன்று சுடப் பார்த்திருப்பது தெரிகிறது. மத்திய இடைநிலைக் கல்வி வாரியம், இப்பொழுது, புதிய 2022-23 கல்வியாண்டுக்கான சி.பி.எஸ்.சி. பாடத் திட்டத்தில், 10,11,12 ஆம் வகுப்புகளிற்கான பாடத் திட்டங்களில் இடம் பெற்றிருந்த இஸ்லாமிய பேரரசுகள் குறித்த பாடங்கள், அணி சேரா இயக்கம், முகாலய நீதி மன்றங்களின் வரலாறு, தொழிற்புரட்சி, விவசாயத்தில் உலகமயத்தின் தாக்கம் ஆகிய பாடங்களைத் திடீரென்று நீக்கியுள்ளது. ஔரங்காபாத் பெயரை மாற்றியது போல்! இதற்கு, அவர்கள் சொல்லும் காரணம், 'பத்து ஆண்டுகளுக்கு மேலாக உள்ள பாடத் திட்டங்களை நீக்குவது, ஏற்கெனவே நடைமுறையிலுள்ள ஒன்றுதான்' என்பதாய்-இதன் பின்னிருக்கும் இந்துத்துவ சனாதன அரசியலைச் சொல்லாமல் சப்பைக்கட்டுக் கட்டுகிறார்கள். இதற்கு, இவர்கள் கூறும், பள்ளிகளில் மாணவர் சேர்க்கைக் குறைவு என்கிற மொண்ணைக் காரணம் சரியானதாகத் தெரியவில்லை. இந்தவகைப் பாடங்களை நீக்குவதால் மாணவர் சேர்க்கையானது கூடும் என்பதற்கு என்ன ஆதாரம் அல்லது அறிவியல் காரணம் இருக்க முடியும்? தரவுகளின் அடிப்படையில் இப் பிரச்சனையை அணுகிய சமுகப் பொருளாதாரக் காரணங்கள் எங்கும் விவாதிக்கப்படவில்லை. ஏற்கெனவே, பழைய பழைய கல்விக் கொள்கைகளின் காலங்களிலிருந்தே, ஆட்சியாளரின்

அரசியல் நிரலை நிறைவேற்ற, மக்களில் பெரும்பாலோர்க்கு, இரண்டு காதுகளும் குத்தப்பட்டுத்தான் இருக்கின்றன! அதைப்போன்ற இன்னொரு காது குத்தலாய் இதுவும் இருக்கும்.

2022 மே மாதத்தில், 10,11,12 வகுப்புகளில் தமிழ்நாட்டில் 6.49 லட்சம் மாணவர்கள் பொதுத்தேர்வில் பங்கேற்கவில்லை என்பது அதிர்ச்சி தரக்கூடிய இன்னொரு செய்தியாக உள்ளது. அவர்களைக் கண்டுபிடித்து அவர்களுக்கு இடைநிலைத் தேர்வு நடத்த தமிழ்நாடு அரசு முயன்று வருவது பாராட்டப்பட வேண்டியது. இடைநிற்றலுக்கான அடிப்படைக் காரணமாய் அமைந்திருப்பது, கொரோனாவின் காரணமாய் இரண்டு ஆண்டுகளாய் முறையாக நேரிடைக் கல்வியும், தேர்வும் நடத்தாமல், மாணவர்களுக்கு உளவியல் கலந்தாய்வும் சிறப்பாக நடத்தாமல், திடீர்த் தேர்வுகளை அறிவித்ததும், குடும்பத்தின் பொருளாதாரச் சரிவு காரணமாகப் பல மாணவர்கள் கிடைத்த வேலைகளில் தங்களை ஈடுபடுத்திக் கொண்டதும், மாணவியர் பலர் திடீர்த் திருமணங்கள் முடித்துக் கொண்டதும்தான் காரணம்! இதை முறையாக அணுகாமல், புதிய கல்விக் கொள்கையைத் திணிப்பதிலேயே அரசும் அதிகாரிகளும் ஈடுபட்டால், அது மக்கள் நலன் - மாணவர் நலன் காக்கும் அரசாக எப்படி இருக்க முடியும்?

மாணவர் சேர்க்கைக் குறைவு என்பதற்கு, வேலை வாய்ப்பிற்கு வாய்ப்பின்றி, ஊருக்கு நான்காகத் திறந்து வைத்துப் பணம் பண்ணிய தனியார் பொறியியல் கல்லூரிகளில் வேண்டுமானால் அச் சிரமம் இருக்கலாம். அதை ஈர்ப்புடையதாக்க, சமஸ்கிருதமும், வேத சாஸ்திரமும் அந்தப் பொறியியல் கல்விக்கு எந்தவகையில், எந்தெந்தப்படி உதவும் என்பதற்கு, சமூக மேம்பாட்டுக்குரித்தான-மனதிற்கிசைவான-அறிவிற் கிசைவான எந்த விளக்கமும், புதிய தேசியக் கல்விக் கொள்கை அறிக்கையில் காணப்படுவதாய்த் தெரியவில்லை. சமஸ்கிருதத்திற்கும், இந்திக்கும், இந்தியப் பண்பாடு என்கிற இந்துத்துவப் பண்பாட்டிற்கும், மனித அறிவிற்கும் என்ன சம்பந்தம் என்பது அறிவியல் பூர்வமாய் எங்கும் நிறுவப்படவில்லை. ஆயின், உண்மையில், சிந்துச் சமவெளி நாகரிகம்போல், வைகை, பொருநை நதி நாகரிகங்களும், திராவிடத்தின் பெருமையை-தமிழின், தமிழரின் தொன்மையை-உலகிற்குப் பறை சாற்றிக் கொண்டுதானிருக்கின்றன. புராண, இதிகாசக் கதைகளின்வழி மட்டுமே பேசப்படும் சமஸ்கிருதத்திற்கு, ஏன் அதிக முன்னுரிமை கொடுக்கப்படுகிறது என்பதற்கு, அது, மக்கள் வழிபடுகின்ற கோயிலின் சடங்குகளில் வாழும் பார்ப்பனர்களின் மொழி என்பதை மீறி, வேறு சொல்வதற்கு என்ன இருக்கிறது?

நடைமுறை வாழ்வியல் கல்விக்குப் பயன்படும் வெளிப்படைத் தெளிவு-அறிவியல் பூர்வ சிந்தனை-அதற்கென்று நிறுவப்பட்ட குழுவிடமோ, குழுவை வழி நடத்தும் அரசிடமோ இருந்திருப்பதாய்த் தெரியவில்லை. அவர்களை வழிநடத்துகின்ற இந்துத்துவ அரசியல், அதற்கான உள்ளமுங்கிய காரணமாய் இருந்திருக்கலாம். எல்லாமே, அரங்கின்றி வட்டாடிய கதையாய், வார்த்தைகளில் வளரி வீசி, எடுத்தேன் கவிழ்த்தேன் ரகமாய்த்தான் இருக்கின்றன. இதில், தங்களின் இந்துத்துவ அரசியலை-தனியார் மயத்தை எப்படிப் பக்குவமாய் ஊக்குவிப்பது என்கிற மறைமுகத் தீர்மானம் மட்டுமே, வெளிப் படையாகப் பல்லிளித்துக் கொண்டு நிற்கிறது. முதலில் அரசின் திட்டங்களின் வெளிப்படைத் தன்மைமீது மக்களுக்கு நம்பிக்கை உருவாக வேண்டும். அரசின் செயல்பாடுகள்-நகர்வுகள் அனைத்தையும் இந்துத்துவ சந்தேக நிழலிலேயே பார்க்க வேண்டியதிருப்பதால், புதிய தேசியக் கல்விக் கொள்கை 2019 (கோவிட் 2019 ஐப்போல்) நிராகரிக்கப்பட வேண்டியதே என்பதாய்ப் பல்வேறு சமூக, அரசியல் அக்கறை கொண்ட மக்கள் அமைப்புகளின், கார்ப்பரேட்-காவி பாசிசத்திற்கெதிரான விமர்சனக் குரல்கள், கவனத்தில் கொள்ளப்பட வேண்டியவை. அந்தக் குரல்கள், அவ்வளவு எளிதில், ஒதுக்கித் தள்ளி விடப்பட முடியாதவை!

2022-23 ஆம் கல்வி ஆண்டிலிருந்து, எல்லா நிலைகளிலும் இந்தப் புதிய கல்விக் கொள்கை நடைமுறைக்கு வருமென்று, பரபரப்பாக இப்பொழுது பேசப்பட்டுக் கொண்டிருக்கிறது. தேசிய கல்விக் கொள்கை, பள்ளிகளில் டிஜிட்டல் கல்வி, திறன் மேம்பாடு உள்ளிட்ட அம்சங்கள் குறித்து விவாதிக்க, 2022, ஜுன் 1-2 தேதிகளில் நாடு முழுவதிலுமுள்ள பல்வேறு மாநிலங்களின் கல்வி அமைச்சர்கள், அதிகாரிகளின் 2 நாள் தேசிய மாநாடு குஜராத்தின் காந்தி நகரில் ஒன்றிய கல்வித்துறை அமைச்சர் தர்மேந்திர பிரதான் தலைமையில் நடந்திருக்கிறது. இதில் தமிழ்நாட்டு உயர்கல்வி மற்றும் பள்ளிக் கல்வி அமைச்சர்கள் கலந்து கொள்ளாமல் புறக்கணித்துள்ளனர். ‘புதிய தேசியக் கல்விக் கொள்கை அமலாக்கம் தொடர்பான பணிகளை முன்னெடுப்பதே இந்தத் தேசிய மாநாட்டின் நோக்கம். தேசியக் கல்விக் கொள்கை எதிர்ப்பில் தமிழக அரசு உறுதியாக இருப்பதால், தனது நிலைப்பாட்டை உணர்த்தும் விதமாக, மாநாட்டில் பங்கேற்காமல் அமைச்சர்கள் புறக்கணித்துள்ளனர்’ என்கின்றனர் தமிழ்நாடு அரசு உயர் கல்வித்துறை அதிகாரிகள் (இந்து தமிழ்-திசை 02-06-2022).

ஒன்றிய அரசின் புதிய தேசியக் கல்விக் கொள்கை முடிவை எதிர்த்து, குஜராத்தின் காந்தி நகருக்கே சென்று, தமிழகத்தின் குரலை ஏன் வலிமையாகப் பதிவு செய்யவில்லை என்பதற்கான காரணம் தெரிய வில்லை. ஆயின் 16-06-2022 அன்று பொதுப் பள்ளிக்கான மாநில மேடையானது ஏற்பாடு செய்திருந்த 'அரசின் கொள்கை: மக்களிடம், மக்களுக்காக, மக்களால்' என்ற கருத்தரங்கில், மேனாள் உச்ச நீதிமன்ற நீதிபதி வி.கோபால கௌடா 'புதிய தேசியக் கல்விக் கொள்கை இந்திய அரசியலமைப்பிற்கு எதிரானது; அடிப்படை உரிமைகள் மற்றும் சமத்துவத்திற்கு எதிரான இக் கொள்கையை எதிர்க்கும் மாநிலங்களுக்குத் தமிழ்நாடு முன்னோடியாக விளங்குகிறது. தமிழ் நாட்டை மற்ற மாநிலங்கள் பின்பற்ற வேண்டும்' என்று கூறியிருப் பதற்கு, தமிழ்நாடு அரசு எடுத்திருக்கிற முன்முயற்சிகளே காரணம் என்பதை உணர முடிகிறது. 2021 ஆகஸ்ட் 13ஆம் தேதி தமிழ்நாடு சட்டமன்றத்தில், மாநிலக் கல்விக் கொள்கையை உருவாக்க, கல்வியாளர்கள் மற்றும் வல்லுநர்கள் அடங்கிய உயர்மட்டக் குழுவை அரசு அமைக்கும் என்று அறிவித்திருந்ததைத் தொடர்ந்து, தமிழக அரசும், தன் பங்கிற்கு மாநில கல்விக் கொள்கை பற்றித் தனித்து முடிவெடுக்க, ஒரு குழுவினை நியமித்திருக்கிறது. 2022 ஏப்ரல் மாதம், அதன் உயர்மட்டக் குழுவின் தலைவர் மற்றும் உறுப்பினர்கள் பெயர்களைத் தமிழக முதல்வர் அறிவித்திருந்தார். அதன்படி, 2022 ஜூன் 2ஆம் தேதி தமிழகப் பள்ளிக் கல்வித் துறைச் செயலாளர் காகர்லா உஷா அதற்கான அரசாணை வெளியிட்டுள்ளார். அதன்படி, 'தற்போதுள்ள தொழில்நுட்பம் மற்றும் நவீன வளர்ச்சியை அடிப்படையாகக் கொண்டு, புதிய தேசியக் கல்விக் கொள்கையில் காணப்படும் குறைபாடுகளை நீக்கி, தமிழகத்தின் எதிர்காலம் மற்றும் இளைஞர்களின் கல்வியைக் கருத்தில் கொண்டு, மாநிலக் கல்விக் கொள்கையைத் தயார் செய்ய, உயர்மட்டக் குழுவின் தலைவராக டெல்லி உயர்நீதி மன்றத்தின் மேனாள் நீதிபதி முருகேசன் அவர்களும், உறுப்பினர்களாக, சவீதா பல்கலைக் கழகத்தின் மேனாள் துணைவேந்தர் எல். ஜவஹர் நேசன், சென்னை தரமணியிலுள்ள கணித அறிவியல் நிறுவனத்தின் மேனாள் கணிதப் பேராசிரியர் இராமானுஜன், மாநில திட்டக் குழு உறுப்பினர்கள் பேராசிரியர் சுல்தான் இஸ்மாயில், பேராசிரியர் இராம. சீநிவாசன், யுனிசெஃப் நிறுவனத்தின் முன்னாள் கல்வியாளர் அருணா ரத்னம், எழுத்தாளர் எஸ். இராமகிருஷ்ணன், செஸ் வீரர் விஸ்வநாத் ஆனந்த், பாடகர் டி.எம்.கிருஷ்ணா, கல்வியாளர் துளசிதாஸ், கல்வியாளர் மாடசாமி, நாகப்பட்டினம் மாவட்டம் கீச்சங்குப்பம் ஊராட்சி ஒன்றியப் பள்ளித் தலைமை ஆசிரியர் பாலு, அகரம் அறக்கட்டளையின் ஜெயஸ்ரீ

தாமோதரன் ஆகியோர் நியமிக்கப்பட்டுள்ளனர். இது தவிர, மெட்ரி குலேஷன் பள்ளிகள் இயக்குநர், உறுப்பினர் செயலராக இருந்து இந்த உயர்மட்டக் குழுவின் கூட்டங்களை நடத்துவார்' என்று அறிவிக்கப் பட்டுள்ளது.

ஒன்றிய அரசின் ஒற்றை இந்தியா எனும் இந்துத்துவத்திற்கு எதிராக, அறிவியல்பூர்வமாக, சமச்சீரானதாக, எதிர்கால இளைஞர் சக்தியின் ஆக்கபூர்வ வளர்ச்சியை அடிப்படையாய்க் கொண்டு இக் கல்விக் கொள்கை விளங்கும் என்று நம்பலாம். எந்த அளவிற்கு எது சாத்தியம் என்பது இப்பொழுது தெரியவில்லை. ஆயின், தாமதப்பட்ட நீதியாகவே இருப்பினும், பேரறிவாளனின் 31 ஆண்டுக் கால விடுதலைத் தவத்திற்கு, 18-05-2022இல், ஒரு விடிவு சொல்லியிருக்கிற உச்சநீதிமன்றம், அத்தொடு, மாநில அரசின் அதிகார உரிமையையும் வாய்விட்டுப் பாராட்டியிருப்பது, தீர்ப்பின்மீது நம்பிக்கையொன்று துளிர்த்திருப்பதைக் காட்டுகிறது. அதுபோலவே, 19-05-2022இல் 'ஜிஎஸ்டி கவுன்சில் மாநிலங்களுக்கு பரிசீலனைக்குத்தான் முடிவை அனுப்பலாமே தவிர, மாநிலங்கள் அதை ஏற்றுக்கொள்ளவில்லை என்றால் அதைக் கட்டாயப் படுத்த முடியாது என்கிற உச்சநீதிமன்றத்தின் தீர்ப்பும், மாநில உரிமையையும், மாநில அதிகாரத்தையும் ஏற்றிப் பிடிப்பதாக அமைந் திருக்கின்றன. இவை நம்பிக்கை அளிக்கக்கூடிய தீர்ப்புகள்! கல்வி மாநிலப் பட்டியலுக்குக் கொண்டுவரப்படவேண்டும் என்பதிலும் சாதகமான தீர்ப்பு வர வேண்டும். மாநில அரசின் இசைவில்லாமல், அதன் இசைவிற்குரியதாய் இருக்க வேண்டியதான பொதுப் பட்டியலில் இருக்கும் கல்வியில், என்ன நியாயமான முடிவு வரும் என்பதும், நீதியரசர்களின் நியாய பரிபாலனத்தைப் பொருத்தே அமையலாம்.

அச்சத்துடனேயே மக்களை வாழவைத்துக் கொண்டிருப்பது மட்டுமே தான், ஆட்சியாளர்களின் அரியணைக் கலையாயிருக்கிறது. கல்வித் திட்டத்தின் அமைப்பானது, ஒருமைப்பாட்டை நோக்கமாகக் கொண்டு செயல்படும் என்பதாய் அறிக்கை கூறுகிறது. 'மானே, தேனே, பொன் மானே' என்பதாய், போகிறபோக்கில் அங்கங்கு, ஒருமைப்பாடு, அறிவியல் பூர்வம், இந்தியப் பண்பாடு என்கிறதாய் ருசி கூட்டும் மசாலாச் சொற்கள் பொத்தாம் பொதுவாய் அங்கங்கு இப் புதிய தேசியக் கல்விக் கொள்கையில் தூவப்பட்டிருக்கின்றன. ஆயின், நடைமுறைச் செயல்பாடுகள் அதைக் கட்டியம் கூறுவதாயில்லை. ஹிஜாப் (முக்காடு) அணியக்கூடாது என்பதாய்க் கருநாடக பிஜேபி அரசும், அதற்குப் பக்க வாத்தியமாக, 'வாய்தா' நீதிமன்றமும் தீர்ப்பெழுதியதால், 20,000/-க்கு மேற்பட்ட இசுலாமிய மாணவியர், தங்கள் பள்ளி இறுதித்

தேர்வை எழுத முடியாமல் போனதே, அவர்கள் 'ஆற்றாது அழுத கண்ணீர்', ஆட்சியாளர்களின் செல்வத்தை என்று/எவ்வாறு துடைக்கும்? நாடா இது? பிரதமர், குடியரசுத் தலைவர்கூட, மனிதாபிமான அடிப்படையில், சமூக அறம் பேச முன்வரவில்லையே! ஆட்சியின்மீதான நம்பிக்கை மக்களுக்கு எங்கிருந்து கிடைக்கும்? ஒன்றிய அரசின் அதிரிபுதியான செயல்பாடுகளைக் காண்கையில், மக்களின் எதிர்காலம் அம்மாவாசையாய் இருண்டு கிடக்கையில், அரசின்மீது நம்பிக்கைப் பிறை எப்பொழுது தோன்றும்?

பெட்ரோல், டீசல், சமையல் எரிவாயு-இதன் காரணமாய் அத்தியாவசியப் பொருட்கள் என்று அனைத்தும் விலை உயர்ந்து வானத்தைத் தொட்டுக்கொண்டிருப்பதாலும், பணவீக்கமானது பாதாளத்தை நோக்கிச் சென்று கொண்டிருப்பதாலும், அனைத்து வரி உயர்வும் நுகர்வோர்-பயனாளர் தலையில் மட்டுமே விடியவேண்டி இருப்பதாலும், நடுத்தர வர்க்கம் எளியோராவதும், எளியோர் ஓடப்பராவதும், ஓடப்பர் உருத்தெரியாமல் அழிவதும் நடக்கக்கூடிய எதார்த்தமாயிருக்கிறது. படுவான் கரையிருந்தால் எழுவான் கரையும் இருக்கும்தானே என்கிற நம்பிக்கையில்தான் நாட்களைக் கடத்த வேண்டியதிருக்கிறது. எளிய மக்கள் நலனை மையமிட்டு ஆட்சியை நகர்த்தும் 'சுருதி நாயகன்', 'என்றைக்கு வரும் வரும்' என்கிற இயல்பான நம்பிக்கையில், எல்லா அவலமும் ஒருநாள் முடிவுக்கு வரும் என்பதாய் மனம் வெதும்பி நகர்வதல்லாமல், இப்பொழுது என்னத்தை நம்மால் செய்துவிட முடியும்? என்கிற வினாவிற்கான ஒற்றைப் பதிலாய், ஒன்றிய அரசின் வறட்டுக் கௌரவத்தை உடைத்து நொறுக்கிய, டில்லியில் ஓராண்டுக் காலம் நடந்த விவசாயிகளின் தன்னெழுச்சிப் போராட்டமும், தமிழகத்தில் நிகழ்ந்த ஜல்லிக்கட்டுப் போராட்டக் கைகோர்ப்பும், 1965இல் இந்தி ஆதிக்கத்தை எதிர்த்துத் தமிழகத்தில் எழுந்த மாணவர் எழுச்சியும், இப்பொழுது வட மாநிலங்களிலேயே தன்னெழுச்சியாய் எழுந்திருக்கிற 'அக்னிபாத்' எதிர்ப்பும் ஒருவேளை நமக்கும் வழி சொல்லலாம்.

சரி! சனாதனம் என்றால் என்ன? 'மாறாத'/ 'நிலைத்த'/ 'உண்மையான' என்பது அதன் பொருள்! 'சனாதன தர்மம்' என்றால், இந்த 'மாறாத' குணத்தை நிர்வகிக்கிற சட்டம் அல்லது விதிமுறைகள் என்று பொருள்! இதை 'உயிரின் தர்மம்' (விதிமுறைகள்) என்பதாக இந்து மதவாதிகள் அழைக்கின்றனர். இது, பல ஆண்டுகளுக்கு முன் வேதங்கள் என்ற பெயரால் மக்களுக்கு வழங்கப்பட்ட புனித நூல்களை அடிப்படையாகக் கொண்டது. இன்னமும் பிறந்திராதவர்கள், பிறந்துவிட்டவர்கள்,

பெரியவர்கள், இறந்துவிட்டவர்கள், வாழ்வின் வெவ்வேறு கட்டங்கள் மற்றும் வாழ்வின் அனைத்துப் பரிமாணங்கள் அனைத்தையும் எவ்வாறு கையாள்வது என்பதுபற்றி அவை பேசுகின்றனவாம். பொதுவாக, மக்கள் வழக்கில், இந்துக்களால், மற்றவர்களால் இந்து மதத்தைக் குறிக்கப் பயன்படுத்தப்படுகின்ற ஒரு கலைச்சொல் - சனாதனம்! எளிய உதாரணம் சொல்வதென்றால், இந்துக்களின் வேதநூல் என்பதாக அவர்களால் கருதப்படும் 'பகவத் கீதை'யில், 'சதுர்வர்ணம்' (நான்கு வர்ணப் படிநிலை) கிருஷ்ணரால் சொல்லப்படுகிறது. இது மனு தர்மத்தின் மறுவாசிப்பு மட்டுமே ஆகும்! இதைத்தான் தமிழ்நாட்டு ஆளுநர் ஆர்.என். இரவி, 'ரிஷிகளும், முனிவர்களும் வேதங்கள் மூலமாக வாழ்ந்து கொண்டிருக்கிறார்கள்; சனாதன தர்மத்தை நிலைநாட்டு கின்றனர்... அந்தக் கல்வியைத்தான் தேசியக் கல்விக் கொள்கை தரப் பார்க்கிறது' (13-06-2022 நாளிட்ட தினகரன்) என்கிறார்.

இன்னமும் ஜாதியை, வர்ண தர்மத்தை மீண்டும் புத்திக்குள் புகுத்துகிற காரியத்தை அவரின் இந்தக் கருத்து உறுதி செய்கிறது. இது, 'இறையாண்மைமிக்க, சோசலிச, மதச்சார்பற்ற, ஜனநாயக, குடியரசு என்பதாக இந்திய அரசியல் சட்டம் சொல்லுகிற முகப்புரைக்கு எதிரானது' என்கிறார் ஆசிரியர் கி.வீரமணி அவர்கள்! இன்னும் கூடுதலாக, இந்திய அரசமைப்புச் சட்டத்தினுடைய 159ஆவது பிரிவின்படி ஆளுநர் எடுத்துக் கொண்டிருக்கிற உறுதிமொழிக்கும் எதிரானது என்கிறார். 'மாறும் என்பது மட்டுமே மாறாதது' என்பது அறிவியல்-அதுவே இயங்கியல்! ஆக, அறிவியலுக்கு எதிரானது இந்தச் 'சனாதனம்' என்பதை மனதில் கொள்ள வேண்டும்!

ஏப்பிரல் 30, 2022இல் மதுரை மருத்துவக் கல்லூரி மற்றும் இன்னும் சில மருத்துவக் கல்லூரிகளில், முதலாமாண்டு மாணவர்களை வரவேற்கும் நிகழ்ச்சி நடந்திருக்கிறது. அப்பொழுது மாணவர்கள் மருத்துவ உடை அணிந்த பின்னர், உறுதிமொழியேற்பு நிகழ்வு நிகழ்ந்திருக்கிறது. வழக்கமாக, காலங்காலமாக மருத்துவ மாணவர்கள் படிக்கும் 'ஹிப்போக்ரடிக்' உறுதிமொழியை வாசிக்காமல், அண்மையில் தேசிய மருத்துவ ஆணையம் அறிவுறுத்தியுள்ள 'மகரிஷி சாரக்- சாபத்' உறுதி மொழியை வாசித்திருக்கின்றனர். இது சர்ச்சையை ஏற்படுத்தி, தமிழ்நாடு அரசு உடனடி எதிர்வினையாய் அதன்மேல் நடவடிக்கையைப் பாய்ச்சியிருக்கிறது என்பது இப்போதைக்கு நமக்கு மகிழ்ச்சி அளிக்கிறது. ஆயின், திடீரென்று சமஸ்கிருத உறுதிமொழி (ஆங்கிலத்தில் மொழி மாற்றம் செய்யப்பட்டு) வாசித்ததன் பின்னணி என்னவென்பது ஆய்விற் குரியதாயிருக்கிறது. அதற்கேற்ப, பாஜக செய்தித் தொடர்பாளர் நாராயணன்

திருப்பதி கூறியிருக்கிற கருத்தான, ‘மேல்நாடுகளில் நடைமுறையில் இருந்துவரும் ஹிப்போகிரடிக் உறுதிமொழிக்கு மாற்றாக, ‘மகரிஷி சாரக்-சாபத்’ உறுதிமொழி இந்தியப் பண்பாட்டையொட்டிப் பரிந்துரைக்கப்பட்டுள்ளது’ என்கிறார்.

எது இந்தியப் பண்பாடு? அப்படியொரு மாறாத ஒற்றைப் பண்பாடு ஒன்று உண்டா? இந்தியப் பண்பாடு என்பது இவர்களால், இந்துப் பண்பாடு, இந்திப் பண்பாடு என்பதாகவே பொருள் திரித்து வாசிக்கப் பட்டிருக்கிறது என்பது மட்டும் உண்மை! மருத்துவம் படிக்கும் மாணவர்கள் கட்டாயம் சமஸ்கிருதம் படித்தே ஆக வேண்டும் என்றிருந்த பார்ப்பனீய சங்கதி, நீதிக் கட்சி ஆட்சியில்தான், 10-05-1921க்குப் பின்தான், சவக்குழிக்கு அனுப்பப்பட்டிருந்தது. இப்பொழுது மீண்டும் இந்தியப் பண்பாடு என்கிற போர்வையில், பின்வாசல் வழியாக மறுவுயிர்ப்பு செய்யப்படுவதாய்த் தெரிகிறது. சரி. ‘மகரிஷி சாரக்-சாபத்’ உறுதிமொழி காலத் தேவையாயிருந்தால்-அறிவியல்பூர்வமான தாயிருந்தால்-அதை, நாமும் ஏற்றுக்கொள்வதில், என்ன தவறு-என்ன நடைமுறைச் சிக்கல்-இருக்க முடியும்? ஏன் எல்லாவற்றையும் சந்தேகக் கண்கொண்டு பார்க்க வேண்டும்? சமஸ்கிருதம், இந்தியாவிற்கான அறிவு மொழி-அழகு மொழி என்று, இவர்கள் வலியுறுத்துவதற்குள் மறைந்திருக்கும் இந்துத்துவத்தின் கருத்தியல் மொழியும் அதுவே என்கிற பொத்தல் பதாகை பளிச்சென நம் மனசிற்குள் வந்து பந்தாட்டம் ஆடுவதால், புதிய தேசியக் கல்விக் கொள்கையிலும் சமஸ்கிருதம் முக்கியத்துவப்படுத்தப்படுவதால், எதுவொன்றையும், சந்தேகக் கண் கொண்டே பார்க்க வேண்டியதிருக்கிறது.

அந்த, ‘சாரக்-சாபத்’ சமஸ்கிருத உறுதிமொழி என்ன சொல்கிறதாம்?- ‘மருத்துவம் பயிலும் மாணவர்கள், அக்கினி மற்றும் பிராமணர்கள் முன்னிலையில்தான் கல்வி கற்க வேண்டுமாம். பிரமச்சரியத்தைக் கடைப்பிடிக்க வேண்டுமாம். முடி வெட்டுதலோ தாடியை மழித்தலோ கூடாதாம். தன் வாழ்நாள் முழுக்கத் தலைமை கூறுவதை ஏற்றுப் பணிபுரிய வேண்டுமாம். பயிற்சி முடித்து மருத்துவரான பின்பு, பசுக்கள் மற்றும் பிராமணர்களின் நலனையே முதலில் கருத்தில் கொள்ள வேண்டுமாம். அரசனுக்கு எதிர்க் கருத்து கொண்டவர்கள், குடும்பத்தால் கைவிடப்பட்ட பெண்கள், தனித்து வாழும் பெண்கள் ஆகியோருக்கு மருத்துவம் பார்க்கக் கூடாதாம்’.

மருத்துவத்தில் அறிவியல் இறெக்கை கட்டிப் பறக்கையில், பிற்போக்குத் தனத்தை நோக்கியே நகரச் சொல்கிறது இந்தியப் பண்பாட்டுக் காவி அரசியல் என்கிற பெயரிலான ‘சாரக்-சாபத்’ உறுதிமொழி! 1930இல்

நடந்த சுயமரியாதை இயக்க மாநாட்டுத் துண்டறிக்கையில், 'தனியாக வாழும் பெண்கள், விதவைகள், விபச்சாரிகள் என்று அழைக்கப் படுவோர் ஆகியோர் சிறப்பாக இம்மாநாட்டில் கலந்துகொள்ள வேண்டுகிறேன்' என்று அன்றைக்கே சமூகத்தால் ஒதுக்கப்பட்டிருந்த பெண்களின் சம உரிமைக்கு முற்போக்கு அழைப்பு விடுத்தவர் பெரியார்! என்னவொரு சமநீதி?

திருமணம் ஒரு பாவச்செயல் என்று 29-04-2022 ஜூனியர் விகடன் இதழில் ஆர் எஸ் எஸ் தலைவர் மோகன் பகவத் கூறியிருக்கிற கருத்துடனும் இதை இணைத்துப் பார்க்கத் தோன்றுகிறது. 'ஸ்வயம் சேவக்குகள் கண்டிப்பாகத் திருமண பந்தத்தில் ஈடுபடக்கூடாது. திருமணம் செய்துகொள்வதால்தான் குழந்தை பிறக்கிறது. கர்மாவின் பலனை அனுபவித்து அல்லலுறுகிறது. இந்துக்கள் திருமணம் செய்வதைத் தவிர்த்தால், கர்மாவிலிருந்து தப்பலாம். ஏற்கெனவே திருமணம் செய்தவர்கள் விவாகரத்து செய்வது நல்லது. என் யோசனையின்படி மோடி அப்படித்தான் செய்தார்' என்கிறார். இதற்கு பாரதப் பிரதமர் மாண்புமிகு மோடிதான் பதில் சொல்ல வேண்டும்!

இன்னொன்று, 02-05-2022 ஜெயா பிளஸ் தொலைக்காட்சியில் ஒன்றிய உள்துறை அமைச்சர் மாண்புமிகு அமித் ஷா சொன்னதாக வெளியான ஒரு செய்தி: 'தமிழ்நாடு இந்தியாவில்தான் இருக்கிறது, பாகிஸ்தானில் அல்ல என்பதைத் தமிழக அரசு நினைவில் கொள்ளவேண்டும். இந்தி மற்றும் சமஸ்கிருத மொழிகளுக்கு எதிரான போக்கை மாற்றிக் கொள்ளாவிட்டால், மத்திய அரசின் நிதி கிடைக்காது' என்பது! இந்தியா என்பது, பல தேசிய இனங்களை உள்ளடக்கிய ஓர் ஒன்றியம் என்பது அவருக்கு ஏனோ இன்னமும் தெரியவில்லை. 'வணக்கம் இந்தியா' தொலைக்காட்சி, பாஜக தேசியத் தலைவர் ஜே.பி.நட்டா அறிக்கை என்பதாக, முக்கியச் செய்தி ஒன்றை 08-05-2022இல் வெளியிட்டிருக்கிறது. அது, 'இந்தியைத் தேசிய மொழியாக ஏற்றுக் கொள்பவர்கள் மட்டுமே இந்தியர்கள் என்று அடுத்த திருத்தம் கொண்டு வருவோம். இந்தியை எதிர்க்கும் தென்னிந்தியர்களை வெளியேற்றுவோம்' என்பதாக இருக்கிறது.

எங்கு வெளியேற்றுவார்கள்? அந்தமான் தீவுக்கா அல்லது நித்தியானந்தாவின் கைலாஷ் தீவுக்கா? 08-05-2022 ஜூனியர் விகடன் வெளியிட்டிருக்கிற பாஜக தேசியத் தலைவர் ஜே. பி. நட்டாவின் கருத்து, இன்னுமே பாஜகவின் புதிய தேசிய கல்விக் கொள்கையின் நிகழ்ச்சி நிரலை வெளிச்சம் போட்டுக் காட்டக்கூடியதாயிருக்கிறது.- 'இருளில் இருந்து மீள வழிகொடுக்கும் மொழி சமஸ்கிருதம். நமது சமுதாயம்

பல்வேறு வகைகளில் முன்னேற்றம் காண வேண்டுமெனில், சமஸ்கிருதத்தை நாம் பாதுகாக்க வேண்டும்' என்பதாய் இருக்கிறது. ஆயின் 13-05-2022 'புதிய தலைமுறை'ச் செய்தி ஊடகத்தில், 'மத்திய அரசு மொழியைத் திணிக்கிறது என்பதில் உண்மையில்லை. அந்தந்த மாநில மொழிகளுக்கே முக்கியத்துவம் தருவதாய், புதிய கல்விக் கொள்கை உருவாக்கப்பட்டுள்ளது என்கிறார் தமிழக ஆளுநர் ஆர்.என்.ரவி என்கிறது அந்த அவசரச் செய்தி! இதுவெல்லாம், நாட்டில் விலைவாசிகள் கடுமையாக உயர்ந்து, மக்களின் வாழ்வாதாரம், பக்கத்து இலங்கையைப்போல்-பாகிஸ்தானைப் போல்-சரிந்து கொண்டிருப்பதைத் திசை மாற்றுவதற்கு மேற்கொள்ளப்பட்ட முயற்சி என்பதாகவும் கொள்ளலாம். அல்லது, அவர்களின் ஒற்றை தேசத்தின் இந்துத்துவக் கருத்தியல் என்பதாகவும் நாம் கொள்ளலாம்.

வெள்ளியங்கிரி சத்குருகூட, 'நம் சிவபெருமானுக்கு சமஸ்கிருத மொழி மட்டுமே தெரியும். சமஸ்கிருதம் பயிலுங்கள். சிவனுடன் பேசுங்கள்' என்று இந்தப் பின்புலத்திலே எளிதாகச் சிந்து பாடிவிடவும் முடிகிறது. புதிய தேசியக் கல்விக் கொள்கை சமஸ்கிருதத்திற்குக் கொடுக்கும் முக்கியத்துவத்திற்கு, மொழியை மதத்துடன் முடிச்சுப் போட்டு தேவபாஷையாக அதற்கு முண்டாசு கொடுக்க, இதுதான் ஒரே காரணமென்று ஒருவாறு ஊகிக்கலாம். ஏனெனில், அவர்களின் கருத்தில், சமஸ்கிருதம், உயர்த்திக் கொண்ட பார்ப்பனர்களின் மொழி; ஒற்றை இந்தியா என்பதைக் காட்டுவதற்கான பார்ப்பனர்களின் சனாதன மொழி; இந்துத்துவா கட்டமைப்பை இறுக்கிக் கட்டி வைப்பதற்கான ஒரு சடங்கியல் மொழி! ஆயின், ஒரு மொழியை இயல்பாகக் கற்றலுக்கான தேவையை, மொழியின் வாழும் காலத் தேவை-காலத்தோடு வாழும் அந்த மொழியின் தேவையே உறுதி செய்யும். காலத் தேவையையொட்டி, வாழ்க்கை வசதியைப் பெருக்க, ஒரு மொழி உதவுமாயின், தொழில் நுணுக்கங்கள் அந்த மொழியிலே கொட்டிக் கிடக்குமாயின், அந்த மொழியின் சூழலுக்குள் எவரொருவரின் வாழ்க்கையும் தேவையின் அடிப்படையில் இயல்பாக நகர்ந்து போகக்கூடுமானால், எவரொரு வரையும் அந்த மொழி, தானாகவே இயல்பாகப் பற்றிக் கொள்ளும். வற்புறுத்தினால்-திணித்தால்-மொழி வெறுப்பே பிதுங்கி நிற்கும்!

மொழி அரசியல் போக, பாடத் திட்டத்தில் தன் வெறுப்பு அரசியலைப் புகுத்துகிற இன்னொரு அரசியல் சல்லி வேரும் இதில் இருக்கிறது. நல்லவேளை தமிழ்நாட்டில் ஆட்சி மாற்றம் ஏற்பட்டதால், கருத்தியல் தளத்தில் பெரியார் வழியிலான 'திராவிட மாடல்' அரசு நடைபெற்றுக் கொண்டிருப்பதால், மத வெறுப்பு அரசியலின் விளைவுகள் இங்கு

நமக்குப் பெரிதாகத் தெரிய வரவில்லை. காப்பரண் எவ்வளவு காலத்திற்குக் காப்பாற்றுகிற அரணாக நமக்கு விளங்கும் என்பதைக் கண்காணிக்கிற பெரும் பொறுப்பு மாணவர்-ஆசிரியர்-பெற்றோர்-சமூகத்திற்கு அதிகம் இருக்கிறது. 12-05-20 22 நாளிட்ட 'WIRE' இதழில், பாஜக ஆளும் ஹரியானாவில், இடைநிலைக் கல்வி வாரியம் (Board of Secondary Education) தயாரித்திருக்கிற-மே 20ஆம் தேதியிலிருந்து விற்பனைக்கு வரவுள்ள-9ஆம் வகுப்பிற்கான புதிய வரலாற்றுப் பாடத்தில், 'ஆட்சி அதிகாரப் பேராசையில், அமைதியைக் காரணமாய்க் காட்டி, 1947ஆம் ஆண்டு இந்தியப் பிரிவினையை ஆதரித்த காங்கிரஸையும், பிரிவினைக் கருத்தியலைக் கொண்டிருந்த முஸ்லீம் லீக்கையும், பிரிட்டிஷாரின் பிரித்தாளும் சூழ்ச்சிக்கு இரையான முகமது அலி ஜின்னாவையும் தூற்றி, அதேநேரம், பண்பாட்டுத் தேசியவாதம் பேசி, மக்களிடம் விழிப்புணர்வூட்டிய ராஷ்ட்ரிய சுயம் சேவக்குகளான ஹெட்கேவார், சாவர்க்கர் ஆகியோரைப் போற்றியுமுள்ளது' என்பதாய் திரு விவேக் குப்தா எழுதியிருப்பது, சிந்திக்க வேண்டுவது! புதிய தேசியக் கல்விக் கொள்கையின் மீது மக்களுக்கு எஞ்சியிருக்கும் குறுகிய நம்பிக்கையையுமே வறண்டுபோக வைத்துவிடக்கூடியதாய் அது இருக்கிறது.

'பாஜக அரசு, கல்வியை எப்படி அரசியலாக்குகிறது என்பதற்கான தெளிவான அடையாளம் இது' என்கிறார் முன்னாள் ஹரியான முதல்வர் புபிந்தர்சிங் கூடா! மற்றைய வகுப்புகளுக்கான வரலாற்றுப் பாடங்களும் இதுபோல் மாற்றப்பட்டிருக்கின்றன என்கிறது, ஹரியானா அரசின் இடைநிலைக் கல்வி வாரியம்! 6-10 வகுப்புகளுக்கான புதிய வரலாற்றுப் புத்தகங்கள் பத்து இலட்சம் பிரதிகள் அச்சடிக்கப்பட்டுள்ளன என்கிறது வாரியம்! மே 20 முதல், இப் புத்தகங்கள் கடைகளுக்கு விற்பனைக்கு வந்திருக்கிறதாம். பத்தாம் வகுப்பு வரலாற்றுப் பாடப் புத்தகத்தில், சிந்துச் சமவெளி நாகரிகம், புராண-இதிகாசக் கற்பனையில் உருவான சரஸ்வதி நதி நாகரிகம் என்பதாய் வரையறுக்கப்பட்டு, அது, 'சரஸ்வதி-சிந்து நாகரிகம்' என்பதாய்ச் சுட்டப் பெற்றிருக்கிறதாம். இதுபோதாதென்று, 14-05-2022 நாளிட்ட 'தி நியூ இந்தியன் எக்ஸ்பிரஸ்' இதழில், கவிதா ப்ஜேலி தத் என்பவர், 'பொறியியல் மற்றும் அறிவியல் மாணவர்களுக்கான புதிய பாடப் புத்தகத்தில், வேதங்கள், புராணங்கள், சமஸ்கிருதம், தொல் அறிவியல், பொறியியல், வானியல், நகரமைப்புத் திட்டமிடல், கட்டிடக் கலை ஆகியவற்றின் அறிமுகங்கள், புதிய தேசியக் கல்விக் கொள்கையின் பரிந்துரையின் அடிப்படையில், அனைத்திந்திய

தொழில்நுட்பக் கல்விக்குழு (AICTE) ஏற்றுக் கொண்டிருக்கிறபடி, ‘இந்திய ஞான (அறிவு) முறைமைகள்’ (IKS) என்பதன்கீழ், மதிப்பெண் இல்லாத கட்டாயக் கல்வியாக இடம்பெற்றிருக்கிறது’ என்கிறார். பள்ளிக் கல்வியிலிருந்து கல்லூரிக் கல்வி முழுமையும், பொறியியல் மற்றும் அறிவியல் மாணவர்களுக்கும், வேதங்கள், புராணங்கள், சமஸ்கிருதம் என்கிற இந்த ‘இந்திய ஞான முறைமை’களைக் கற்பிப்பதன் உள் நோக்கம் என்னவாய் இருக்கும்? இந்துத்துவாவைக் கல்வியின் மூலம் மாணவர் உள்ளத்தில் மெதுவாகக் கொண்டு செலுத்துவதன்றி வேறென்னவாய் இருக்க முடியும்?

13-052022 அன்று கோவை பாரதியார் பல்கலைக்கழகப் பட்டமளிப்பு விழாவில் பல்கலைக்கழக இணைவேந்தர்-தமிழ்நாடு அரசின் உயர் கல்வித்துறை அமைச்சர் முனைவர் பொன்முடி அவர்கள் பல்கலைக் கழக வேந்தர்-தமிழக ஆளுநர் ஆர்.என்.ரவி முன்னிலையில், புதிய தேசியக் கல்விக் கொள்கையின் மும்மொழிக் கொள்கைக்கு மறுப்பாக, ‘இருமொழிக் கொள்கையே திராவிட மாடல் கொள்கை’ என்பதை அழுத்தம் திருத்தமாக அறிவித்திருப்பது கவனத்தில் ஏற்கத்தக்கது. 16-05-2022 அன்று சென்னைப் பல்கலைக்கழகப் பட்டமளிப்பு விழாவிலும் தமிழக ஆளுநர்-பல்கலைக் கழக வேந்தர் ஆர்.என். ரவி அவர்கள் முன்னிலையில், அப் பல்கலைக்கழக இணைவேந்தர்-தமிழ் நாடு அரசின் உயர் கல்வித்துறை அமைச்சர் முனைவர் பொன்முடி அவர்கள், ‘எந்த நுழைவுத் தேர்வாக இருந்தலும், தனியார் பயிற்சி மையங்கள் கொள்ளையடிப்பதற்காகத்தான் அவை வழிவகுக்கின்றன. நீட் போன்ற எந்த நுழைவுத் தேர்வுகளும் மாணவர்களுக்குப் பயனளிக்காது. பிளஸ் 2 மதிப்பெண் அடிப்படையில் மருத்துவம், பொறியியல் மற்றும் கல்லூரிகளுக்கு மாணவர் சேர்க்கை நடத்த வேண்டும்... இந்திய அளவில் உயர்கல்வி பெற்றவர்களில் 53% பேர் தமிழகத்தைச் சேர்ந்தவர்கள்... கல்வியானது மாநில உரிமையில் இருக்க வேண்டும்’ என்று கவர்னரிடம் கோரிக்கையாக வைக்கிறேன் என்று தமிழ்நாடு அரசின் எதிர்ப்பை அவர் பதிவு செய்திருப்பதற்கும், மதுரை காமராசர் பல்கலைக்கழகத்தில் முது அறிவியல் உயிரித் தொழில்நுட்பவியல் படிப்பிற்கான மாணவர் சேர்க்கைக்கு, 10% இடங்கள் ‘உயர்வகுப்பு ஏழை’களுக்கு (ஆண்டுக்கு 8 இலட்சம் வருமானம்!) ஒதுக்கப்பட்டதை, உயர்நீதிமன்றத் தீர்ப்பைக் காட்டி, தமிழ்நாட்டில் 69% இட ஒதுக்கீடே பின்பற்றப்படும் என்று உயர்கல்வித்துறை அமைச்சர் அறிவித்ததற்கும் அவருக்கு நன்றி கூற வேண்டும். ஆனால், 53% உயர்கல்வி முடித்திருக்கிற தமிழ்நாட்டில்தான், பொதுத்துறை

நிறுவனங்களின் வேலை வாய்ப்புகளில், ஒன்றிய அரசின் ‘கோக்குமாக்கு’க் கொள்கையால்- முந்தைய மாநில அரசின் எடுபிடிக் கொள்கையால்- இந்தி மட்டும் தெரிந்த வடநாட்டினர் 75% மேல் தமிழ்நாட்டில் நிரப்பப்பட்டிருகின்றனர் என்பது மிகப் பெரும் அநியாயம்!

இனி, மேலோட்டமாகவாவது, பள்ளிக் கல்வி-உயர் கல்வி ஆகிய இரண்டின் வழியாகவும், கார்ப்பரேட்-காவி பாசிசப் புதிய தேசியக் கல்விக் கொள்கையானது, நடைமுறையில் நம் சமூகத்தை எப் படியெல்லாம் ‘மாற்றம்-முன்னேற்றம்’ என்கிற பெயரில் அலைக் கழிக்கப் போகிறது என்பதை நாம் இங்குக் கொஞ்சம் விவாதிக்க வேண்டியதிருக்கிறது. முதலில் பள்ளிக் கல்வியைப் பார்க்கலாம். கல்வியின் அடிப்படைத் தொடக்க நிலையிலிருந்து, அனைத்துப் பாடத் திட்டங்களும் கற்பித்தல் முறைமைகளும், இந்தியச் சூழல் மற்றும் உள்ளூர்ச் சூழலில் ஆழமாக வேர் கொண்டிருக்கும்படி, பண்பாட்டு நோக்கில், மரபுகள், செழுமையான கலை வளங்கள், பழக்கவழக்கங்கள், மொழி, தத்துவம், நிலவியல், தொன்மை மற்றும் சமகால ஞானம், சமூகம் மற்றும் அறிவியல் தேவைகளுடன், மண்ணுக்கேற்றதும், பாரம்பரியமானதுமான வழிகளில் கற்றல் என்பது நிகழும் என்று அதில் கூறப்பட்டிருக்கிறது. மரபுகள், பழக்கவழக்கங்கள், பாரம்பரியம் என்பதையெல்லாம் எந்த நோக்கத்தில் என்ன பொருளில் எப்படி விளக்குவீர்கள்? இவை எதுவும் அறிவியல்பூர்வமாக எங்கும் விளக்கப்பட்டிருக்கவில்லை. பெரும்பான்மையும் சமூகத்துடன் பொருத்திப் பார்க்குமாறும், பொருந்திப் போவதுமாறும், மாணவர்களைக் கற்றலில் ஆர்வமுடன் ஈடுபடத் துண்டுமாறும், அழுத்தமாகவும் இக் கல்வி அமையும் என்பதன்வழி, மனிதச் சமூகச் செயல்பாடுகளால் இயக்கப் படும் மானிடக் குணச் சித்திரங்கள் மறுவடிவமைப்பு செய்யப்படும் என்று புதிய தேசியக் கல்விக் கொள்கை *(4.29)* கூறுகிறது.

இதுபோக, சமகாலப் பாடங்களான செயற்கை நுண்ணறிவு, சிந்தனை வடிவமைப்பு, முழு ஆரோக்கியம், இயல்பான வாழ்க்கை, சுற்றுச்சூழல் கல்வி, உலகக் குடிமகனாக்கும் கல்வி போன்றவையும் பொருத்தமான படிநிலைகளில், மாணவரின் பல்வேறு திறமைகளை வளர்க்க, எல்லா நிலைகளிலும் கற்பிக்கப்படும் *(4.24)* என்கிறது புதிய தேசியக் கல்விக் கொள்கை! ‘ஆசை ஆசை அம்மா கொடுத்த தோசை’ என்கிற கதையாய்ப் பெரும் பேராசையாயிருக்கிறது இது! இதை எப்படி மாணவர்களிடம், உண்மையான கல்வி அக்கறையுடன் கொண்டு சேர்க்கப் போகிறார்கள் என்பதில்தான் ஒரு தெளிவில்லாமல், அறிவியல் பார்வை இல்லாமல் இருப்பதாகத் தெரிகிறது.

1) 10+2=12 என்றிருக்கிற இன்றையப் பள்ளிக் கல்வி முறையை, *5+3+3+4=15* என்பதாகத் தேசியக் கல்விக் கொள்கை இனி மாற்றப் போகிறது-வருடங்களைக் கூட்டிக் காட்டிய வளர்ச்சி என்கிற பெயரில்! இனி, பால்வாடியானது, அங்குமிங்குமாய்ச் சிதறிக் கிடக்காமல், ஒருங்கிணைந்த ஒரே பள்ளி வளாகக் கட்டமைப்பில் (cluster), பள்ளிக் கல்வியுடன் இணைந்திருக்குமாம். இனி மேல், மூன்று வயதிலேயே குழந்தைகள் பள்ளிக்குப் போக வேண்டியிருக்கும். இப்பொழுதும், மேல்தட்டினருக்கான பள்ளிகளில் இந்த நடைமுறைதான் இருக்கிறது. இந்த நடைமுறையில் படித்ததனால், அவர்கள் மேல்தட்டினராகவில்லை; மேல்தட்டினராய் இருப்பதனாலேயே இந்த நடைமுறை அவர்களுக்குத் தேவைப்படுகிறது. அடுத்தடுத்த வர்க்கப் பிரிவினரும், இதையே அண்ணாந்து பார்த்து வாய் பிளக்க ஆரம்பிக்கின்றனர். மேல்தட்டினரின் இன்றைய இன்னொரு பணம் காய்ச்சித் தொழிலான பள்ளி, கல்லூரிகளில், பால்வாடி, மொட்டு (LKG), மலர் (UKG), ஒன்றாம் வகுப்பு, இரண்டாம் வகுப்பு இவை ஐந்தும் பள்ளியின் முதல் நிலையாக-ஆரம்பநிலையாக இருக்கும். பழைய கணக்கில், 6 வயதில் குழந்தைகளை ஒன்றாம் வகுப்பில் சேர்ப்பதுமாதிரி, இங்கும், 6 வயதில் குழந்தைகள் ஒன்றாம் வகுப்பிற்கு வந்து விடுகின்றன. அது சரி! மூன்று வயதில் அது பள்ளிக்குப் போய் என்ன செய்யப் போகிறது? அந்த வயதிலிருந்தே குழந்தைகள் படிக்க ஆரம்பித்தால்தான், பிற்காலத்தில் பெரும்பெரும் விஞ்ஞானிகள்/ தொழில் அதிபர்களாக அகன்ற பாரதத்தில் உருவாகமுடியும் என்று இக் கல்விக் கொள்கையை வடிவமைத்தவர்கள் நினைத்திருக்கக் கூடும். அல்லது, ஆல்டஸ் ஹக்ஸ்லியின் ‘பிரேவ் நியூ வொர்ல்ட்’ (Brave New World) நாவலில், சோதனைக் குழாயில் ஆல்ஃபா, பீட்டா, காமா மனிதர்கள் என்று வர்க்கச் சட்டையிட்டு மனிதர்களை உற்பத்தி செய்திருந்த கற்பனையைப்போல், புதிய தேசிய கல்விக் கொள்கையின் மூலம், படிப்பைத் தவிர வேறு சிந்தனையற்ற, புதிய வருணச் சட்டை போர்த்திய மனிதர்களை உருவாக்கி விடலாம் என்று நம்பியுமிருக்கவும் கூடும். அடுத்ததாக, இனி, வருங்காலங்களில் தேசியக் கல்விக் கொள்கையை அறிவாளிகள் வடிவமைக்கையில், இதனினும் முற்போக்காக, ஒன்றாம் வயதிலிருந்தே-பால் பால்வாடி, ஃபன் (பன்) பால்வாடி என்று இரண்டு வகுப்புகள் கூடுதலாகச் சேர்த்து-வகுப்புகளைத் தொடங்கத் திட்ட மிடலாம். இதற்கும் அடுத்ததாக, கருவறைப் பால்வாடி வகுப்பினையும் சேர்க்க யோசிக்கலாம். அதன்வழி, தாயின் கருவறையிலிருந்தே, குழந்தைகளை இவர்களுக்கு ஏற்றமாதிரி ‘அனும’ ஜென்மங்களாக உருவாக்கிவிட முனையலாம். அதற்கு, அபிமன்யு போன்ற புராண இதிகாசக் கதைகள் இவர்களின் தோதிற்கு ஓடி வந்து உதவலாம்!

நெகிழி அறுவைச் சிகிச்சையின் முன்னோடி நம்ம விநாயகர் என்றும் கதை சொல்லி மகிழலாம்!

2) கற்றலுக்கான அடிப்படையான 'ஆரம்பக் குழந்தைப் பராமரிப்பு மற்றும் கல்வி' (Early Childhood Care and Education) என்பது, எண், எழுத்து, எண்ணுதல், வண்ணம், வடிவங்கள், உள்/வெளி விளையாட்டுகள், விடுகதைகள், தர்க்க அறிவு, பிரச்சனைகளைத் தீர்த்தல், படம் வரைதல், வண்ணம் தீட்டுதல், மற்றையக் காட்சிக்கலை, கைவினைக் கலை, நாடகம் மற்றும் பொம்மலாட்டம், இசை, நடனம் ஆகியவற்றைக் கொண்டு, கருத்தியல் தளத்தில், நெகிழ்வான, பன்முகத் தன்மை கொண்ட, பன்முகப் படிநிலைகொண்ட, விளையாட்டு/செயல்பாட்டு அடிப்படையில், தகவல்களைக் கேட்டுப் பெறுகிற ஒரு கல்வியாகவும், செயற்கை அறிவாண்மையைத் (AI) தூண்டுகிற கல்வியாகவும், இன்னும் கூடுதலாகவும் இது அமையும் என்கிறது (1.2) புதிய தேசியக் கல்விக் கொள்கை! 'சால மிகுத்துப் பெயின்' ஆன பண்டம் போல, வாயாலே வடை சுடுவது மட்டுமல்லாமல், வாய்க்கரிசி போடுகிற விசயமாகவும் இது அமைகிறது.

உலகத்திலுள்ள அத்தனை விஷயங்களையும், ஒரே மண்டைக் கனமாய்க் கருதி, குழந்தைகளின் மண்டைக்குள் ஒரேயடியாய் ஏற்றியாச்சா? இன்னுமிருக்கிறது. இத்துடன், குறிப்பாக, பாரம்பரிய இந்திய மரபைக் கொண்டதான கலை, கதைகள், கவிதை, விளையாட்டுகள், பாடல்கள், இன்னும் பிறவும்கூட இதனுடன் பொருத்தமாக இணைக்கப்படுமாம். இதற்கான பாடத் திட்டத்தை, மேற்கூறிய வழிகாட்டுதலின்படி, NCERT, இரண்டு நிலைகளாக 0-3 வயது, 3-8 வயது எனும் அடிப்படையில் உருவாக்கித் தருமாம். இதற்கு வகுப்பெடுக்கிற, 12 ஆம் வகுப்பு வரை படித்த ஆசிரியர்கள்/பணியாளர்கள் 6 மாதம் ECCE படித்துச் சான்றிதழ் பெற்றிருக்க வேண்டுமாம். இதற்கும் குறைவான கல்வித் தகுதி கொண்டவர்கள், அதில் ஓராண்டு பட்டயச் சான்றிதழ் பெற்றிருக்க வேண்டுமாம். இவை, இணையவழிக் கல்வியாகவே நடைபெறுமாம். இதுபோக, மாநில அரசு, தகுதியான பட்டம் பெற்ற பயிற்றுநர்களைக் கொண்டும், மதியுரை நுணுக்கங்களைப்(mentoring mechanisms) பயன்படுத்தியும், இதை நடைமுறைப்படுத்தலாம் என்கிறது, இக் கொள்கை (1.7)! அதற்கேற்ப, பஞ்சதந்திரக் கதைகள், ஜாதகக் கதைகள், கீதா உபதேசங்கள், வேடிக்கை நீதிக் கதைகள் ஆகியன அவர்களைக் கொண்டு சொல்லித் தரப்படுமாம். இன்னொன்று, 'இந்திய ஞானம்' (Knowledge of India) என்றொரு பாடமும் அனைத்துப் பள்ளிக் குழந்தைகளின் மண்டைக்குள்ளும் புகுத்தப்படுமாம் (4.27).

இந்திய ஞானம் என்பதை எப்படிக் குறிக்கிறார்கள் என்றால், பண்டைய இந்தியாவிலிருந்து இன்றைய நவீன இந்தியாவிற்குக் கொடையாக வழங்கப்பட்டுத் தொடர்ந்துவரும் ஞானத்தின் வெற்றிகளும் சவால்களும் எப்படி எதிர்கால இந்தியாவின் எதிர்பார்ப்புகளைப் பூர்த்தி செய்யும் என்கிற விதமாக, கல்வியின் மூலம் இவற்றைச் செயற்படுத்துவதாம். அதாவது இந்திய ஞான முறைமை என்பது, பழங்குடி மக்களின், இந்த மண்ணுக்கேற்ற பாரம்பரிய கற்றல் முறையிலிருந்து, கணிதம், வான சாஸ்திரம், தத்துவம், யோகா, கட்டடக் கலை, மருத்துவம், விவசாயம், பொறியியல், மொழியியல், இலக்கியம், விளையாட்டு, ஆளுகை, குடியுரிமை அமைப்பு, பாதுகாப்பு, ஆகியவையும், குறிப்பிடத் தகுந்த நிலையில், இனவரைவியல் மருத்துவ முறைகள், வன மேலாண்மை, பாரம்பரிய இயற்கை விவசாயம், இயற்கைப் பண்ணை முறைமை ஆகியவையும் கற்றுத் தரப்படுமாம். இந்த இந்திய ஞானம் என்கிற படிப்பு, இடைநிலைக் கல்வியில் விருப்பப் பாடமாகவும் கற்றுத் தரப்படுமாம். இதன்மூலம் மாணவரின் அறிவு விரிவாக்கம் செய்யப்படுமாம். கேட்பதற்கு, எல்லாமே கனவுகளைத் தூண்டிவிடக் கூடியவையாகத்தான் உள்ளன. ஆயின் இதைக் கொண்டு வருபவர்களின் மீதான நம்பிக்கை, இதற்கான போதிய சமூகக் கட்டுமானம் ஆகியவை அத்தனை ஆரோக்கியமானதாய் இல்லாமலிருப்பது, இதன்மேல் நம்பிக்கை வராமலிருப்பதற்கு ஒரு காரணம். அந்தக் கருத்து உருவாகக் காரணம், இதுவரை அவர்கள் மேற்கொண்டிருந்த நடைமுறைச் செயல்பாடுகள்!

3) சரி. விஷயத்திற்கு வருவோம்! யார் இந்தப் பயிற்றுநர்கள்-மதியுரைஞர்கள்-தன்னார்வலர்கள்? நிச்சயமாக, 'சேவை பாரதி' போன்ற 'அவர்களின்' வெகுஜன அமைப்புகளாகத்தான் இருக்க முடியும் என்றே கருதலாம். இந்தத் தன்னார்வலர்களுக்கான தெளிவான நெறிமுறைகள் எதுவும் வரைவு அறிக்கையில் வசதியாகக் குறிக்கப்படவில்லை. பாரம்பரிய உள்ளூர்க் கலைகளில், கைவினைத் தொழில்களில், தொழில் முனைவோர் ஆக்கங்களில், விவசாயத்தில், இன்னும் இதுபோன்ற பிற பாடங்களில், உள்ளூரிலுள்ள சிறப்பு பெற்ற நபர்களை அல்லது புலமைச் சான்றோரை 'திறன் நிறைந்த பயிற்றுந'ராக (Master instructors) அழைத்து, கற்றுத் தரும் ஆற்றலுள்ள அவர்களைப் பயன்படுத்தி, மாணவர்களுக்கு அப் பாடங்களைக் கற்றுத் தர உதவுமாம் (5.6). இதன் காரணமாகவோ (அ) பண்பாடு என்கிற பெயரில் இந்துத்துவப் பிற்போக்குப் படுகுழிக்குள் தள்ள நினைப்போரிடமிருந்து மாணவச் செல்வங்களைக் காக்கவும், ஆசிரியர்களை மாணவர்கள் மதிக்கவும், நன்னெறிகளை மாணவர்களுக்குப்

போதிக்கவும், அறிவியல் சிந்தனையை மாணவர்களுக்கு ஊட்டவுமாக, திராவிடர் கழகத் தலைவர் ஆசிரியர் கி. வீரமணி அவர்கள் 14-05-2022 விடுதலை இதழில் கொடுத்திருக்கும் அறிக்கையின் மூலம், முன்னெடுத் திருக்கும் சமூக மாற்று நடவடிக்கை, நிச்சயம் தமிழ்ச் சமூகத்தால்-ஒடுக்கப்பட்ட, பிற்படுத்தப்பட்ட இன மக்களால் போற்றப்படும்! அதற்கான சமூக நீதிச் சூழல், அதற்கான அரசியல், தமிழ்நாட்டில் மட்டுமே காணக் கூடியதாயிருக்கிறது.

அதற்கேற்ப, ஆசிரியர் கி. வீரமணி அவர்கள் கூறுவது:- ‘பள்ளி வாயில்களில் ஒழுக்க நன்னெறிகளைப் பரப்பத் தயார்! பகுத்தறிவாளர் கழகம், திராவிடர் கழகம், திராவிட மாணவர் கழகம் மூலம், முன்பு பள்ளி வாயில்களில் அனுமதி அளித்ததால், பள்ளிக்குள்ளும் இந்த நன்னெறிகளை-பொதுக் கருத்துகளையே மையப்படுத்தி-ஒழுக்கநெறி பரப்புதல், நன்னெறிகளை மாணவர்களிடம் பரப்புரை நடத்திட வாய்ப்பிருந்தது. அறிவியல்பான்மை ஊக்குதல் இந்திய அரசமைப்புச் சட்ட 51-பிரிவின்படி அனைவருக்கும் உரிமை மட்டுமா? அடிப்படைக் கடமையுமாகும். பள்ளிகள் மீண்டும் ஜூன் மாதத்தில் திறக்கும் போது, ஜூலை வரை நாடு தழுவிய அளவில் அதனை நமது இயக்கம் பிரச்சாரம் செய்யத் திட்டமிட்டுள்ளது. யாருக்கும் சங்கடம் ஏற்படுத்தாத பிரச்சாரமாக அது அமையும். பெற்றோர் ஆசிரியர்களுக்குத் துணை புரியவே இந்த ஏற்பாடு!’

கட்சி அரசியலைப் பேசாத, சமூக அரசியலைப் பேசுகிற, தமிழ் மாணவர் எதிர்காலம் பற்றிக் கவலைப்படும் இதுபோன்ற பல அமைப்புகள் பல பள்ளிகளில், குறிப்பிட்ட நாட்களில் அல்லது விடுமுறை காலங்களில் இதுபோன்ற வகுப்புகளைத் தொடர்ந்து நடத்த வாய்ப்பளிக்கலாம். நூறு பூக்கள் மலரட்டும்; நூறு சிந்தனைகள் மோதட்டும்! அல்லது அங்கங்குள்ள சமூக அக்கறை கொண்ட ஆசிரியர்களைக் கொண்டும் இதை நடத்தலாம். இது மாணவர் சிந்தனை விரிவை ஊக்குவிக்கும் என்று நம்பலாம்.

4) ஒவ்வொரு மாணவரும், குறிக்கப்பட்டிருக்கிற உள்ளூர் தேவை களுக்காக, மாநில அரசு மற்றும் உள்ளூர் சமுதாயம் தீர்மானிக்கிறபடி, 6-8 வகுப்புகளில், இன்றியமையாத கைவினைத் தொழில்களான தச்சு, மின்சாரப் பணி, உலோகப் பணி, தோட்டமிடல், பானை வனைதல் போன்ற தொழிற்பாடங்கள் கற்றுத் தரப்படுமாம். 10 நாட்கள் அல்லது விடுமுறைக் காலங்களில் அங்கங்குள்ள பகுதிகளுக்குச் சென்று கற்று வருதல் என்கிற அடிப்படையிலும் (4.26) வேடிக்கையாக இவை கற்றுத்

தரப்படுமாம். 1953 காலத்தில், அன்றைய முதல்வர் இராஜகோபாலாச்சாரியார், ‘காலையில் பள்ளிக் கல்வி; பிற்பகல் குலக் கல்வி’ என்று நடைமுறைக்குக் கொண்டுவந்து, பெரியாரின் பெரும் போராட்டத்தால் அதிலிருந்து பின் வாங்கிப் பதவி விலகிய அவரின் ‘குலக் கல்வித் திட்டம்’ எனும் தத்துப் பிள்ளையின் புதிய முகமாக, இது அமைந்துவிடும் எனும் அச்சம் எல்லோருக்குள்ளும் எழுகிறது என்கிற விமரிசனத்திற்கு மனத்திருப்தி தரும் பதில்கள் எதுவுமில்லாதிருப்பது ஒரு சோகம்!

5) இந்த வகுப்புகள் அனைத்தும், ஒரே பள்ளி வளாகத்திற்குள் ஒரே தொகுப்பாக (cluster) அமைந்து இருக்க வேண்டுமாம்! நிதி நிறுவனமய கார்ப்பரேட் உலகத்தில், சிறிய மீன்கள் வாழ, இங்கு இடமில்லாமல் போகலாம். சுறாக்கள், திமிங்கிலங்கள் மட்டுமே வாழக்கூடியதாக அந்த உலகம் அமையலாம். அதன்மூலம், அருகாமைப் பள்ளி என்கிற கருத்தியலும், அனைவருக்கும் கல்வி என்கிற உருத்தியலும், கரை யேறும் வழியின்றி, புதிய தேசியக் கல்விக் கொள்கையானது அவற்றை இல்லாதொழித்துவிடும். தலைசுற்றத் தொடங்குகிறதா? கொஞ்சம் பின்னோக்கி ஐம்பதுகளின் காலத்திற்குள் அடியெடுத்து வைப்போம்! இந்திய அரசியல் சட்டம் முதன்முதலாகத் திருத்தப்பட்ட வரலாற்று வெளிக்குள் நம் மூளையை நகர்த்திப் பார்ப்போம்! ஒடுக்கப்பட்ட, பிற்படுத்தப்பட்ட, பழங்குடி மக்களுக்கான கல்வியில் இட ஒதுக்கீடு எனும் புதிய கருத்துரு, ‘சட்டத்தின் முன் அனைவரும் சமம்’ எனும் இந்திய அரசியல் சட்டத்தின் பதினைந்தாம் பிரிவின்கீழ், புதிதாக ஒரு பிரிவை நுழைக்க வேண்டிய தேவையை ஏற்படுத்தியவர், தமிழ்நாட்டில் அதற்குரிய பெரும் போராட்டத்தை முன்னெடுத்த தந்தை பெரியாரும் அவரின் திராவிடர் கழகத்தவருமே என்று சொல்லுவது வெற்றுப் பெருமைக்குரியதன்று; வரலாற்றைச் சரியாகப் பதிவு செய்வதற்குரியது. அது ஒரு வரலாற்று நிகழ்வு!

இந்திய அரசியல் சட்டம் புனிதமானது, மாற்ற முடியாதது என்பதை மாற்றி, மக்களின் தேவைகளுக்கேற்ப மாற வேண்டியது-மாற்ற வேண்டியது என்பதை நிரூபித்து, ‘சான்றோனாக்குதல் தந்தையின் கடனே’ என்பதாய், ஒதுக்கப்பட்டோரின்-சமூகநீதி வேண்டுவோரின் ‘சமூகத் தந்தை’யாய் அறியப்பட்டு, அந்த அடைமொழியாலேயே விளிக்கப்பட்டவர் தந்தை பெரியார்! அவருக்கு அன்று பக்கத் துணையாயிருந்து, பிரதமர் நேருவிடம் காய் நகர்த்தியவர், கருமவீரர் காமராசர்! இந்திய அரசியல் சட்டம் முதல் திருத்தத்திற்கு உள்ளான பின்பு, பெருந்தலைவர் காமராசர் பெரியாரைச் சந்திக்கிறார். ‘இப்பத் திருப்திதானேன்னேன்!... வேற என்ன செய்யனும்னேன்’ என்கிறார் தமிழ்

நாட்டுக் காலாகாந்தி! 'நம்மப் புள்ளைங்க எல்லாம் படிக்கணுங்கய்யா. அதுக்கு ஊரூருக்குப் பள்ளிக்கூடம் வேணுங்கய்யா' - இது சூத்திர இழிவைத் தன் தோளில் சுமந்து, அதை அடித்து வெளுத்து, அதற்கு வெள்ளாவி வைக்கத் துடித்த பெரியாரின் வேண்டுகோள்! இப்படி உருவானவைதாம் ஊரூருக்கு ஓராசிரியர் பள்ளிகள்! ஊர்க்காரர்கள் பள்ளிக்கூடம் நடத்த இடம் கொடுக்க வேண்டும். அரசு ஆசிரியர்களை நியமிக்கும். என்னவொரு ஏற்பாடு! அதனால்தான் அவர் கல்விக் கண் திறந்த காமராசர் என்றழைக்கப்படுகிறார். இப்படி உருவானவைதாம் ஊருக்கு அருகிலிருக்கும் அருகாமைப் பள்ளிகள்! இன்னமும் இதன் தேவைகள், இங்கு இருந்து கொண்டிருக்கின்றன என்பதுதான் எதார்த்தம்! இவர்கள் எல்லாரின் தேவையுமே, சமூகநீதியை விரும்புகிற சமூகத் தேவை மட்டுமே! இனி, இவையெல்லாம் 'பழைய நெனப்புடா பேராண்டி' என்கிற கதையாக மட்டுமே பேசப்படும்!

இதில் நமக்கென்ன பிரச்சனை? ஆசை-பேராசையாயிருக்கலாம், ஆயினும் நல்ல ஆசைதானே! 'உள்ளுவதெல்லாம் உயர்வுள்ளல்'தானே? சரிதான். ஆனால், சனநாயக சோசலிசம் பேசும் ஒரு நாட்டில், ஒன்றின் பயனை எதைக் கொண்டு அளவிடுவது? அனைவருக்குமான சமூக நீதியும், சமூகநீதி அல்லாதவருக்கான இடஒதுக்கீடும் கல்வியில் கொடுக்கப்பட வேண்டும் என்பதைத்தான் இந்திய அரசியல் சட்டம் பேசுகிறது. ஆயின் இந்தத் தேசியக் கல்விக் கொள்கையில், அதற்கான இடம் மிகவும் சிறுத்தோ அல்லது இல்லாமலேயோதான் அமைந்திருக்கிறது. தனியார்வசம் - பெரும் முதலீட்டாளர்வசம், கல்வியை முழுவதுமாய்த் தாரை வார்க்கிற ஒரு கல்வித் திட்டம் இது! சரி, இப்படித்தான் இருக்கிறது... கஷ்டப்பட்டுப் படித்துப் போட்டிக்கு வரலாமென்றால், இந்த மதிப்பெண்கள், தேர்வுகள் எல்லாம் சும்மனாச்சிக்கும் கண்ணாம்பூச்சி விளையாட்டுக்குத்தானாம். கல்லூரிப் படிப்புக்கு, பல்கலைக்கழகப் படிப்புக்கு CULET தேர்வில் வெற்றிபெற்றால்தான், ஒருவர், அந்த உயர் கல்விக் கனவிற்குள்ளேயே காலடியை எடுத்து வைக்க முடியுமாம் - 'நீட்' தேர்வைப் போலவே!

6) பல்மொழிக் கற்றல் ஆற்றலானது, இரண்டு வயதிலிருந்து எட்டு வயது வரைக்கும் அதீதமாயிருக்குமென்று ஆய்வுகள் சொல்லுகிறதாம்! ஆகவே, பால்வாடியிலிருந்தே பன்மொழிக் கற்றலுக்குக் குழந்தைகள் பழக்கப்படவேண்டுமென்று, புதிய தேசியக் கல்விக் கொள்கை பேசுகிறது. மும்மொழிக் கொள்கையை நடைமுறைப்படுத்தவே இந்த முஸ்தீபு (4.13)! மாநிலங்களின்/மண்டலங்களின்/கற்கும் மாணவரின் விருப்பத் தேர்வுகளின் அடிப்படையில், இம் மும்மொழிக் கொள்கை நடைமுறைப்

படுத்தப்படுமாம். மூன்று மொழிகளில் இரண்டு, இந்தியாவில் புழங்கிக் கொண்டிருக்கிற மொழிகளாக இருக்கவேண்டுமாம். கற்க விரும்பும் மாணவரின் தேவைக்கேற்ப, இந்திய அரசியல் சட்டத்தின் எட்டாவது அட்டவணையின் கீழ்வரும் அனைத்து மொழிகளுக்குமான ஆசிரியர்கள் நியமனம், ஒன்றிய அரசாலும், மாநில அரசுகளாலும் மேற்கொள்ளப் படவேண்டுமாம். இதற்காக, ஒவ்வொரு மாநிலத்திலும் மும்மொழிக் கொள்கையை நடைமுறைப்படுத்தவும், தேசிய ஒருமைப்பாட்டை மாணவரிடை வளர்க்கவும், எந்தவொரு மொழியையும் எந்தவொரு மாநிலங்களின் மீதும் திணிக்காமல், அததற்குரிய ஆசிரியர்களை அததற்குரிய பிற மாநிலங்களிலிருந்து வாடகைக்கு நியமித்துக் கொள்ளலாமாம். என்னவொரு அசாத்திய ஏற்பாடு? அறிஞர்களே இப்படித்தான் வானத்தில் அந்தரத்தில் பறந்தபடியே யோசிப்பார்களோ? கற்றலின்போது, ஒன்று அல்லது இரண்டு மொழிகளை மாணவர்கள் மாற்றிக்கொள்ள விரும்பினால், அவர்களின், ஆறாவது அல்லது ஏழாவது தரநிலையில் (6th or 7th Grade), மாற்றிக் கொள்ளலாமாம். இடைநிலைக் கல்வியை முடிக்கும் நிலையில், மும்மொழிகளையும் வாசிக்கும், அடிப்படை ஆற்றலை மாணவர் வளர்த்துக் கொள்ளும் வகையிலும்-அதிலொரு இந்திய மொழியில், இலக்கியங்களையே வாசிக்கும் திறன் நிலையிலும்-அமையுமாம். குழந்தைகளின் அறிவு மேம்பாட்டிற்காகவும், வளமான மொழிகளை அவற்றின் கலைப் பொக்கிஷங்களைப் பேணிக் காப்பதற்காகவும் தனியார் மற்றும் அரசின் எல்லாப் பள்ளி மாணவர்களும், இந்தியாவின் செவ்வியல் மொழியையும் அதன் இலக்கியங்களையும் கற்றுக் கொள்ள குறைந்த பட்சம் இரண்டு ஆண்டுகள்-ஆறிலிருந்து பனிரெண்டாம் நிலைக்குள் (Grades 6-12)-கற்றுத் தர வாய்ப்பு ஏற்படுத்தித் தரப்படுமாம்.

சமஸ்கிருதம் போக, இந்தியாவின் பிற செவ்வியல் மொழிகளான தமிழ், தெலுங்கு, கன்னடம், மலையாளம், ஒடியா, பாலி, பெர்சியன், பிராகிருதம் ஆகியவையும்கூட, மாணவர்களின் விருப்பத் தேர்விற்கேற்ப, இணையவழியில், புதிய படைப்பாக்க முறைகளில், உயிருடன்-வீர்யமாக விளங்கும் இம் மொழிகள், பள்ளிகளில் கற்றுத் தரப்படுமாம். இதைப் போன்றே, வாய்மொழி மற்றும் எழுத்திலக்கியங்களில் பருத்திருக்கிற, பண்பாட்டுக் கருவூலங்களைச் சுமந்திருக்கிற அனைத்து இந்திய மொழி களையும் கற்கச் சிரத்தைகள் மேற்கொள்ளப்படுமாம். இதுபோக, ஆங்கிலம் மற்றும் கொரியன், சப்பனீஸ், தாய், பிரெஞ்சு, ஜெர்மன், ஸ்பானிய, போர்ச்சுக்கீசிய, ரஷ்ய மொழிகளும், அவற்றின் பண்பாட்டுப் பெருமிதங்களும் இடைநிலைக் கல்வி நிலையில் வழங்கப்படுமாம்.

இதன்மூலம் உலகளாவிய அறிவும் அவர்களின் தனித்த ஈடுபாட்டிற்கேற்ப, அவர்களின் இடப் பரவுதலும் நடைபெறுமாம். கனவேதான்!-மெய்ப்பட வேண்டியதிருக்கிறது! வாழ்க்கைத் தேவை, எந்த மொழியையும் எவருக்கும் கற்றுக் கொடுக்கும்தானே? அதற்கெதற்கு இந்த 'பில்ட்-அப்'? ஒவ்வொரு சொல்லுக்குள்ளும், செயலுக்குள்ளும், அவரவர்களுக்கான ஓர் அரசியல் இருக்கும்தானே! சமஸ்கிருதத்தை உள் நுழைக்கவே இந்தப் பூசி மெழுகுதல் நிகழ்ந்திருக்கிறது என்பது மட்டும் நம் அறிவிற்குப் புரிகிறது.

இந்த முன்னுரையை இப்படி முடிக்கலாம் என்று தோன்றுகிறது. 'படித்த சூத்திரன், குளித்த குதிரை, வெகுண்ட மாடு-இம்மூன்றும் நம்பக்கூடியது அல்ல' என்று பார்ப்பன சாஸ்திரத்தில் சொல்லப்பட் டுள்ளதாக திரு மாதவ மேனன் கூறியதை, பெரியார், 'கல்வி முறையும்-தகுதி திறமையும்' என்ற நூலில் எடுத்துக் கூறியிருப்பார். உண்மைதான்! பெரியாரின் கைத்தடி காட்டிய பாதையில் பயணிக்கும் படித்த சூத்திரர்களை நம்பக் கூடாது என்றுதான் அவர்களின் சாஸ்திரம் சொல்லும்! தானே சொல்லியிருந்தாலுமேகூட, எதுவொன்றையுமே கேள்வி கேட்கச் சொன்னவர் பெரியார்! பார்ப்பனீயம் உருவாக்கி யிருக்கிற, இந்த மண்ணிலே உலவவிட்டிருக்கிற சிந்தனைகளை-கல்விக் கொள்கைகளை, இந்துவத்துவத்தின் எதிர் நிலையில் நிற்கிற, இடதுசாரிச் சிந்தனைப் புடம்போட்ட 'படித்த சூத்திரர்கள்' கேள்வி கேட்கத்தான் செய்வார்கள். 'சூத்திரர்களின் ஆட்சி' என்பதாய் அவர்களால் கட்டமைக்கப்பட்டிருக்கிற 'திராவிட மாடல்' ஆட்சியும் கேள்விகள் கேட்கும்! இப்பொழுது, 'திராவிட மாடல்' மாநில அரசின் உறுதியான உரிமைச் செயல்பாடுகளின்மீது அழுத்தமான நம்பிக்கை தோன்ற ஆரம்பித்திருப்பதால், ஒன்றியத்தின் கல்வி நடவடிக்கைகள் அனைத்தும், 'தமிழ் மக்கள் நலன்' என்கிற அடிப்படையில் கேள்விக்குட்படுத்தப்படும்! மாநில சுயாட்சி' என்கிற செயிண்ட் ஜார்ஜ் கோட்டை ஒலி, டெல்லி செங்கோட்டையையும் உரசிச் சென்று, அவர்களை உரக்கச் சிந்திக்க வைக்கலாம். ஒன்றியம் என்பதன் உண்மைப் பொருளும், கூட்டாச்சி என்பதன் உரிமைப் பொருளும் அப்பொழுது அவர்களை நோக்கி விரல் நீட்டலாம்-விரல் மடக்கலாம்! அதற்குக் கல்வி மாநிலப் பட்டியலுக்குள் கொண்டுவரப்பட வேண்டும். காலம் அதைச் செய்யும், அதற்கான காரியங்களை நம் முயற்சிகள் செய்யட்டும்!

கலையும் பெரியாரும்!

பெரியாரைக் கடவுளை மறுக்கும் ஒரு 'பூச்சாண்டி' என்பதாயும், கலை இலக்கியங்கள் அவருக்கு வேப்பங்காய் என்பதாயும், தமிழ் அவருக்குப் பாகற்காய் என்பதாயும் அவரின் எதிரிகள் - அதனாலேயே நமக்கும் எதிரியானவர்கள், நம் காதில் தொடர்ந்து பூச்சுற்றி, அவரைத் தவறாகச் சித்திரப்படுத்திக் கொண்டிருக்கையில், பெரியாரைக் கலையுடன் இயைபு படுத்தி, அவரை எளிமையாக விளக்குவதாயிருந்தால், அவர்களுக்கு எப்படிச் சொன்னால் சரியாயிருக்கும்? அல்லது நாடகக்காரனாகிய நான் எப்படிப் பெரியாரைப் புரிந்து வைத்திருக்கிறேன், மற்றவர்களிடம் என் துறை சார்ந்து அவரை விளக்குவதற்கு?-என்கிற சிந்தனை மட்டுமே இந்தப் பகிர்தலின் அடிப்படை! பெரியார் என்கிற அடர்த்தியின் நேர்த்தி, எதைக் குறிக்கிறதென்றால், மனிதத்தை மட்டுமே மிகவும் தூய்மையாக நேசித்து, எதுவொன்றையும் அதன் சமூகப் பயன் கருதியே உச்சி முகர்ந்து, சொல்லுக்கும் செயலுக்கும் இழைகூட இடைவெளியின்றி, உண்மைக்கும் உலக வாழ்விற்கும் திரையெதுவும் போடாது, பகுத்தறிவுக்கு மட்டுமே பக்கத்தில் இடமளித்து, 'தானாக எவரும் பிறக்கவில்லை; எனவே தனக்காகவும் பிறக்கவில்லை' என்று, குடலிறக்க நோயால் அவதிப்பட்ட போதும், மூத்திரச் சட்டியைத் தூக்கிச் சுமந்தபடியே, ஒடுக்கப்பட்ட சமூகத்திற்குத் தன் மூப்பிலும் தன்னை முழுவதுமாய் ஒப்புக் கொடுத் திருந்து, சமூக வாழ்க்கைக்கு, சுயமரியாதை என்று புதிய உரை சொன்ன, ஒரு சமூக ஞானி - மனித மாண்பு என்பதன் குணவடிவாய், அவரின் சித்திரத்தை வார்த்தைகளுக்குள் அடக்கிப் பார்த்தால், போதாமையில் நான் தான் குறுகிப் போகிறேன்!

காரல் மார்க்ஸ், நமக்குள் வசப்பட்டிருந்தால், உலகத்தையே எதிர்கொண்டு நிற்க முடியும் என்பது போல், பெரியார் நமக்குள் வசப்பட்டிருந்தால், சனாதனத் தீண்டாமையால் ஊட்டி வளர்க்கப்பட்டிருக்கிற இந்துத் துவத்தையே வீரியமுடன் தானாக எதிர்கொள்ள முடியும்! சம்பூக அலறலின் போர்ப்பறை அது! இரணியத் துடிப்பின் கொட்டுமுரசும் அது! ஒடுக்கப்பட்டிருக்கிற மனிதருக்கான ஊன்றுகோலாயிருக்கிற, காரல் மார்க்ஸின் தத்துவத்தோடு, அம்பேத்கரின் அனுசரணையோடு, சூத்திர இழிவு நீக்கும் போர்ப்படைத் தளபதியாய், தமிழ் மண்ணில் தன் இயக்கத்திற்கு விதை போட்டவர் பெரியார்!

'பெரியார்' என்கிற ஒற்றைச் சொல், 'இந்தியா, இந்தி, இந்து என்கிற ஒற்றை அதிகார மூர்க்கங்களுக்கு எதிராய், இந்த மண்ணில் இன்று வரையும் களமாடிக் கொண்டிருக்கிற, சமூகநீதிச் சிந்தனையின் ஒரு நூற்றாண்டுக் காலப் போர்ப்பறை உறுமலின், ஓர் எளிய, சமூக வரலாற்று வரிவடிவம் அது' என்று சொன்னால் சரியாயிருக்குமா? எதுவொன்றுக்கும் அவர் கைக்கொண்டிருந்த அவரின் ஒற்றை அளவுகோல் என்பது, சமூக மேம்பாட்டை நோக்கிய, பாகுபாடுகளுக்கு எதிரான-ஆதிக்கங்களுக்கு எதிரான-சனநாயக சமூக நீதி என்பதாய்ச் சொன்னால் அவருக்கு நியாயம் செய்ததாகுமா? இதில் ஏற்படுகிற 'ஓய்வும் சலிப்பும் தற்கொலைக்குச் சமம்' என்று பொதுவாழ்க்கையில் ஈடுபட வருகிற இளைஞர்களுக்கு அவர் போதிக்கிற சமூக அறம், எளிதில் பேசிக் கடந்துபோய்விடவும் கூடிய ஒன்றா? சனநாயக சமூக நீதிக்கு எதிராக நிற்கிற, பன்மைத்துவத்தின் பாதுகாப்பைத் தடுக்கிற, எல்லாவகைச் சனாதனங்களையும் பெரியாரின் கைத்தடி நிர்த்தாட்சண்யமின்றிக் கைவாளாய்ச் சுழன்றடித்தது! எடுத்துச் சுழட்ட நினைக்கிற மற்றவர்களுக்கும் துருப்பிடிக்காத போர்வாளாய் இன்னமும் பயன்பட்டு வருவது அது! அதனால்தான், இன்னமும் சனாதனம் நெருங்கவே முடியாத நெருப்பாயிருக்கிறார் அவர்! - நெருப்பாயிருக்கிறது அவரின் பெரியாரியல்! நூறாண்டுகளாய்க் களத்தில் அயராமல் குத்து வரிசை போட்டு, நிமிர்ந்து நின்று கொண்டிருக்கிறது பெரியாரியம்!

சமூகம், சாத்திரம், கலை இலக்கியம், அரசியல், நீதி, நிருவாகம், பண்பாடென்று அனைத்திலும் 'நீறு' பூத்தத் தகிப்பாய் அப்பிக் கிடக்கிற 'மனு'விற்கு எதிராய், அதை 'நீரு' ஊற்றித் தணிக்கக் கிளம்பிய 'தனு' தான் பெரியாரியம்! இதுவே இந்திய தேசியத்திற்கெதிரான திராவிட இனத் தேசியமாகவும், மொழி சார்ந்து, தமிழ்த் தேசியமாகவும், அது, தன்னளவில் விரிந்து பொருள் தருகிறது. அந்த வகையில், ஆழ்ந்து பார்த்தால், பெரியாரியலின் ஆய்வு முறைமை மிகவும் எளிமையானது; எதையும் நிறுத்துப் பார்க்க அவர் வைத்திருக்கும் 'சமநீதி' என்கிற எடைக் கற்கள்தான் அவரின் அளவுகோல்கள்! ஆனால், அதைக் கொண்டு செலுத்துவதற்கான பயணம், மிக மிகக் கடுமையானது! ஒரு சமூக ஊழியக்காரனாகவே, இந்தத் தமிழ்ச் சமூகத்திற்குத் தன்னை அறிமுகப் படுத்திக் கொள்கிறார். தான் ஊழியம் செய்வதற்கான 'பிரதி'யை, இந்தத் தமிழ்ச் சமூகத்திற்குள்ளிருந்தே தேடி எடுத்து, சுயமரியாதை அறிவுப் பார்வையில், அதைச் சுயமாகப் பொருள் புரிந்து வாசித்திருக்கிறார். ஆய்வில் துறைபோய ஒருவரின் அறிவியல்பூர்வ, முறையான, தேவையான அடிவைப்பாயிருக்கிறது அவரின் ஊழியப் பிரகடனம்!

யார் இவர் என்று இவரின் முகவரி கேட்பவர்களுக்கு, ஆய்வு நெறி முறைமையின் அடிப்படையில், 'என்ன செய்கிறேன், எதற்குச் செய்கிறேன், எப்படிச் செய்கிறேன்' என்பதாய்த் தன்னை அறிவியல் பூர்வமாய் வெளிப்படுத்தி, தன் தத்துவச் செயல்பாட்டிற்கு, ஒரு வடிவம் கொடுக்கிறார் அவர்! அவர் இப்படிச் சொல்கிறார்:- 'ஈ.வெ. ராமசாமி என்கிற நான், திராவிட சமுதாயத்தைத் திருத்தி, உலகிலுள்ள பிற சமுதாயத்தினரைப்போல் மானமும் அறிவும் உள்ள சமுதாயமாக ஆக்கும் தொண்டை மேற்போட்டுக் கொண்டு, அந்தப் பணியாய் இருந்து வருபவன். இதுதான் அவரின் முதன்மைப் பணி! இதைச் செய்வதற்குத் தடையாய் நிற்கிற எதுவொன்றையும், மடமையென குப்பைத் தொட்டிக்குள் தூக்கி எறிகிறார் அவர்; புனிதம்/அபுனிதம் எதுவும் அவருக்கில்லை. அதை இல்லாதொழிக்கிற ஒரு பணியையே அவர் தன்னின் அணியாய்ப் பூண்டு மகிழ்கிறார். 'இதைச் செய்ய, வேறு யாரும் முன்வராத காரணத்தால், இதைத் தவிர வேறு ஒரு பற்றும் எனக்கில்லையாதலால், அந்தப் பணியை என்மேற் போட்டுக் கொண்டு, அந்தப் பணியாகவே இருந்து வருபவன்' என்கிறார். இறைப் பற்று, நாட்டுப்பற்று, மொழிப்பற்று போல் அவருக்கிருந்தது அள்ள அள்ளக் குறையாத சமூகப்பற்று! 'இதைத் தவிர வேறொரு பற்றும் எனக்கில்லை' என்பதன் பின்னிருக்கிற எளிமையும் அழுத்தமும் தீர்க்கமும் வேலைத் திட்டமும், அவை கொண்டு ஒளிர்கிற அவரின் மொழிப் பிரயோகமும், 'ஒரு சோறு' பதக் கணக்காய், 'நாகம்மையார் மறைவு அறிக்கை' போலவே, 'பற்று' என்கிற தேர்ந்த மொழிப்பெய்வும், அவரை மிகச் சிறந்த எழுத்துப் படைப்பாளியாக அடையாளப் படுத்திச் செல்கிறது.

'பகுத்தறிவையே அடிப்படையாய்க் கொண்ட கொள்கைகளையும் திட்டங்களையும் வகுத்துள்ளதால், நான் அத் தொண்டுக்குத் தகுதி யுடையவன் என்றும், சமுதாயத் தொண்டு செய்பவனுக்கு அதுபோதும் என்றுமே கருதுகிறேன்' என்று தன்னை அதற்குத் தகுதிப்படுத்திய வராகவே, சமூகக் களத்தில் தன் நிலையை-தன் தகுதியை அறிவித்துக் கொள்கிறார். புராண, இதிகாச, வேதக் கருத்தியல் தளங்களுக்கு எதிரான பொருள்முதற் தளமான அறிவியலின் பக்கம், அசையாமல் நிற்கிறார். எவ்வளவு எளிமையாக, தெளிவாக இருக்கிறது அவரின் பிரகடனம்! தன்னின் பணி பற்றி, மிகத் தெளிவாக எடை போட்டு, அதற்கேற்ப உறுதியான அடி வைத்திருக்கிறார்; அதற்கேற்பவே தடி எடுத்திருக்கிறார்; இதுதான் எனது பணி- இது மட்டுமேதான் என் பணி என்பதில் பிசகில்லாமல், இறுதிவரையும் எதிர்ப்பலையில்

புடம்போட்டே, தன்னைப் பொலிவுபடுத்தி இருக்கிறார். இதற்குத் தடையாய் நிற்கிற அத்தனை இழிவுகளையும் தகர்த்தெறிய, ஏதென்ஸ் தெருக்களிலே முழங்கித் திரிந்த ஒரு சாக்ரடீஸ் போல, தமிழகத் தெருக்களிலே பகுத்தறிவிற்கும் சுயமரியாதைக்குமாய், சமநீதிக்கும் சமூகநீதிக்குமாய்ப் பம்பரமாய்ச் சுழன்று திரிந்த, ஒரு சமூகத் தேனீயாயிருக்கிறார், சுயமரியாதை-சமதர்மப் பெரியார்!

அவரின் இந்த அணுகுமுறைதான் கலை இலக்கியங்களின் பக்கமும் நீளுகிறது. கலை இலக்கியங்கள் படைப்பாளியின் உள்ளொளித் தூண்டலால் கிளர்ந்தெழுந்தபோதும், அவை மனிதகுல வளர்ச்சிக்கானதாய், பாகு பாட்டைத் தகர்த்தெறிய வழிசமைக்கும் வாகடமாய், சுயமரியாதையை, இனமானத்தைக் காக்கக்கூடியதாய், அதன் படையணியாய் விளங்க வேண்டும் என்பதே, அவரின் மிகு விருப்பாய் இருக்கிறது. மனிதத்திற்கு-சமநீதிக்கு முரண்பட்டு மொழி நின்றாலும், கலை இலக்கியம் நின்றாலும், மதம் நின்றாலும், மகேசனே நின்றாலும் அனைத்தையும் விமரிசன பூர்வமாய்த் தூக்கி எறிந்து, மனிதத்துவத்தின் பக்கமே நிற்கிறார் பெரியார்! மனிதன் பகுத்தறிவுடன் முரண்படும்போது, பகுத்தறிவின் பக்கமே 'கருத்தாளி'யாய் நிற்று சுயமாகச் சிந்திக்கச் சொல்கிறார் - அவர் தான் பெரியார்! கலையின் வரலாறு, மனித குலத்தின் தொடக்கத்தி லிருந்து தொடர்ந்து வருவது! இலக்கியத்தின் வரலாறும், அதையொட்டித் தடம்பிடித்தே, அதன்போக்கில் வருவது! இந்த வரலாற்றுக் கணக்கின் நெடும்போக்கில், இருபதாம் நூற்றாண்டின் ஒரு இடைப்பட்ட புள்ளியிலிருந்து, விளிம்பின் தகிப்பிலிருந்து புறப்பட்ட, ஒரு கலகக் குரலாய் நிமிர்ந்து நிற்கிறார் பெரியார்-அவரின் திராவிடர் இயக்கம்! இங்கு, மொழி-இலக்கியம்-கலை அனைத்தும், பக்குவமாய்ப் பார்ப்பன மனுதர்மப் பாகுபாட்டுக் கருத்தியலின்கீழ், அவர்கள் வகுத்த அழகியலின் கீழ் கொண்டு செலுத்தப்பட்டிருக்கின்றன என்பதைத் தமிழ்ச் சமூகத்துக்குத் தமுக்கடித்துப் பிரகடனப்படுத்தக் கூடியவராயிருக்கிறார் அவர்!

தமிழ் மொழியின் வரிவடிவ எழுத்துகள், என்ன பாவம் செய்தன மனுதர்மத்துக்கு? நால்வகை வருணப் பாகுபாட்டிற்குள் அதையும் கொண்டு நிறுத்தியிருந்தது, பார்ப்பனிய மேலாண்மைக் கருத்தியல்-அதன் அரசியல்! உயிரெழுத்துகள் அனைத்தையும், 'அவாள்'களுக்கே ஒதுக்கிக் கொண்டது-மனுதர்மச் சூழ்ச்சியின்-குலக்கல்வியின்-இன்றைய மறுவடிவான, பொருளாதார அடிப்படை இட ஒதுக்கீடு' போல!-இதை நான் சொல்லவில்லை, பதினான்காம் நூற்றாண்டைச் சேர்ந்த 'பன்னிரு பாட்டியல்'-இலக்கண நூல் சொல்கிறது! 'நறுமலர்த்

திசைமுக னீச னாரண னறுமுகன் படைத்தன வந்தணர் சாதி-அவை, அகர முதற் பன்னீருயிரும், க, ங, ச, ஞ, ட, ண' உம் (நூற்பா.6); 'இந்திரன் வெங்கதிர் சந்திரன் படைத்தன துன்னருஞ் சிறப்பின் மன்னவர் சாதி - அவை த, ந, ப, ம, ய, ர' உம் (நூற்பா.8); 'திருமிகு நிதிக்கோன் வருணன் படைத்தன வணிமிகு சிறப்பின் வணிகர் சாதி - அவை வ, ல, ற, ன' உம்(நூற்பா.10); கூற்றுவன் படைத்தன கூற்றென விரண்டு மேத்திய மரபிற் சூத்திரர் சாதி-அவை 'ழ, ள' உம் (நூற்பா.12) ஆகும். 'எம'னிடமிருந்து நமக்கு வந்து சேர்ந்தவை 'ழ'வும் 'ள'வும்! உயிர்மெய் போல வொற்றுமிம் முறைபெறும்' (நூற்பா.15)-இப்படிப் போகிறது எழுத்திலக்கணம், தொல்காப்பியர் இப்படிப் பிரித்துப் பார்க்காத போதும்! இதுதான் இடைக் காலத்தின் சிந்தனையாய் இருக்கிறது. மெய்யெழுத்துகள், உயிருடன்-அவாளுடன்-சேருகை யிலேயே உயிர்மெய் எழுத்துகளாகி, அவையும் தனித்தியங்கும் உயிர் பெறுகின்றன! எந்த மெய்யும் தனித்துப் பொருள் தராது! சூத்திரர் களுக்கென்று-நமக்காக ஒதுக்கப்பட்ட நம் தமிழ் எழுத்துகள் எவை தெரியுமா? 'ழ்' உம் 'ள்' உம்! இவையும், அவாள்களுடன் சேருகை யிலேயே 'ழ', 'ள' எனும் உயிர்மெய் ஆகின்றன. நாய்போல் வாலாட்டிக் குரைக்க மட்டும்தான் அவற்றால் முடியும், வேண்டுமானால் 'நன்றி' யுடன் என்பதையும் சேர்த்துக் கொள்ளலாம்! ஏதோவொரு கரிசனத்தில், சிறப்பு 'ழ்' ஐ நம்மிடம் தள்ளியிருக்கிறார்கள்! 'ழ' கரப் பெருமை பீத்த வேண்டுமென்றால் 'அவாள்' களின் அனுசரணை இருந்தால் தான் அதுவும் சாத்தியம்! சுயமரியாதை உள்ள எவரால் இதைப் பொறுக்க முடியும்? பெரியாருக்குச் சுயமரியாதை இருந்தது! பேசினார்... கோபத்தில், அறிவியலுக்கும், திராவிட இனத்திற்கும் எதிரான காட்டு மிராண்டித்தனம் என்பதாய்-எழுத்துகளைப் பாகுபடுத்தி, வருண ஒதுக்கீடு செய்து, புராண இதிகாசங்களுக்குள் புதையுண்டு கிடக்கிற- மொழியையே சாட வேண்டியதாகியது அவருக்கு! எதிலேதான் ஒரு சுயமரியாதையாளன் போய் முட்டிக் கொள்ள முடியும்?

'பிறப்பொக்கும்' என்று பேசிய திருக்குறளுமே, பத்தொன்பதாம் நூற்றாண்டின் இறுதி-இருபதாம் நூற்றாண்டின் தொடக்கத்தில்தான், சமூகத்தில் மீண்டும் பேசும் பொருளானது. அதுவரையுமே அதன் இருப்புப் பெரிதாக வெளிச்சப்படுத்தப்படவில்லை; பேசாப் பொருளாகவேதான் இருந்தது அது! அதை மீட்டெடுக்க வேண்டிய கடமை, தமிழியக்கத்திற்கு - திராவிட இயக்கத்திற்கு இயல்பாகவே வந்து சேர்ந்தது. அதன் கருத்துகளில், பல இடங்களில் பெரியாருக்கு மாறுபாடுகள் இருந்த போதும், அவர் பெரிதும் மதிக்கிற நூலாகவே

திருக்குறள் இருந்தது. சிலப்பதிகாரமும், அதே காலத்தில்தான் தமிழுணர்வாளர்களால் மீண்டும் மேலெழுந்து வெளிச்சத்திற்கு வந்திருந்தது. உரையாசிரியர்களின் காலம், சனாதனம் வேர்கொண்ட காலமாகவே இருந்திருந்தது. அதையொட்டிய இடைக்காலத்திலேதான் தமிழ் எழுத்துகளுக்கும் சாதியச் சாயம் பூசப்பட்டது. வருணாச்சிரமம், உணவு, உடை, உருவம் என்று அனைத்திலும் தன்னை மற்றவர்களிலிருந்து, அது வேறுபடுத்திக் கொண்டது! தமிழின், இலக்கிய இலக்கணங்கள், மதங்களின் பின்னால் போய்த் தம்மை மறைத்துக் கொள்ளப் பார்த்தன. அந்த இலக்கியங்கள், மனங்களைச் சலவைப்படுத்துவதாய், பாகு பாட்டைப் பளிச்சென எடுத்துக் காட்டும் கட்டமைப்பை அகவயமாய்ச் செய்து மகிழ்ந்திருந்தன. பக்தியிலக்கியங்கள் என்பதாய்ப் பெயர் சூட்டிக் கொண்டன. புனிதமாய் அவை புகழப்பட்டன. அபுனிதமானவர்கள் அரக்கர்களாகக் கட்டமைக்கப்பட்டனர். இப்படியாகவே, நாமறியாமலே, நம் மனம் அந்த அரசியலின் கட்டமைப்பிற்கு உள்ளாக்கப்பட்டிருந்தது. மதம், மொழி, இலக்கியம், பண்பாடு எதுவாயிருந்தாலும், மனிதனைப் பாகுபடுத்தும்-பிளவுபடுத்தும் எதையும் அனுமதிக்க மறுக்கும் பாதுகாப்பாளியாய்த் தன் இறுதிவரையும் உறுதியுடன் இருந்தவர் பெரியார்!

அதனால்தான் அவர் சொல்கிறார்:- 'ஒவ்வொரு மனிதனும் தன்மானமும் அறிவும் பெற்று வாழவேண்டும் என்று விரும்புகிறேன். அதற்குக் குறுக்கே வரும் சக்திகள் என்னவாக இருந்தாலும் ஒன்று விடாமல் அவை அனைத்தையும் எதிர்க்கிறேன். எனக்கு நினைவு தெரிந்த நாள் முதல் இந்த ஒரு வேலையைத்தான் செய்து வருகிறேன். நினைவு தப்பும் காலம்வரை இந்த ஒன்றைத்தான் செய்வேன்... உங்கள் ஒவ்வொருவரையும் நான் அளவு கடந்து நேசிக்கிறேன். தீங்கு விளை விக்கும் எந்தக் கிருமியும் உங்களை அண்டிவிடக்கூடாது என்பதற்காகத் தான் உங்களை எந்நேரமும் கவனித்து வருகிறேன்' என்று!

திருஞான சம்பந்தர் தேவாரம் 3 ஆம் பதிகம் திருவாலவாயில் 3 ஆம் பாட்டில், 'முட்டாள்களான, பேய்த்தன்மை வாய்ந்த சமண, பவுத்தர் ஆகிய கடவுள் மறுப்பாளர் வீட்டு அழகிய பெண்களைக் கற்பழிக்க அருள் தான்னு, விண்ணகத்தும் மண்ணகத்தும், நீக்கமற எங்கும் நிறைந்திருக்கும் இறைவனிடம் வேண்டுவதாக இருக்கிற பாடலை, சுயமரியாதைக்காரன் ஒருவன், எப்படி நினைத்துக் கொதிக்காமலிருக்க முடியும்? இதற்கெல்லாமா கடவுளானவர் அருள் தருவார்? என்று பெரியார் அன்று கேட்ட கேள்வி இன்னமும் பதிலளிக்கப்படாமலே தானே இருக்கிறது. இந்தக் கடவுளர்களுக்கு என்னதான் வேலை

கொடுப்பதென்கிற விவஸ்தயே இல்லாமல்தானே இருக்கிறார்கள், நம் அடியார்கள்! அமண குண்டர்களை அழித்தொழிக்கவே, பக்தியின் போர்வையில் ஒரு காலத்தில் சைவத்துவமாய்/வைணவத்துவமாய் வைதீகம் தன்னை வெளிப்படுத்திக்கொண்டு, அமணர்களுக்குக் கழுமரத்தைப் பரிசளித்துக் கொண்டிருந்த வரலாறு-'சமண ரத்தம்', 'சாமநத்த'மாய் மொழிதிரிந்து இன்றும் மதுரைக்கருகில் ஊராய் வாழ்ந்து நிற்பதை-அத்தனை எளிதில் எவருமே மறந்துபோய் விட முடியாது.

'எவருடைய கருத்தையும் மறுப்பதற்கு எவருக்கும் உரிமை உண்டு. அதை வெளிப்படுத்தவே கூடாது என்று சொல்வதற்கு எவருக்குமே உரிமை இல்லை' என்பதுதான் பெரியாரின் நிலைப்பாடு! இப்படியாக, இலக்கியங்கள் மனிதர்களைப் பேதப்படுத்தி, கீழ்மைப்படுத்தி, மதங்களுக்குள் தங்கள் முகாம்களை வடிவமைத்துக் கொண்டிருந்தன. மொழிக் குறியீடுகள் அவைகளுக்குச் சாத்தப்பட்டிருந்தன. இந்த நிலையில் பேதமற்ற மனிதச் சமநீதியைப் பேண நினைக்கிறவன்-ஒடுக்கப்பட்டிருக்கிற மக்களின் சமவுரிமைக்கான போர்க் குரலாய் ஒலிப்பவன் என்னதான் செய்வான்-என்னதான் செய்ய முடியும்? அவை, மனிதத் தன்மை இழந்த காட்டுமிராண்டித்தனமாகப் பார்க்கப் பட்டன கலகக்காரர் தோழர் பெரியாரால்! இன்று இந்துத்துவமாக, அதே அதிகார வெறியில், மக்களைப் பேதப்படுத்த, இந்து-இசுலாம் என்று புதுப்புது வன்பிரதிகளை நோக்கி மக்களை நகர்த்திக் கொண்டிருப்பவர்களின் செயல்கள்-படுகொலைகள்-காட்டுமிராண்டித் தனமாக நமக்கு உறுத்தவில்லையா?

'மக்கள், தேவர், நரகர் உயர் திணை' என்கிற தொல்காப்பிய நூற்பாகூட பெரியாருக்குப் பகுத்தறிவிற்கு ஒவ்வாத, மதச் சிந்தனையைத் தூண்டுகிற விநோதமாகவே தோன்றியிருக்கிறது. மனிதனைப் பிளவுபடுத்திக் காலந் தோறும் அரியணையேறும் அரசியல் பிரதியான ஆத்திகத்திற்கு, எதிர்நிலை அரசியல் பிரதியாக, ஒடுக்கப்பட்ட மனிதனின் உரிமையை மதிக்கும் நாத்திகன் என்பதாய்ப் பெரியார் புரிந்துகொள்ளப்பட்டார்; பூச்சாண்டி என்பதாய் வாசிக்கப்பட்டுப் பழிக்கப்பட்டார். வறட்டு வாதியான அவருக்கென்ன கலையைப் பற்றித் தெரியும் என்று அவர் களால் ஏகடியம் பேசப்பட்டார்! பொதுவாழ்க்கையில் ஈடுபடுகிறவன் மானம், அவமானத்தைப் பற்றிக் கவலைப்படாமல், தன் நோக்கத்தில் பழுதுபடாமல் செயல்பட வேண்டும் என்பதால், தன் பணியில் உறுதியுடன், எந்தப் பூச்சுமில்லாமல் பேசினார்; எழுதினார்; செயல்பட்டார் - அவர்தான் பெரியார்!

நாடகக் காப்பியமான சிலப்பதிகாரத்தின் அரங்கேற்றுகாதைக்கு அடியார்க்கு நல்லார் உரையெழுதுகையில், நாடகத்தை, 'நாடகம், பிரகரணம், பிரகரணப் பிரகணம், அங்கம்' என்று நான்கு வகையாகப் பகுத்து, நாடகம் எனும் பிரிவு அந்தணர்களுக்கானது; அறம், பொருள், இன்பம், வீடு-நான்கும் தரக்கூடியது! பிரகரணம், அரசர்க்கானது; அறம், பொருள், இன்பம்-மூன்றும் தரக்கூடியது!-வீடு இவர்கள் கணக்கில் கழிக்கப்பட்டிருக்கிறது! பிரகரணப் பிரகரணம் வைசியர்க்கானது; அறம், பொருள் இரண்டும் தரக்கூடியது! இன்பமும் வீடும் அவர் களுக்கானதில்லை! அங்கம் சூத்திரர்களுக்கானது; அறம் மட்டுமே இவர்களுக்கானது! பொருளும் கிடையாது; இன்பமும் கிடையாது; வீடு கிடையவே கிடையாது! என்னே மனிதத்துவம்? எழுத்துகளைப் பாகுபடுத்தி, இன்னின்ன வருணத்தினருக்கென்று எழுத்துகளையே பேதப்படுத்தி வைத்திருப்பதுபோல், கலை வடிவத்திற்குள்ளேயும் சமநீதி இல்லாமல்தான்-சாதிய பேதத்தை முன்னிறுத்திய தீண்டாமையே தான் இருந்திருக்கிறது! இப்பொழுது, இதையெல்லாம் யாருமே நடை முறையில் பார்ப்பதில்லை என்பதெல்லாம் அறியாமைப் பேச்சு! வேறு வேறு வடிவில், மனு தன்னுருவை மாற்றிக் கொண்டேயிருப்பதுதான் வரலாறு! என்னவொரு ஏற்றத்தாழ்வு! சூத்திரனுக்கானது, 'திருடாதே, பொய் சொல்லாதே, பிறன்மனை நோக்காதே, கள்ளுண்ணாதே' என்கிற சமூக அறம் மட்டுமேதான்! இப்படியிருந்தால்தான், அது மற்றைய மூன்று வருணங்களுக்கும் பாதுகாப்பு!

'இருவகைக் கூத்தின் இலக்கணமறிந்து' என்பதற்கு உரை எழுதுகையில், சாந்திக் கூத்தைப் பற்றிச் சொல்லிவிட்டு, அடுத்து விநோதக் கூத்தை விளக்குகிறார் அடியார்க்கு நல்லார்! விநோதக் கூத்தும் அவைதாம் என்னை? 'குரவை, கலிநடம், குடக்கூத்து, கரணம், நோக்கு, தோற் பாவை, இத்துடன் விதூடகக் கூத்தையும் சேர்த்து ஏழென்பாரும் உளர்' என்கிறார். 'என்பாரும் உளர்' என்பதால் வழக்கத்தில் இருந்து வருகிற ஒன்று என்பதாக நம் மனதில் கட்டமைக்கப்படுகிறது! 'இவ் வெழுவகைக் கூத்தும் இழிகுலத்தோர் ஆட வகுத்தனன் அகத்தியன் தானே' என்று 'அகத்திய'னைச் சாட்சிக்கிழுத்து முடிகிறது அந்த உரை! இது, இழி குலத்தோருக்கானது என்றால், 'சாந்திக்கூத்து', உயர்த்திக் கொண்டிருப் போருக்கானது என்பதாகவில்லையா? அகத்தியனே சொன்னான் என்றால், நாம் எவரிடம் போய்த்தான் முறையிடுவது? சாதிதானே இங்கேயும் இலக்கியம் வழியாக-கலைவடிவங்களின் வழியாக மண்டைக்குள் புகுத்தப்படுகிறது! உரையாசிரியர் சொன்னதுதானே என்று, அவ்வளவு எளிதில் கடந்து சென்றுவிடவும் முடியாது.

'மாமுது பார்ப்பான் மறைவலம் காட்டிட, தீ வலஞ் செய்து, மாநகர்க் கீந்த' மணம் என்பதாய்க் கண்ணகி-கோவலன் திருமணம், மூலபாடமாய் இருக்கிறதே, அது, சுயமரியாதைத் திருமணமில்லையே என்பதல்ல நம் வினா! 'பார்ப்பார், அறவோர், பசு, பத்தினிப் பெண்டிர், மூத்தோர், குழவி எனும் இவரைக் கைவிட்டுத் தீத்திறத்தார் பக்கமே சேர்க' என்று கண்ணகி மதுரையை எரிப்பதை எப்படிப் பொருள் கொள்வது? பார்ப்பார் இருக்கட்டும், நமக்கிருக்கிற மனிதாபிமான அடிப்படையில் கூட அதை விட்டுவிடலாம். ஆனால் மற்றையச் சாதியினர் ஏன் பலி வாங்கப்பட்டனர் என்பதற்கு, இட்டுக்கட்டல் வியாக்கியானமின்றி, ஏதாவது விவரணை இருக்கிறதா? நாமாவது யோசித்திருக்கிறோமா? அடைக்கலம் கொடுத்த புறஞ்சேரி மக்கள் என்னவானார்கள்? இந்தப் பிரதியின் நோக்கம், உயர்நீதியை, நால்வருணத்தின் ஒரு பிரிவினருக்கு மட்டும் ஒதுக்குவதன் மூலம், வழிவழியாய் அவர்களைப் பற்றி, நமக்கு மனச் சலவை செய்ய உதவுகிறதன்றி வேறென்ன? சமவுரிமை பேசுகிற, இனவுரிமை பேசுகிற, அதை நடைமுறைப்படுத்துவதில் வேகம் கொண்டிருக்கிற ஒரு இயக்கம், அதை எப்படிப் போகிற போக்கில் கடந்து சென்றுவிட முடியும்?

இதற்கெல்லாமான சான்றாகத்தான், வடக்கிலிருந்து இறக்கி, இங்குத் தெய்வமாக நிறுவுகிற இராமாயணப் புனிதப் பிரதியை, வடவர்-தென்னவர் (ஆரியர்-திராவிடர்) போர் என்பதாக வாசித்துச் சொற் பொழிவுகளாகவும் நாடகமாகவும், இராவண லீலைகளாகவும் மக்களிடம் கொண்டுசெல்ல வேண்டிய பொறுப்பு, பெரியாருக்கும் திராவிட இயக்கத்திற்கும் இருந்திருந்தது. அவர் ஏற்றுக்கொண்டு செயல்பட்ட சமூகப் பணிக்கு, இலக்கியத்தின் பேத - பாகுபாட்டு அரசியல் தடையாக இருந்ததால், அதை எதிர்க்கும் கலக இலக்கிய அரசியலை அவர் மேற்கொள்ள வேண்டியதாக இருந்தது! இவற்றை யெல்லாம் உள்ளடக்கியே, நீ 'ஒஸ்தி' யாகக் கருதுகிற உன் இலக்கியங் கள் எல்லாவற்றுக்குள்ளும், மனுநீதிப் பார்ப்பான் ஒருவன் உட்கார்ந் திருக்கிறானே; பாகுபடுத்தும் மதம் ஒன்று உட்கார்ந்திருக்கிறதே' என்பதாய், துணைக்கு யாருமற்ற பொட்டல் வெளியில், ஒற்றைக் குரலாய்த் தனித்து நின்று, நெருப்பைக் கக்கியிருந்தது, திராவிட இழிவிற்கு எதிரான பெரியாரின் கலகக் குரல்! இதுதான், கலை இலக்கியம் பற்றிய பெரியாரின் கலகப் பார்வையின் ஒரு சிறு துளி!

பண்பாட்டுப் பெருவெளியில், தன் செயல் திட்டத்தை முன்மொழிந்திருந்த திராவிடர் இயக்கம், மக்கள் இயக்கமாகியிருந்த பேச்சை, எழுத்தை, சுவரெழுத்தை, இதழியலை, இசையை, நாடகத்தை, திரையைத் தன்

பக்கம் நகர்த்தும் வேலைத் திட்டத்தைத் தன் இயக்க அமைப்புப் பணிகளில் ஒன்றாகவே வடிவமைத்திருந்தது என்பது, முக்கியமானது. திராவிட இயக்கப் படையணியின் ஒவ்வொரு முன்னணியினருமே, அதில் சூரர்களாய் அவர் பின்னால் அணிவகுத்து நின்றனர். மக்களையும், காலத்தின் எழுச்சியாய் அது சிந்திக்க வைத்தது; அதன்பால் அவர்கள் ஈர்க்கப்பட்டும் இருந்தனர். பேச்சையும் எழுத்தையும் பற்றிச் சொல்லவே வேண்டியதில்லை. ஓவியக் கலை, சிற்பக் கலைகளைப் பொருத்த வரை, ”கோவில்களைக் குற்றம் சொல்லி, அதில் உள்ள விக்கிரங்களின் ஆபாசங்களை எடுத்துக் காட்டி, இம்மாதிரிக் காட்டுமிராண்டித்தனமான உணர்ச்சியை மக்களுக்கு வளர்க்கலாமா என்றும், இந்த ஆபாசத்திற்காக இவ்வளவு பணச் செலவும், நேரச் செலவும் செய்யலாமா என்றும் கேட்டால், ஓவியம் என்னும் நிழலில் புகுந்துகொண்டு, ‘அவைகள் அவசியம் இருக்க வேண்டும்’ என்றும் ‘அவைகள் அழிந்தால் இந்திய ஓவியக் கலை அழிந்துவிடும்’ என்றும் ‘சாமி பக்திக்காகத் தாங்கள் கோயில்களைக் கப்பாற்றுவதில்லை’ என்றும் ‘ஓவியக் கலை அறிவிற்காகக் கோயில்கள் காப்பாற்றப்பட வேண்டும்’ என்றும் சொல்லுகிறார்கள்” என்பதாக 26-04-1931 குடியரசு இதழில் பெரியார் எழுதியிருக்கிறார்.

மற்றபடி, கருத்துப் போருக்கான இயக்கமாக ஓவியம், சிற்பத்தைக் கொண்டு செலுத்திய தடயங்கள், பெரும் கவனத்துடன் கொள்கையானதாகத் தெரிய வில்லை. ஆயின், பத்திரிகை மற்றும் சுவரெழுத்துக் கருத்துப் படங்களின் மூலம், ஊர்வலங்களில் கொண்டு செல்லும் பதாகைகளின் மூலம், தங்களின் ஓவியப் பசியை ஆரியத்திற்கெதிராகத் தீர்த்துக் கொண்டு இருந்தனர். அவற்றின் கோடுகள்-கட்டமைப்புகளில், புனிதங்கள் கட்டுடைக்கப்பட்டிருந்தன. கடவுளர், வடவர், பார்ப்பனர்கள் கேலிச் சித்திரங்களாக்கப்பட்டிருந்தனர்; சாமானியர்-விளிம்புநிலை மக்கள்-சூத்திரர் எனும் அபுனிதங்கள் கட்டமைப்பின் மையவெளிக்குக் கொண்டு வரப்பட்டிருந்தனர். பார்ப்பனர்கள்-பணமுதலைகள் தொப்பையும் நீண்ட குடுமியுமாக, மதக் குறியீடு போர்த்தியவர்களாய்க் காட்டப்பட்டிருந்தனர். இப்படித்தான் திராவிடச் சிந்தனைகள் ஓவியங் களாய்த் தங்களை வெளிப்படுத்திக் கொண்டிருந்தன. நாட்டார் ஓவிய மரபு, இதற்குள் ஒளிந்து கொண்டிருந்தது.

சிற்பத்தைப் பொருத்தவரையும், ஆரியத்திற்கு எதிரான- பார்ப்பனீயத்திற்கு எதிரான போட்டி இயக்கமாக எதுவும், பெரிதாக உருப்பெற்றிருக்க வில்லை. சிற்பிகளுக்கும் இதனால் பொதுவெளியில் பெரிய வாய்ப்புகள் இருந்திருக்கவில்லை. புனிதம் நிரம்பியதாய்க் கருதப்பட்ட, கடவுளர்

சிலைகளால் அலங்கரிக்கப்பட்ட, கோயில்களைச் சார்ந்தே-பெரும் நிறுவனங்களைச் சார்ந்தே, சிற்பிகளும் தொழிற்பட்டு வந்திருந்தனர். மிகுந்த பொருள் செலவாகும் பணியாகவும் சிற்பக்கலை இருந்தது. இதைக் கருத்தியல் நிலையில் எப்படி எதிர்கொள்வது என்பதற்குப் பெரியார்-திராவிட இயக்கம் கண்டுபிடித்திருந்த சூட்சமம் வியப்பைத் தரவல்லது. கோயில் கட்டுமானத்தினுள்ளே, புனிதம் போர்த்திய சிலைகளால் நிரம்பிய கோயில்களுக்கு வெளியே, திறந்தவெளியில் தன்னுடைய அபுனித உருவத்தைச் சிலையாக நிறுவுகிற-அறிவைத் தனக்கான குறியீடாய் உயர்த்திப் பிடிக்கும் விளக்காய் நிறுவுகிற-ஒரு நுண்ணரசியலாய்ப் பெரியாரின் சனாதன எதிர்ப்பு, சிலைகளாக வெளிப் பட்டிருக்கிறது. தனக்கும் புனிதத்தை ஏற்றிவிடக் கூடாதென்பதற்காக அதன் பீடத்தில், நிறுவப்பட்டிருக்கிற கடவுள் என்கிற புனிதத்திற்கு எதிரான, தன் அரசியலாய், அபுனிதமான முரண் முழக்கமான, ‘கடவுள் இல்லை இல்லவே இல்லை; கடவுளைக் கற்பித்தவன் முட்டாள்; கடவுளைப் பரப்பியவன் அயோக்கியன்; கடவுளை வணங்குபவன் காட்டுமிராண்டி’ என்பதாய் எழுதி நிறுவி, ஆகமக் கோயிலின் எதிரே ஒரு பண்பாட்டுப் போர் நிகழ்த்தியிருக்கிறார். தன் சிலையைத் தானே திறந்து வைத்து, இறந்தவர்களுக்கும் தெய்வத்திற்கும்தாம் சிலை வைக்க வேண்டும் என்கிற புனிதத்தைக் கட்டுடைத்தவர் பெரியார்!

அதைப் பார்ப்பனப் பத்திரிகைகள் கேலி பேசிய காலத்தில், “நான் அழகன்ங்றதுக்காக என் சிலையை ஊரூரா நான் வைக்கலெ. ‘கோயில் இல்லா ஊர்லெ குடியிருக்க வேண்டாம்’னு அவன் சொல்றான். அவன் கோயிலுக்குப் போய்ட்டு வெளியே வந்தா, கடவுளே இல்லேன்னு சொன்ன ஒரு கெழவனும் கல்லுப்போல இங்கெ இருந்திருக்காங்ற அறிவைப் பரப்புறதுக்காக எதிர்-நுண் அரசியலாய்ச் சிலை வச்சிருக்கிறேன்னு சொன்னவர், அறிவாளிக் கருத்தாளி பெரியார்! அவரின் சிலையைத் திறந்து வைக்கிற திறன் கொண்ட முக்கியஸ்தர்களாய்த் திராவிட இயக்கம் அதிகாரத்திற்கு வரும்போதே தலைவர்கள் வருகின்றனர் என்பது சமூக இயங்கியல்! அதனாலேயே, மதவெறி அரசியலின் கோபம் பெரியாரின் சிலைகளைக் குறிவைப்பதும் வரலாற்றில் இன்று வரையும் நிகழ்ந்திருக்கிறது. கலை இலக்கியப் பண்பாட்டுப் பெரு நிழலில் புழங்கப்பட்டுக் கொண்டிருக்கும் ஆரிய-திராவிட சாதிப் போர் அனைத்தையும், ‘பார்ப்பனியம்’, ‘பகுத்தறிவுக்கு ஒவ்வாமை’ எனும் கருத்து நிழலில் நின்றே பெரியார் உறுதியுடன் எதிர்க்கிறார். பகுத்தறிவு தான்-அறிவுதான், அதன் குணரீதியான பலன்தான்- கலையுணர்வூட்டும் அழகியலின் நற்குணமாயும் அவருக்கு இன்பமூட்டுகிறது!

இசையைப் பொருத்தவரையில், பெரியார் *19-02-1928* இல் ‘குடி அரசு’ இதழில் ‘சங்கீதமும் பார்ப்பனியமும்’ எனும் தலைப்பில், ‘...பார்ப்பனரல்லாத வித்துவான்களும் தங்கள் சுயமரியாதையைப் பற்றி ஒரு சிறிதும் கவலையில்லாமல் பார்ப்பன வித்துவான்கள் என்பவர்கள், எவ்வளவு குறைவு படுத்தினாலும் லட்சியம் செய்யாமல், ‘சுவாமிகளே’ என்று வாயைப் பொத்தி முதுகை வளைத்துக் காட்டிக் கொண்டு அவர்கள்பின் தொடர்கிறார்களேயொழிய, மானத்துடன் வாழ ஒருப்படுவது அருமையாய் இருக்கின்றது. இவைகளை அனுசரித்தே, ஒவ்வொரு ஊரிலும் ‘பார்ப்பனரல்லாத சங்கீத சமாஜம்’ ஏற்பட வேண்டுமென்று, பல தடவைகள் சொல்லியும் எழுதியும் வந்திருக்கின்றோம். பெரும்பாலும் இதை உத்தேசித்தே, கோவையிலும் முதன்முதலாக ஒரு சங்கீத சபை ஏற்படுத்தியும் இருக்கிறார்கள். மற்ற இடங்களிலும் இதைக் கவனித்து நடக்குமா’ என்று ஒரு குறிப்பை எழுதியிருக்கிறார். இக்குறிப்பிற்கு முன்பிருந்தே, பார்ப்பனரல்லாத சங்கீத வித்துவான்களின் அமைப்பை உருவாக்கப் பெரியார் குரல் கொடுத்து வந்திருப்பது தெரிகிறது. இதன் தொடர்ச்சியாக, *1930* ஏப்ரல் *20* நாளிட்ட ‘குடி அரசு’ இதழில், ‘வாய்ப்பாட்டு-*36*, புல்லாங்குழல்-*10*, பிடில்-*19*, மிருதங்கம்-*36*, கஞ்சிரா-*10*, ஜலதரங்கம்-*4*, கெதை-*15*, கடம்-*1*, டோலக்-*1*, நாகசுரம்-*16*, கொன்னக்கோல்-*1*, வீணை-*3* என்று, பிராமணரல்லாத சங்கீத வித்துவான்களின் பெயர், முகவரிகளைப் பட்டியலிட்டிருப்பது ஆச்சரியம் தருகிறது.

அதைத் தொடர்ந்து, அதற்கு அவர் கூறும் காரணம், ‘சங்கீத மகாநாடு கூட்டும் விஷயத்தில் நமக்குள்ள ஆர்வமானது, சங்கீதம் என்னும் ஒரு கலையானது, மிக்க மேன்மையானதென்றோ அல்லது இன்றைய நிலையில் மனித சமூகத்துக்கு, அது மிக்க இன்றியமையானதென்றோ கருதியல்ல. உலகத்தில் மக்களுக்குள்ள அநேகவிதமான உணர்ச்சித் தோற்றங்களில் இதுவும் ஒன்றே தவிர, இதற்கு எவ்விதத்திலும் ஒரு தனி முக்கியத்துவம் கிடையாதென்பதே நமதபிப்ராயம்... நம்மைப் பொருத்தவரை, நாம் இம்மகாநாட்டில் கலந்து கொள்வதானது, அக்கலையில் உள்ள மேன்மையை உணர்ந்தல்ல, வென்பதை முதலில் தெரிவித்துக் கொள்ளுகிறோம். மற்றென்னவெனில், சங்கீதத் துறையிலும் நமது பார்ப்பனரல்லாத மக்களுக்குச் சுயமரியாதை உணர்ச்சி ஏற்பட வேண்டுமென்பதற்காகவேதான், சுயமரியாதை மகாநாட்டை அனுசரித்து இதை நடத்தவேண்டுமென்று கருதி, நாம் அதில் கலந்துகொள்ள ஆசைப் பட்டதாகும். பார்ப்பனர், பார்ப்பனரல்லாதார் என்னும் உயர்வு, தாழ்வு விஷம் சங்கீதத்திற்குள்ளும் புகுந்து, அதன் மூலம், பார்ப்பனரல்லாதார்,

சுயமரியாதைக்கு விரோதமாயிருக்கும் கொடுமையை அழிப்பதற்கே ஒழிய வேறில்லை' என்பதாய்த் தெளிவுபடுத்துகிறார். ஈரோட்டில் 12-05-1930 இல் நடைபெற்ற இரண்டாவது மாகாண சுயமரியாதை மகாநாட்டில், பிற்பகல் இரண்டு மணிக்கு, 'முதலாவது தமிழ் மாகாண சங்கீத மாகாநாடு' நிகழ்ந்திருக்கிறது. மே 10 ஆம் நாள் குடியரசு இதழில், 'தென்னாட்டுச் சங்கீதமும் பார்ப்பனரல்லாத வித்துவான்களும்' என்ற கட்டுரை ஒன்று வெளிவந்திருக்கிறது. சுய மரியாதை சமதர்ம இயக்கம், தன் திராவிட இனத்திற்கான அடையாளமாய், இசைக் கலைஞர்களைப் பார்த்த பார்வை இது!

இலக்கியத்தைப் போலவே, இசைக் கலையிலும் அவரின் பார்வை, மானிட இழிவான உயர்வு-தாழ்வு, மேல்-கீழ் என்கிற வெளிப்படைப் பாகுபாட்டை உடைத்தெறிகிற ஒரு முயற்சியேயாகும்!

"காணாடு காத்தான் என்கிற செட்டிநாட்டு ஊரில், ஒரு திருமண ஊர்வலத்தில் மதுரை சிவக்கொழுந்து என்கிற நாகசுர இசைக் கலைஞர், ஒரு மூன்று முழத் துண்டைத் தன் தோளின்மீது போட்டுக் கொண்டு நாகசுரம் வாசித்து வந்து கொண்டிருக்கையில், தோளில் போட்டிருக்கிற துண்டை எடுத்து, இடுப்பில் கட்டிக் கொண்டு வாசிக்கச் சொல்லிக் கூட்டத்தில் ஒருவர் வற்புறுத்துகிறார். "வியர்வையினைத் துடைத்துக் கொள்ளவே தோளில் துண்டு. இடுப்பில் கட்டினால் முடியாதே" என்கிறார் பணிவாக திரு சிவக்கொழுந்து! பிரச்சனையாகிறது அங்கு! அவ் ஊர்வலத்தில் இசை மழையில் நனைந்தவாறிருந்த, அஞ்சா நெஞ்சர் பட்டுக்கோட்டை அழகிரி, உடன் குறுக்கிட்டு, 'துண்டை இடுப்பில் கட்ட வேண்டாம். அப்படியே இருக்கட்டும்' என்கிறார். ஊர்வலம் நிற்கிறது. அங்கு பக்கத்தில், அய்யா தங்கியிருக்கிற இடத்திற்கு விரைந்து போய், அய்யாவிடம் இசைவு பெற்றுவிட்டு வருகிறார் அழகிரி! 'என்ன வந்தாலும் நானிருக்கிறேன்: தோளிலிருந்து துண்டை எடுக்கக் கூடாது' என்கிறார் அழகிரி! வழக்கு அய்யாவிடம் போகிறது. அய்யாவின் தீர்ப்பு எப்படியிருக்கும்? இறுதியில் சிவக்கொழுந்து தோளில் துண்டணிந்தவாறே பெருமிதமும் ஆர்வமும் ஓங்க இசை விளையாடல் புரிந்துவர, அழகிரி ஒரு பெரிய விசிறியால் அவருக்கு விசிறிக் கொண்டே வர, ஊர்வலம் நடந்தேறுகிறது" (செ. திவான், 'அஞ்சாநெஞ்சன் பட்டுக்கோட்டை அழகிரிசாமி', டிசம்பர் 2008, பாளையங்கோட்டை).

இனி, நாடகத்திற்கு வருவோம்! நாடகத்தின் தோற்றம் பற்றி, நாடகத்தின் தொன்மை இலக்கண நூலான பரதமுனியின் 'நாட்டிய சாஸ்திரம்' சொல்லுகிற கதையும், மத நம்பிக்கையில்தான் கட்டி எழுப்பப்

பட்டிருக்கிறது. அது, இப்படிச் செல்கிறது:- முன் காலத்தில் ரிஷிகள் பரதமுனியைச் சந்தித்து, 'பிராமணரே! தாங்கள் எவ்விதம் வேதத்திற்கு இணையான நாட்டிய வேதத்தை உருவாக்கினீர்கள்? யாருக்காக உருவாக்கினீர்கள்? எத்தனைப் பாடல்கள்? இதை எப்படி நடைமுறைப் படுத்துவது?' எளிமைப்படுத்திச் சொல்வதாயிருந்தால், 'எவ்விதம் உருவாக்கினீர்கள்? யாருக்காக உருவாக்கினீர்கள்? இந்த உருவாக்கத்தை எப்படிப் பிரயோகிப்பது?' என்பதாகும்.

இதற்குப் பரதமுனி சொல்கிற பதில், ஸ்வயம்புவாமனுவின் கிருதயுகம் (பொற்காலம்) முடிந்து வைவாஸ்வதாமனுவின் த்ரேதாயுதக் (வெள்ளிக் காலம்) காலத்தில் மக்கள் உடலியல் இன்பத்திற்கு ஆட்பட்டிருந்தனர். ஆசை, பேராசை, கோபம், மகிழ்ச்சி, துன்பம் என்று வாழ்ந்திருந்தனர். இதைக் கண்ட கடவுளர்கள் அவர்கள் தலைவன் இந்திரனிடம் முறையிட, இந்திரன் இதை பிரும்மாவின் கவனத்திற்குக் கொண்டு செல்கிறார். அங்குதான், ரிக், யஜுர், சாம, அதர்வணம் எனும் நான்கு வேதங் களையும் கேட்கக் கூடாதவராயிருக்கிற பிரிவினரின் மனதை மாற்றவும், நான்கு வருணத்தாருக்குமானதுமான ஒரு புதிய வேதத்தை உருவாக்குவதாக முடிவு செய்யப்படுகிறது. பிரும்மா, நான்கு வேதங்களையும் தன் யோக நித்திரையில் ஓடவிடுகிறார். 'அமிர்த மதன நாடகம்' என்பதாகப் பாற்கடல் கடையும் இதிகாசக் கதையைக் கொண்டு, ரிக் வேதத்திலிருந்து பாடும் முறையையும், சாம வேதத்திலிருந்து இசையையும், யஜுர் வேதத்திலிருந்து அபிநயங்களையும், அதர்வண வேதத்திலிருந்து சுவையையும் எடுத்துப் புதிய ஐந்தாவது வேதமாக நாட்டிய வேதத்தைப் படைக்கிறார் பிரும்மா! நாடகத்தின் தோற்றம் பிரும்மாவிடமிருந்து தொடங்குகிறது. கடவுளர்களுக்கு நடிக்கிற பக்குவம் போதாது என்பதால், அந்தத் திட்டம் பரதமுனியின் கைக்கு மாறி, அவர் தன் நூறு சீடர்களைக் கொண்டு, போதக்குறைக்கு பிரும்மனால் உருவாக்கப்பெற்ற அப்சரஸ்களைக் கொண்டும் அந்த நாடகம் உருவாக்கப் பெற்றது என்பதுதான், நாடகத்தின் தோற்றமாகச் சொல்லப்பட்டிருக்கிறது நாட்டிய சாஸ்திரத்தில்! அதன் பின்கதைகள் நமக்கு இங்கு வேண்டாம்.

ஆனால் அந்த நாடகம், விருப்பாக்ஷா எனும் அசுரர் தலைமையில், தைத்யாஸ், தானவாஸ், விக்னாஸ் போன்ற துர்தேவர்களின் தலையீடு காரணமாகக் கலவரத்தில் முடிந்ததென்பதும், அதற்குக் காரணம், நாடகத்தில், தேவர்கள் அசுரர்களைக் கேவலப்படுத்தியதென்பதும் நாட்டிய சாஸ்திரம் சொல்லுகிற கதை! பாகுபாடுதான், அசுரர்மீதான இழிவுதான், முதல் நாடகமாகச் சுட்டப்படுகிற அதன் புள்ளியா யிருக்கிறது. வேதமற்ற மனிதர்களை, மனச் சலவை செய்வதற்காக -

அவர்களை மயங்க வைப்பதற்காக, உருவான நாடகத்திற்கு எதிர் நிலையில், வேதத் தீண்டாமையைத் தோலுரித்து, மக்களை விழிப்புணர்ச்சி கொள்ளச் செய்வதுதான் நாடகம் என்கிற கருத்துருவில் உறுதியாயிருக்கிறார் பெரியார்! அவருக்கான விழிப்புணர்வு என்பது, உறங்கிக் கொண்டிருக்கிற திராவிட இனத்தவரை உசுப்பேற்றி விடுகிற விழிப்புணர்வு!

22-12-1929இல் மதுரையில் நிகழ்த்தப்பட்டதாய்ப் பதிவாகியிருக்கிற திரிசிரபுரம் ஆ. நடராசனின் 'சந்திர- கமலா அல்லது சுயமரியாதையின் வெற்றி'க்குப் பிறகு, பல முயற்சிகள், அங்கொன்றும் இங்கொன்றுமாக நிகழ்ந்திருந்தபோதும், சென்னை விக்டோரியா பப்ளிக் ஹாலில் 09-09-1934இல் 'சீர்திருத்த நாடக சங்கத்'தாரால், பெரியார் தலைமையில் நிகழ்ந்த, புதுவை பாரதிதாஸன் இயற்றிய 'இரணியன்' நாடகம்தான், ஆரிய-திராவிட இனப் பிரச்சினையை முன்வைத்து, பழைய புராணத்தைப் புரட்டிப் போட்டு, திராவிட இயக்கச் சிந்தனைகளைக் கொண்டாடி நிகழ்ந்த மிகப் பெரும் நாடகமாகத் தெரிகிறது. அதில் பெரியார் இப்படிப் பேசுகிறார்:- 'நாடகம் நடிக்கப்படும் கதைகள் விஷயமும், தற்கால உணர்ச்சிக்கும் தேவைக்கும் சீர்திருத்த முறைக்கும் ஏற்றதாயில்லாமல், பழமையைப் பிரச்சாரம் செய்யவும், மூட நம்பிக்கை, வர்ணாச்சிரமம், ஜாதி வித்தியாச உயர்வு தாழ்வு, பெண்ணடிமை, பணக்காரத்தன்மை முதலிய விஷயங்களைப் பலப்படுத்தவும், அவைகளைப் பாதுகாக்கவும் தான் நடிக்கப்படுகின்றதேயொழிய வேறில்லை... இப்படிப்பட்ட கதைகள் ஒழிக்கப்பட வேண்டும். சுயமரியாதையும், சீர்திருத்த வேட்கையுமுள்ளவர்கள் அதை நடிக்கக் கூடாது. இரணியன் கதையில் வீர ரசம், சூட்சித் திறம், சுயமரியாதை ஆகியவைகள் விளங்கினதோடு, பகுத்தறிவுக்கு நல்ல உணவாகவும் இருந்தது' என்கிறார். இதுதான் கலை பற்றிய அவரின் பார்வை!

இதன் மகிழ்ச்சியின் உச்சமாய், இதன் மூன்றாவது நிகழ்விற்கும்- வாணியம்பாடியை அடுத்த அம்பலூரில் - தலைமையேற்கையில், 'இரணியனாக நான் வேஷம் போடலாமா என்கிற ஆசை என்னை அறியாமல் எனக்கு ஏற்படுகிறது. ஆனால் தாடி இருக்கிறதே என்று யோசனையைக் கைவிட்டேன்... பல உபந்யாசங்கள் செய்வதைவிட, இத்தகைய நாடகம் ஒன்று நடத்தினாலும், மக்களுக்கு உணர்ச்சியையும், வீரத்தையும், மனமாற்றத்தையும் ஏற்படுத்தி, ஒரு கவர்ச்சியை உண்டாக்குகிறது. நம் எதிரில் நடந்த மாதிரிதான், ஆதியில் இரணியன் கதை இருந்திருக்க வேண்டும். ஆனால் அதைப் பார்ப்பனர்கள்

தமக்குச் சாதகமாகத் திருத்தி உபயோகப்படுத்திக் கொண்டார்கள். பழைய நாடகங்களை நாம் சீர்திருத்திப் புதிய முறையில் நடத்திக் காண்பிக்க வேண்டும். நாடகங்களில் பல சீர்திருத்தங்களைச் செய்ய வேண்டும். இந்தப் பழைய நாடகங்கள் மக்களை மூடர்களாகவும், அர்த்தமற்ற கொள்கை உடையவர்களாகவும் செய்திருக்கின்றன. நாடகத்தின் மூலம் அறிவு வளர இடமிருக்கின்றது. ஆகையால் நாடகங்களைப் புதிய முறையிலே திருத்தி மக்களுக்குப் பயன்படும்படிச் செய்ய நாடகாசிரியர்கள் முன்வர வேண்டும். வெறும் சங்கீதமும் பாட்டும் வேண்டிய தில்லை. கருத்து இருந்தால் போதும்!... இம்மாதிரி நாடகங்களை நாடெங்கும் நடத்தினால், மக்கள் உணர்ச்சி பெற்று மூடநம்பிக்கைகளையும் அர்த்தமற்ற கொள்கைகளையும் உடைத் தெறிவார்கள்' என்கிறார்.

1948இல் இந் நாடகம் அரசின் தடையை எதிர்கொண்ட முறை இன்னமுமே ரசனைக்குரியது! தடைசெய்யப்பட்ட நாடகத்தை நிகழ்த்தியதற்காகக் காஞ்சித் 'திராவிட நடிகர் கழக'த்தினர் கைது செய்யப்பட்டு 143 ஐபிடி பிரிவின்படியும் 1876ஆம் ஆண்டு நாடக நிகழ்த்துதல் சட்டம் 19 (6ஏ) இன் படியும் குற்றம் சுமத்தி, மூன்று மாதக் கடுங்காவல் தண்டனை + ரூ.50/ தண்டத் தொகையும், அதைக் கட்ட மறுத்தால் மூன்று வாரம் கூடுதல் சிறைத் தண்டனையும் விதிக்கப்பட்டிருந்தது. முன்று மாதம் + முன்று வாரத் தண்டனையும் முடிந்து, வேலூர் சிறையிலிருந்து வெளியே வரும் தோழர்களை, 22-12-1948இல் வேலூரிலே பெரியார் வரவேற்றுப் பாராட்டுகிறார்; அடுத்த நாள் திருவத்திபுரத்தில் (செய்யாறு) நடைபெற்ற பாராட்டுக் கூட்டத்திற்குப் பெரியார் தலைமையேற்கிறார். கிறித்துமஸ் அன்று காஞ்சியிலே அறிஞர் அண்ணா தலைமையில் பாராட்டுவிழா! காஞ்சிபுரத்தில் நடந்த வரவேற்புக்குச் செங்கற்பட்டிலிருந்து தோழர் எம். சின்னையா அவர்கள் தலைமையில் நூற்றுக்கு மேற்பட்ட திராவிட இயக்கத் தோழர்கள் நடைப்பயணம் மேற்கொண்டு, வழியெங்கும், 'பேசாப் பொருளாய் அனைவரையும் பேசவைத்து' திராவிட இயக்கச் சிந்தனைகளைப் பரப்புரை செய்து, காஞ்சிபுர வரவேற்பில் கலந்து கொண்டிருக்கின்றனர். திராவிடர் இயக்கக் கருத்தியலைப் பேசியதற்காகத் தடைசெய்யப்பெற்ற, திராவிட நடிகர் கழகத்தின் நாடகம் ஒன்றிற்காகத் திராவிடர் கழகம், தன் தோளில் அதைத் தூக்கிச் சுமந்த வரலாறு, தமிழ் நாடக வரலாற்றில் அவசியம் குறித்துவைக்கத் தக்கதாகும்!

குறித்துவைக்கப்பட வேண்டிய இன்னொன்று, 11-02-1944 இல் ஈரோடு சென்ட்ரல் கலையரங்கில் நடைபெற்ற 'தமிழ் மாகாண நாடகக் கலை

அபிவிருத்தி மாநாடு' ஆகும்! நாடகத்திற்கென இந்த வகையான மாநாடொன்று, இந்தியாவின் எந்தப் பகுதியிலும் நடைபெற்றிருப்பதாகத் தெரியவில்லை. டி.கே.சண்முகம் அவர்கள் தலைமையில், நடிகர் சிவதாணு அவர்கள் முயற்சியில், ராவ்பகதூர் பம்மல் சம்பந்தனார் தமிழ்க்கொடி ஏற்ற, சர்.ஆர்.கே.சண்முகம் அவர்கள், மாநாட்டைத் துவங்கி வைத்து, நிறைவுரையும் ஆற்றியிருக்கிறார். இதில், திராவிடர் இயக்கம் கலந்துகொண்டு, சீர்திருத்த நாடகங்களுக்காகக் குரலெழுப்பி, நாடகத்தின் திசைமாற்றத்திற்குக் காய் நகர்த்தியதென்பது, தமிழ் நாடகத்தின் பெரும்போக்கில் இன்னொரு வரலாற்றுத் தடமாகும்.

நாள் முழுக்க நடைபெற்ற அம் மாநாட்டில், திராவிடர் இயக்கத்தின் அறிஞர் பெருமக்கள் அண்ணா, கி.ஆ.பெ., கலைவாணர், எஸ்.ஆர்.பாலசுப்பிர மணியம் ஆகியோர் உரை நிகழ்த்தியுள்ளனர். தோழர் எஸ்.ஆர். பால சுப்பிரமணியம் பேச எழுந்ததும் யாரோ ஒரு தோழரால் தடுக்கப் படவே, பெரும் குழப்பம் ஏற்பட்டு, பெரும்பாலோர் வேண்டுகோளுக் கிணங்க பிறகு பேசினார் என்று 19-02-1944 நாளிட்ட குடியரசு கூறுகிறது. தன் உரையில், ஒரு குறிப்பொன்றை அவர் தருகிறார். "இம்மாநாட்டின் காரியதரிசிக்கு கீழ்க்கண்ட தீர்மானத்தை நிறைவேற்றுமாறு நான் ஒரு தீர்மானம் அனுப்பி வைத்தேன். அத்தீர்மானத்தைப் பிரேரேபித்து, அதைப் பற்றிச் சில வார்த்தைகள் சொல்ல அனுமதிக்க வேண்டுமென்று கேட்டுக் கொண்டிருந்தேன். என்னுடைய கடிதத்தை வரவேற்புக் கமிட்டியில் சமர்ப்பித்து விட்டதாகக் காரியதரிசியிடமிருந்து எனக்கு ஒரு கடிதம் வந்தது. ஆனால், அத்தீர்மானம் மாநாட்டில் ஒப்புக் கொள்ளப் பட்டதா; மாநாட்டில் அத்தீர்மானம் கொண்டுவரப்படுமா என்பதைப் பற்றிய குறிப்பொன்றும் காரியதரிசியின் கடிதத்தில் இல்லை. தீர்மானம் கீழ்க்கண்டவாறு:- 'தற்போது நாடகக் கம்பெனிகளிலும், தனிப்பட்ட நாடகங்களிலும், புராண சம்பந்தமான மூடநம்பிக்கைகளையே அடிப்படையாகக்கொண்ட நாடகங்களே மலிந்து, மக்கள் அறிவைப் பாழ்படுத்தி வருகின்றன. இம்முறை மாறி, பகுத்தறிவை ஊட்டும் படியான சமூக சீர்திருத்த நாடகங்கள்; ஜாதிபேத ஒழிப்பு, தீண்டாமை ஒழிப்பு, பெண் மக்கள் காதல் மணம், கலப்பு மணம், விதவை மணம், மக்கள் பகுத்தறிவு வளர்ச்சி முதலியவைகளை நடத்த வேண்டுமென்று நடிகர்களையும், நாடகக் கம்பெனிகளையும் இம்மாநாடு கேட்டுக் கொள்கிறது. இத்தகைய சீர்திருத்த நாடகங்களுக்கு மக்கள் ஆதரவு கொடுக்கும்படியும் கேட்டுக் கொள்ளுகிறது'. பெரியாரின் புரட்சிக் கொள்கைகளை அடிப்படையாகக் கொண்ட முத்தமிழ் நுகர்வோர் சங்கத்தின் சார்பாக, மாநாட்டுக்கு அனுப்பிய தீர்மானங்களையும் யான்

கண்ணுற்றேன். அவையனைத்தும் என் தீர்மானத்தின் கருத்துகள்தாம் என்பது வெள்ளிடைமலை” என்பதாகச் செல்கிறது.

‘ஈரோடு முத்தமிழ் நுகர்வோர் கழகத்தார் வேண்டுகோளை ஏற்று, திருச்செங்கோடு, திருப்பூர், கரூர், தவுட்டுப்பாளையம், புலியூர், திருச்சி முதலான பல ஊர்களிலிருந்து ஏராளமான இயக்கத் தோழர்கள் நம் தீர்மானங்களை நிறைவேற்றி வைக்க வந்திருந்தனர். திருச்செங்கோடு உண்மை நாடுவோர் சங்கம், தவுட்டுப்பாளையம் தென்னிந்திய நல உரிமைச் சங்கம், தூத்துக்குடி தென்னிந்திய நல உரிமைச் சங்கம், திருச்சி தியாகராஜ வாசகசாலை, கடையநல்லூர் ஸ்லிராஜகல் இஸ்லாம் சங்கம், சேலம் செவ்வாப்பேட்டை திராவிடர் கழகம், லாலுகாபுரம் சுயமரியாதைச் சங்கம், திருவாரூர் தமிழ்நாடு தமிழ் மாணவர் மன்றம், சாத்தூர் விசுவநாதம் வாசகசாலை, தூத்துக்குடி பெரியார் இளைஞர் சங்கீத சபா, தூத்துக்குடி க்ஸ்டிஸ் வாலிபர் சங்கம், திருச்சி மருத்துவ குலச் சங்கம், திருவாரூர் முரசொலி வெளியீட்டுக் கழகம், துறையூர் தென்னிந்திய நல உரிமைச் சங்கம், பூவாளூர் திராவிட இளைஞர் கழகம், விழுப்புரம் திராவிடர் கழகம் ஆகியவற்றின் சார்பாகவும், கும்பகோணம் தோழர் கே.கே. நீலமேகம், வேலூர் தோழர் அண்ணல் தங்கோ முதலானோரும், மேற்படி மாநாட்டில் தோழர் எம். சித்தையா நாயக்கர் அவர்களின் தீர்மானங்களும், ஈரோடு முத்தமிழ் நுகர்வோர் கழகத் தீர்மானங்களும் நிறைவேற்றப்படவேண்டும் எனக் கோரித் தீர்மானங்கள் அனுப்பியிருந்ததாகக் குடியரசு குறிப்பிடுவதிலிருந்து, இத்தனை முஸ்தீபுகளையும் செய்யப் பின்புலமாயிருந்த பெரியார், அதை வெறுமனே நாடகக் கலைஞர்கள் கூடிக் கலைகிற மாநாடாக மட்டும் கருதியிருக்கவில்லை என்பது தெரிகிறது.

இறுதியில், தீர்மானங்கள் எதுவுமே நிறைவேற்றப்படாததோடு, ‘பெரியார் வாழ்க, புராண நாடகம் ஒழிக, பழமை இசை ஒழிக, திராவிட நாடு திராவிடருக்கே’ என்ற பேரொலியுடன் மாநாடு முடிவுற்றதாகத் தெரிகிறது. பிரதிநிதிகளில் சிலரும், மாநாட்டுக்கு வந்த நாடக சபையினரில் சிலரும், இதுவென்ன ‘நாடகக்கலை மாநாடு’ என்று டி.கே.எஸ். சகோதரர்கள் கூட்டி, அது ‘சுயமரியாதை மாநாடா’கி விட்டதே, இதற்காகவா எங்களையெல்லாம் வரவழைத்தீர்கள் என்று சங்கடப்பட்டார்களாம். மாநாடு நடத்த முயற்சி எடுத்துக் கொண்டவர்களும், ‘எவ்வளவு முயற்சி செய்தும் நாம் அச்சடித்து வைத்திருந்த தீர்மானங்களை நிறைவேற்ற முடியாது வீணாயிற்றே என்று ஏங்கினார்களாம்’ என்று பதிவு செய்துள்ளது குடியரசு! தமிழ் நாடகத்தைச் சமூகச் சீர்திருத்தத் திசை நோக்கித் திருப்பிவிட்ட, ஒரு

காலத்தின் சண்டமாருதமாயிருந்ததில் முக்கியப் பங்கு வகித்தது திராவிடர் இயக்க நாடக முயற்சிகள் என்பது, தமிழ் நாடக வரலாற்றில் மிகவும் அழுத்தமாகக் குறிக்கப்பட வேண்டியது!

அடுத்து, 'கூத்தாடிகள்' என்று எதிர்ப்பாளர்களால் முத்திரை குத்தப்பட்டு, இழிவாகப் பேசப்பட்டு வந்த நிலையில், அதையே தனக்கான கவச குண்டலமாய்க் கொண்டு, நாடகம் எழுதிய திராவிடர் இயக்க நாடகாசிரியர்கள், நடித்த திராவிடர் இயக்க நாடக நடிகர்கள், செயல்பட்ட திராவிடர் இயக்க நாடகக் குழுக்கள், திராவிடர் இயக்க அமைப்பின் பேராதரவு என்பதாய்ப் பெருவீச்சுடன் தழிழகத்தின் மக்கள் மனங்களில் கூத்தாடிக் கொண்டிருந்தன, திராவிடர் இயக்கச் சிந்தனைகள்! பல நாடகங்கள் தடையை எதிர்கொண்டிருந்தன. அவை, தனி நூலாகப் பேசப்பட வேண்டியவை. திராவிடர் இயக்கத்தவரின் நாடகங்களைத் தடைசெய்ய வேண்டியே, 1876 ஆண்டில் உருவான நாடக நிகழ்த்தல் சட்டத்தைத் திருத்தி, 1954 இல் புதிய நாடக நிகழ்த்தல் சட்டமாக, சென்னை (தமிழ்நாடு) நாடக நிகழ்த்தல் சட்டம் உருவாக்க வேண்டிய பீதியை, அதிகார நிறுவனத்திற்கு ஏற்படுத்திய நெருக்கடிகளாக, திராவிடர் இயக்கத்தினரின் ஆசி பெற்ற நாடகங்களே இருந்தன.

ஆரியர்-திராவிடர் போருக்கான அறைகூவல்களாகவும் அவை இருந்தன. ஆளுபவரின் வர்க்க-வருண நலன்தான், அவசர அடக்குமுறைச் சட்டங்களை உருவாக்க வேண்டிய தேவையை அவர்களுக்கு ஏற்படுத்தி இருந்தன. அந்தவகையில் அவர்களுக்குப் பீதியேற்படுத்தியிருந்த திராவிடர் இயக்கத்தின் நாடகப் பீரங்கியாய் விளங்கியவர், திராவிடர் இயக்கத்தின் செல்லப் பிள்ளையான எம்.ஆர். ராதா அவர்கள்! உண்மையில் இவர், திராவிடர் கழகத்தின் உறுப்பினரே இல்லை; ஆனால் இவரை ஒதுக்கிவிட்டுத் திராவிடர் இயக்க நாடகத் தளகர்த்தர்களைப் பட்டியலிடவே முடியாது. திராவிடர் இயக்க நாடகத்தின் முதல் வரிசைப் பங்காளிகளில் இவர் மிக முக்கியமானவர். எம்.ஆர். ராதாதான், 1876 நாடக நிகழ்த்தல்கள் சட்டத்தின் அதிகார முடிச்சை அவிழ்த்து, புதிய முடிச்சு போடக் காரணமாயிருந்தவர்! எம்.ஆர். ராதாவின் நாடகங்களும் அப்போது இருந்துவந்த 1876 நாடக நிகழ்த்தல்கள் சட்டப்படியே தடை செய்யப்பட்டிருந்தன. எம்.ஆர்.ராதா அதைப் புதுவகையில் எதிர் கொண்டார். 1950இன் இந்திய அரசியல் சட்டம் பிரிவு 3 இல் 19ஆவது சரத்து, இந்தியக் குடிமகனுக்கு வழங்கியிருக்கிற அடிப்படை உரிமையான கருத்துரிமை, எழுத்துரிமை, பேச்சுரிமை, வெளிப்பாட்டுரிமையை, இந்தியக் குடியரசில் காலாவதியாகிப்போன பிரிட்டிஷாரின் 1876இன் சட்டப்படி எப்படித் தடைவிதிக்க முடியும் என்பதே அவரின் கேள்வி!

இதற்கு நீதிமன்றத்திடம்-அரசிடம், போதிய பதில் இல்லாத நிலையில், அரசின் நடவடிக்கைகள் 18-09-1954இல் அப்போதைய உயர்நீதிமன்ற நீதிபதிகள் திரு ராஜமன்னார், திரு ராஜகோபால் அய்யங்காரால் தள்ளு படி செய்யப்பட்டன. விழித்துக் கொண்ட அரசு, 27-11-54இல், புதிய நாடகச் சட்டத்திற்குரிய மசோதாவொன்றை விசேட அரசிதழில் வெளியிடுகின்றது. அதன்படி, அப்போது அமுலிலிருந்த, 1876 நாடக நிகழ்த்தல்கள் சட்டத்தை நீக்கிவிட்டு, சென்னை சட்டசபையில் புதிய திருத்த மதோதா கொண்டுவரப்படும் என்று அறிவித்திருந்தது. அதற்கு அரசு சொல்லியிருந்த முக்கியக் காரணம், ‘1876 சட்டத்தில், கட்சிக் காரர்கள் தங்கள் ஆட்சேபணையைத் தெரிவிக்கவோ அல்லது அப்பீல் செய்யவோ அதில் வாய்ப்பில்லை. ஆகவே 1876 சட்டத்தை மாற்றி விட்டு, புதிய சட்டத்தை இயற்ற சர்க்கார் முடிவு செய்திருக்கின்றனர். இது, சென்னை நாடக நிகழ்த்தல்கள் சட்டம் என்பதாக அழைக்கப்படும்’ என்பதாக இருந்தது.

ஓநாய்கள் ஆடுகளுக்காக நயந்து பேசுவது என்பது கதையில் மட்டுமில்லை, நிஜத்திலும், எல்லாக் காலங்களிலும், இப்பொழுதும், ஆளுபவர்களின் நடவடிக்கையாகவே இருந்து வந்திருக்கிறது என்பதைத் தான், வரலாறும் நமக்குத் திரும்பத் திரும்பச் சொல்லிக் கொண்டே யிருக்கிறது. உங்கள் நலனுக்காக, உங்கள் நலனுக்காகவே என்று, தம் வாய்கிழியப் பேசுவார்கள்; அதன் ஒவ்வொரு சரத்தையும், பொதுத் தளத்தில், மக்களோ-மக்கள் பிரதிநிதிகளோ விவாதிக்க வாய்ப்பே தராமல், ‘மக்கள் நலன்’ என்கிற தேன் தடவிய தங்கள் பேச்சால், கார்ப்பரேட் நலனுக்கான தங்களின் குரூர வாடையை மறைக்கப் பார்க்கும் ஒற்றை முடிவை, நிறைவேற்றும் வழிமுறையைப் பெரும் பான்மையைக் கொண்டு நிரூபிக்கிறனர். அன்றும் அப்படித்தான் நிகழ்ந்தது. 1876க்கும் 1954க்கும் என்ன மாற்றம்? ‘பல பிரிவுகள் கொண்ட மக்களுக்குள் பகையையோ அல்லது விரோத உணர்ச்சியையோ தூண்டக்கூடியதும்; மத உணர்ச்சியையோ அல்லது மத நம்பிக்கையையோ பாதிக்கக்கூடியதும்’ என்பதும், ‘தன் மீது விதிக்கப்பட்ட தடை உத்தரவை, பாதிக்கப்பட்ட கட்சிக்காரர் உயர்நீதிமன்றத்திற்கு அப்பீல் செய்து கொள்ளலாம்’ என்பதும் மட்டுமே, 1954 மசோதாவில் முக்கிய சரத்து களாகச் சேர்க்கப்பட்டிருந்தன. மேலுள்ள முதல் சரத்து எம்.ஆர். ராதாவிற் கானது; பகுத்தறிவு பேசும் திராவிடர் இயக்க நாடகங்களுக்கானது! அடுத்து வரும் இரண்டாவது சரத்து, மற்றைய நாடகக் கலைஞர்களுக்கும், சனநாயகத்தின் பேரில் நம்பிக்கைக் கொண்டவர்களுக்குமாகக் காட்டிக் கொள்ளக்கூடிய அவர்களின் தேன் தடவல்கள்! இரண்டாவது சரத்தை

மட்டுமே அழுத்தம் கொடுத்து ஆட்சியாளர்கள் சொல்லிக் கொண்டேயிருப்பார்கள்! உண்மையில், இது கொண்டு வரப்படுவதே, முதல் திருத்தத்திற்காகத்தான்! இந்தச் சட்டமும், அடிப்படையில் முந்தைய *1876* சட்டத்தின் இன்னொரு வண்ணக் கோலம்தான்! இது, திராவிடர் இயக்கத்தவரால் 'ராதா சட்டம்' என்பதாக எளிய முறையில் மனங்கொள்ளப்படலாயிற்று!

பெரியார் அப்பொழுது தமிழகத்தில்-இந்தியாவிலேயே இல்லை. உலக பவுத்த மாநாட்டில் கலந்துகொள்ள, *20-11-1954* இல், சென்னையிலிருந்து பர்மாவிற்குக் கிளம்பியவர், பல நாடுகள் சுற்றுப் பயணத்திற்குப் பின், *17-01-1955* இல்தான், சென்னைக்குத் திரும்புகிறார். பெரியார், பக்கத்தில் இல்லாத நிலையில், திராவிடர் கழகப் பொறுப்பாளர்கள், தங்கள் கக்கத்தில் இந்தப் பிரச்சனையை இடுக்கிக் கொண்டு, தமிழகம் அதிரக் குரலெழுப்பியிருந்தனர். இந்திய ஒன்றியத்தில், இதற்கான எதிர்ப்புக் குரலும், புதிய சட்ட மசோதாவும் உருவானது தமிழகத்தில் தான்! தோழர்கள் பி. இராமமூர்த்தி, கல்யாணசுந்தரம், மணலி கந்தசாமி, ப.ஜீவானந்தம், எஸ். சுயம்பிரகாசம், கோவிந்தசாமி, கே.டி இராஜு, இன்னும் பல தோழர்கள் இரு அவைகளிலும், வெளியிலும் எதிர்த்தும், குரல் ஓட்டெடுப்பில், பெரும்பான்மை ஆதரவுடன் வெற்றி பெற்றதாக அறிவிக்கப்பட்டு, சட்டம் நடைமுறைக்கு வந்ததாய் முடித்து வைக்கப் பட்டது. எம்.ஆர். ராதா விடுதலை செய்யப்பட்டார். பெரியார் திரும்பி வந்தபின், திருவாரூரில் *1955* பிப்ருவரியில் இந்தச் சட்டத்தின் நகலை எதிர்த்தார். இன்னமும் இதுதான் நமக்கான சட்டமாய்த் தலைக்கு மேலே தொங்கிக் கொண்டிருக்கிறது, மாமியார் உடைத்தால் மண்குடம், மருமகள் உடைத்தால் பொன்குடம் என்பதாய்!

நாடக உரிமைக்காகத் திராவிடர் கழகம் மேற்கொண்ட இந்தப் போராட்டமும் தமிழ் நாடக வரலாற்றில் குறித்து வைக்கத்தக்கதாகும்! இவை அனைத்திலும் பெரியார்-திராவிடர் இயக்கம் வைத்த அளவு கோல், சமூக இழிவிற்கான எதிர்ப்பு! அதைத் தூக்கிப் பிடிக்கும் கலை இலக்கியங்கள், அவற்றைக் கொண்டு செலுத்தும் பிராமணியம், இந்துத்துவம், அவற்றிற்குத் துணைநிற்கும் கடவுட் சிந்தனை ஆகிய அனைத்தும் விமர்சிக்கப்பட்டு, மனிதநேயத்தை உயர்த்திப் பிடிப்பதாகவே திராவிட இயக்கத்தார் நாடகங்கள் அமைந்திருந்தன. இக் கருத்துகளை உயர்த்திப் பிடித்த காரணத்தால், எம்.ஆர்.ராதாவின் நாடகங்களுக்கு ஏழு முறை தடையும், ஆறு வழக்குகளும், பல ஊர்களில் இவரின் நாடகங்களுக்கு *144* தடை உத்தரவும், சிறைவாசமும் விதிக்கப் பட்டிருந்தன. இதுபோக, கல்வீச்சு, கலவரம் என்று இத்தனைச்

சிக்கல்களுக்குமிடையிலும், 1944 முதல் 1964 வரையும் 20 ஆண்டுகளில், கணக்கிற்குத் தப்பியவை போக, ராதா நிகழ்த்திய நாடக நிகழ்த்தல்களின் எண்ணிக்கை 5641 ஆகும். வீழ்நாள் படாது நிகழ்த்தியிருந்தால், சற்றேறக்குறைய 15 முழுமையான ஆண்டுகள்! திராவிடர் இயக்க நாடக நிகழ்த்தல்களின் உச்ச அளவுமானியாக இருந்தவர் எம்.ஆர். ராதா எனும் கலைஞர்!

சாதிக்கொரு நீதியெனும், அநீதிக்கெதிரான போராட்ட உணர்வை நெஞ்சில் ஏற்றும் இளைஞர்களுக்கு-கலைஞர்களுக்குப் பெரியார் விட்டுச் சென்றிருக்கின்ற சிந்தனையை, நம் நெஞ்சில் ஏற்றி இக் கட்டுரையை இப்படி முடிக்கலாம்:- அவர் இளைஞர்களுக்கு-கலைஞர்களுக்கு - களப் பணியாளர்களுக்கு வைத்துவிட்டுச் சென்றிருக்கிற 'சொத்து' என்ன தெரியுமா? 'இளைஞர்களே! துணிவு கொள்ளுங்கள்! சாகத் துணிவு கொள்ளுங்கள்! உங்கள் சொந்த நலனையும், வாழ்வையும் விட்டுத் தொண்டாற்றத் துணிவு கொள்ளுங்கள்! வெறும் வீரம், உற்சாகம், தியாக சிந்தை இவை மட்டும் இருந்தால் போதாது. ஆய்வு, ஓய்வு பற்றிய கண்ணோட்டம், நன்மை தீமைகளைப் பகுத்தறியும் ஆய்வு, சாத்தியம், அசாத்தியங்களைப் புரிந்து கொள்ளும் தெளிவு, கால தேச வர்த்தமானங்களைப் பயன்படுத்திக் கொள்ளும் ஆற்றல்- இவையெல்லாம் இருந்தால் மட்டுமே இன்றைய இளைஞர்கள் பொது வாழ்விற்குப் பயன்படக்கூடியவர்கள். இல்லையெனில், ஒருசில சுயநல சக்திகளின் சூழ்ச்சிக்கு ஆட்பட்டு அழிந்து போவார்கள். இன்னும் நீண்ட காலம் வாழ இருக்கிற இளைஞர்களுக்கு, சீக்கிரத்திலேயே சாகப் போகிற கிழவனாகிய, நான் விட்டுச் செல்லும் சொத்து இது ஒன்றுதான்'!- இதுதான் 'கலகக்காரர் தோழர் பெரியார்' நாடகத்தில், பெரியார் பேசும் இறுதி அறைகூவல்! - இதுவே, இப்போதைக்கும் பொருத்தமானதாய்த் தெரிகிறது!

'பகுத்தறிவுப் பரப்புரையாளர்' சொல்லின் செல்வர் 'பெரியார்'

'நான் சொல்வதை நம்பு, இல்லாவிட்டால் பாவம்!' என்று நான் சொல்லவில்லை. எதிலும் உண்மையைக் கண்டு பிடிக்க வேண்டும். அப்பொழுது தான் நம் நாடு முன்னேற்ற மடையுமேயன்றி, 'என்னுடைய பாட்டன், முப்பாட்டன் போன வழியில்தான் போகிறேன்' என்ற மூடக் கொள்கை யினால் நாடு நாளுக்கு நாள் நாசமடைவது திண்ணம். என் புத்திக்கு எட்டியதை எடுத்துக் காட்டினேன். அதில் சரியானது எனத் தோன்றியதை ஒப்புக்கொண்டு அதன்படி நடக்கும்படிக் கேட்டுக் கொள்கிறேன். நான் சொல்வதிலும் பிசகிருந்தால் என் அறியாமைக்குப் பரிதாபப்படும்படியும் கேட்டுக் கொள்கிறேன்.

-பெரியார்

'சொல்லின் செல்வர்' பெரியார்-இது கொஞ்சம் அபசுரமாக ஒலிக்கக்கூடும்! அதனாலேயே, 'பகுத்தறிவுப் பரப்புரையாளர்' என்கிற முன்னொட்டு, இங்கு எனக்குத் தேவைப்பட்டிருக்கிறது. எந்தக் காலத்திலாவது, எங்கேயாவது, ஒரு மொழிவழிக் கலகக்காரரைச் 'சொல்லின் செல்வர்' என்பதாக அழைத்திருக்கிற மரபை, வரலாற்றில், நாம் இதுவரையும் கடந்து வந்திருக்கிறோமா? இருக்க வாய்ப்பில்லை என்றே எனக்குத் தோன்றுகிறது. பேச்சில், எழுத்தில், செயலில், வாழ்வில் என்று எதிலும் உண்மையுடனேயே, சட்டத்தின்படியேயே பயணம் செய்வதைத் தன் வாழ்வியல் நெறியாக்கிக் கொண்டு, பொதுவாழ்விற்குத் தன்னை அர்ப்பணித்துக்கொண்ட, அதிகாரத்தைக் கேள்வி கேட்கிற, ஒரு கலகக்காரர் அவர்; கலவரக்காரரில்லை! அந்த மக்களின் மொழியில், அவர்களின் மேலான அக்கறையில், ஒரு தந்தையாய் அவர்களிடம் கலந்துரையாடிய சமூகக் கருத்தாளி, தோழர் பெரியார்தான்! மூன்றாம் வகுப்புவரை மட்டுமே வகுப்பறைக் கல்வி படித்த, பட்டம், பதவி களுக்கு அலையாத, சாதிய இழிவு நீங்க, ஊர் ஊராய்ச் சுற்றிச் சுழன்று, பரப்புரை செய்த, அந்தக் 'கலகக்காரர்'-ஒடுக்கப்பட்டோரின் 'தோழர்'- தன்னைப் பற்றி, 'நான் யார்' என்று என்ன சொல்கிறார்?...

'*1901*ஆவது வருஷம் வரை, நான் மைனர்; ஒரு முரடன். *1911*இல் என் தகப்பனார் செத்தது முதல், அதாவது *1911* முதல் *1920*ஆம் ஆண்டு வரையில், நான், தேவஸ்தான கமிட்டி பிரசிடெண்ட், ஆனரரி மாஜிஸ்டிரேட், கோ-ஆப்ரேடிவ் அர்பன் பாங்கி செக்ரட்டரி, தாலுகா போர்ட் மெம்பர், ஜில்லா போர்ட் மெம்பர், *1914*இல், ஈரோட்டில் நடந்த கோவை ஜில்லா காங்கிரஸ் கான்பிரன்சுக்கு செக்ரட்டரி, ஆனரரி வார் ரெக்ரூட்டிங் ஆபீசர், மகாஜன ஸ்கூல் செக்ரட்டரி, ஈரோடு ரீடிங் ரூம் செக்ரட்டரி, ஈரோடு முனிசிபல் வாட்டர் ஸ்கீம் செக்ரட்டரி, வார் கமிட்டி செக்ரட்டரி, வார் ஃபண்ட் கலெக்ஷன் கமிட்டி பிரசிடெண்ட், ஓல்ட் பாய்ஸ் அசோசியெஷன் பிரசிடெண்ட், எஸ்.அய்.சேம்பர் ஆஃப் காமர்ஸ் சப் கமிட்டி மெம்பர், வருஷம் ரூ. *900* இன்கம்டாக்ஸ் (*1920*இல்), அந்தக் காலத்தில் கொடுத்து வந்த வியாபாரி, கடைசியில் முனிசிபல் சேர்மன் ஆகவும் இருந்தவன், ஈரோடு வாட்டர் வர்க்ஸ் வேலை முடிந்து திறப்பு விழா ஆற்றியதற்கு, சர்க்காரில், எனக்கு சர்.பி.ராஜகோபால் ஆச்சாரியார் சிபார்சு செய்த, ராவ்பகதூர் பட்டத்தை மறுத்து விட்டு, காங்கிரஸ் சேவைக்காக என்று, இவ்வளவு பதவிகளையும் ராஜினாமா செய்து, சிலவற்றை ஏற்க மறுத்து, சன்யாசி வேஷங் கொண்டு ஆச்சாரியார், வரதராஜுலு நாயுடு விருப்பப்படி, காங்கிரசில் சேர்ந்தவன். இவைகளை ராஜினாமா கொடுத்த பிறகுகூட, சர்க்கார் இன்கம்டாக்ஸ் அப்பீல் கமிட்டி மெம்பராக, எண்ணை வித்து, கயிறு வியாபாரிகள் அப்பீலுக்குத் தனி அப்பீல் அதிகாரியாக நியமித்தார்கள். இதற்குத் தினம் *100* ரூபாய் படி - *1½* முதல் வகுப்புப்படி! காங்கிரசுக்கு வந்த உடனே, காங்கிரஸ் கமிட்டிக் காரியதரிசியானவன். அடுத்த ஆண்டு, காங்கிரஸ் கமிட்டித் தலைவன் ஆனவன். தமிழ்நாடு காதி வஸ்திராலய ஃபவுண்டர் (துவக்கியவன்) ஆகவும், *5* வருடத்திற்குத் தலைவனாகவும் தெரிந்தெடுக்கப்பட்டு, தமிழ்நாட்டில் சுமார் *40* கதர்க் கடையும் *30* ஆயிரம் முதல் *1,00,000* ரூ. வரை, மாதம் கதர் உற்பத்தியும் செய்யும்படி ஏற்பாடு செய்தவன்.

*1924*இல், நான், பார்ப்பனீயம், பார்ப்பன ஆட்சி பிடிக்காமல், காங்கிரசிலிருந்து வெளியேறி, *1926* முதல் *1936* வரை ஜஸ்டிஸ் மந்திரிகளின் நண்பனாக இருந்தவன். அக்கட்சிக்கும், சுயமரியாதை இயக்கத்துக்கும் பாடுபட்டவன். இவ்வளவு சம்பந்தத்திலும், பாட்டிலும், யாரிடமிருந்தாவது ஒரு சின்னக் காசு வரும்படியோ, பட்டமோ, எனக்காவது, எனக்கு வேண்டியவர்களுக்காவது, என் குடும்பத்துக்காவது, ஒரு சிபாரிசோ, பதவி லாபமோ ஏதாவது பெற்றவனா? ஆசைப்பட்டவனா?... என் பேச்சால், எழுத்தால்,

செய்கையால் எங்காவது, என்றாவது பலாத்காரம், கலகம், குழப்பம் ஏற்பட்டதா?' என்று கேள்வி எழுப்புகிறார்.

அர்ப்பணிப்பு மற்றும் செயல்பாட்டைத் தவிர, அதனால், அவர் ஊழியத்தில் எதிர்கொண்ட இழப்புகள் மற்றும் அடைதல்கள் தவிர, வேறு பட்டங்கள், பதவிகள் எதையும் கருதியல்ல அவர் உழைத்தது! பார்வைத் தீர்க்கத்துடன், எல்லாவற்றையும் தூசுக்குச் சமானமாகவே அவர் மதித்திருந்திருக்கிறார் என்பது, பொதுவாழ்விற்கு வர விரும்பும் இன்றைய இளைஞர்கள் அறிய வேண்டியது! 1931இல் பெண்கள் மாநாட்டில் பெண்கள் வழங்கிய பெரியார் என்கிற பட்டத்தைத் தவிர வேறு எதையும் (பெரியார் என்கிற மரியாதை வார்த்தையையும் உபயோகிக்காமல் 'தோழர்' என்கிற பதத்தையே, அவர் உபயோகிக்கச் சொன்னபோதும்கூட), இறுதிவரையும் தன் தோளில் சுமக்காதிருந்தவர்! சமூக அர்ப்பணிப்பு என்பதைத் தவிர, அனைத்தையும் உதறி எறிந்த, தன்நலம் கருதா அந்தச் சமூகப் பற்றாளரை, 'எனக்குத் தொண்டை, குரல் உள்ளவரை பேசியாக வேண்டும்; பிரசங்கம் செய்தாக வேண்டும்' என்கிற கரிசன வீரரைச் 'சொல்லின் செல்வர்' என்று அழைப்பதால் ஏது நடந்துவிடப் போகிறது? 'பகுத்தறிவுப் பகலவன்' என்பதை விடவா இது-'சொல்லின் செல்வர்' என்பது பொருள் நிறைந்தது? அவர் 'மண்டைச் சுரப்பை உலகு தொழும்' என்று பாவேந்தர் பாடிப் பரவசப்பட்டதை விடவா, இந்தச் 'சொல்லின் செல்வர்' நமக்குப் பேருவகை தரவல்லது? நிச்சயம் இல்லை. நம்முடைய இலக்கியத் தோய்வை அவர்மீது உரசிப் பார்த்து, நம் ஆசையை, அவர்மீது திணித்துப் பார்த்து, அதன்மூலம், நம்முடைய பத்தரை மாற்றுப் பவிசை நிரூவுவதன்றி வேறெதுவும் பெரிதாக நிகழப் போவதில்லை. 'ஆசையால் அறையலுற்றேன்' என்பதன்றி, இது வேறல்ல!

புராண இதிகாசப் பொதியாகிக் கிடந்த தமிழைக் 'காட்டுமிராண்டி' மொழி என்றும், உண்மையின் மீதும் உழைப்பின் மீதும் நம்பிக்கையின்றிக் கடவுளை வணங்கிக் காலத்தைக் கழிக்கிறவரைக் 'காட்டுமிராண்டி' என்றும், கரவு இன்றி, நாகரிகம் என்கிற மோஸ்தர் கமழாத மொழியில் விமரிசிக்கிற ஒருவரைச் 'சொல்லின் செல்வர்' என்று பாராட்ட, இந்தச் சாத்திரச் சுழலுக்குள் உழன்று கிடக்கும் யாருக்குத்தான் மனது வரும்? ஆனால், தமிழை வெறுமனே மனனம் செய்து வைத்து, வெற்று அலங்கார வார்த்தைச் சித்துக்குள் கருத்தை வினயம் செய்து, அதையே தொழிலாக்கிய எல்லோருமே, ஏதாவதொரு சூழலில் 'சொல்லின் செல்வர்' என்பதாகவே, இங்கும், ஈழத்திலும், அழைக்கப்பட்டு வந்திருக்கின்றனர். தடுக்கி விழுந்தால் 'முனைவர்'; தடுக்காது விழுந்தால்

'பொறியாளர்' என்கிற கணக்கில், 'சொல்லின் செல்வர்' என்பதும் 'கலைமாமணி' பட்டம் போல், வனப்பிழந்த ஒன்றாகத்தான், இன்று இருக்கிறது. விரைவில் அது, 'விராட்டிபத்துச் சொல்லின் செல்வர்', 'விரகனூர் சொல்லின் செல்வர்', 'வீரபத்திரத் தெருச் சொல்லின் செல்வர்' என்பதாக விரிவுபெறும் சாத்தியங்களைக் கொண்டிருப்பதாகவே எனக்குப்படுகிறது. ஆகவே, 'சொல்லின் செல்வர்' பட்டியல், பெருகி வழியக்கூடியதாய் இருக்கிறது. அந்தவகையில், சொல் வளம் கொண்டவர் என்பதைக் குறிக்கும், 'சொல்லின் செல்வர்' என்பதான, சொல்லமைப்பானது, பெருமைக்குரிய தனித்துவத்துடன் கூடிய ஓர் அடையாக, இப்போது இருப்பதாகத் தெரியவில்லை. இஸ்லாமியர்கள் பயன்படுத்தும் 'அபுல்கலாம்' என்கிற அரபுச் சொல்லும், 'சொல்லின் செல்வர்' என்பதையே குறிக்கிறது. 'ஆசாத்' மட்டுமில்லை, சையத் மொகய்தீனும், இரவணசமுத்திரம் எம்.எம்.பீர்முகம்மது சாகிப்பும் கூட, எனக்குத் தெரிந்து, சொல்லின் செல்வர்களாகத்தான் அழைக்கப் படுகின்றனர், இஸ்லாமிய நெறிமுறைகளை, இலக்கிய நயத்துடன் உரை நிகழ்த்துவதால்!

இலக்கிய நயம் என்றால் என்ன? அது இலக்கிய நுண்மை! நுண்மை என்பது, அதில் தோய்ந்து கிடக்கும் லயத்தைத் தன் மனக் குறிப்பிற்கேற்ப, கண்டு, அதைத் தன் மொழியில் இட்டுக்கட்டி அருவியாய்ப் பிரவகிக்க விடுவது! ஒவ்வொருவரின் கற்பனைக்கேற்ப அது மாறுபடக்கூடியது! இலக்கியத்தில் தோய்ந்து கிடக்கும் ஒருவருக்கு, அதன் நுண்மை, தங்கு தடையின்றி ஆற்றொழுக்குப்போல நினைத்தவுடன் ஓடிவரும். அது, கேட்பவர் மனதிற்கு இதம் தருவது! இந்த ஆற்றல் உள்ளவர்களே, 'சொல்லின் செல்வர்' என்று அழைக்கப்பட்டுள்ளனர். பேராசிரியர் இரா.பி.சேதுப்பிள்ளை, தமிழ்த் தென்றல் திரு.வி.க. போன்றோரின் இலக்கியத் தமிழுரையால், அவர்கள், 'சொல்லின் செல்வர்'களாய்ப் போற்றப்பட்டனர். அந்தவகையில், இலக்கிய நயத்துடன் ஆன்மீகப் பரப்புரை செய்யும் வாரியார், சுகி சிவம் போன்றவர்களும், இந்த வரையறைக்குள் இப்படித்தான் வருகின்றனர். அரசியலில் அப்படிப் பேசியதால், ஈ.வெ.கி.சம்பத், சொல்லின் செல்வராக்கப்பட்டார். அதனாலேயே, அதே அமைப்பிலிருந்த, அற்புத ஆற்றொழுக்கு நடை கொண்ட அண்ணா, 'சொல்லின் செல்வ'ராக அழைக்கப்படாமல் 'அறிஞர்' என்பதாகக் கொண்டாடப்பட்டிருக்க வேண்டும்! அந்த நிலையில், சமூகத்தில் தோய்ந்து கிடக்கும் தன் லயத்தை, தன் மனக் குறிப்பைக் கொண்டு, கண்டு, மொழியின் ஆற்றொழுக்கில் அருவியாய்க் கொட்டுகிற, இந்த இலக்கிய நயத்தைப் பெரியாரின் பேச்சில்,

எழுத்தில் கண்டு, அதைக்கொண்டு, அவரைச் சொல்லின் செல்வராக நிறுவுவதா, இந்த முயற்சி!

ஆயின், இத்தகைய ஆற்றல்கள் எதுவும் அறிய வராமலேயே, அனுமனின் மிகச் சிலவான வினவுதல்களைக் கொண்டே இராமன் அனுமனைச் 'சொல்லின் செல்வன்' என்று அழைப்பதைக் கம்பராமாயணத்தில் பார்க்க முடிகிறது. சுந்தர காண்டத்தின் அனுமப் படலத்துள், வாலியைக் கண்டு பயந்து ஒளிந்த சுக்ரீவனுக்காக, இராமனை அனுமன் சந்திக்கிற சில நிமிடங்களிலேயே, அனுமனின் விசாரிப்பைக் கண்ட இராமன், இலக்குவனிடம், 'யார்கொல் இச் சொல்லின் செல்வன்?... விரிஞ்சனோ? விடை வல்லானோ?' என்று வினவுகிற இடத்தில்தான், கம்பரால், இச் சொல்லாட்சி முதன்முதலாய் இலக்கியப் பதிவாகிறது. ஆக, கம்பரின் சொல்லாட்சி இது!

வார்த்தைச் சித்தர் என்கிற பொருளிலோ, இலக்கிய நயம் என்ற பொருளிலோ 'சொல்லின் செல்வர்' என்பது அங்கு வழங்கப் பட்டிருக்கவில்லை. 'மதியூகப் புத்திசாலித்தனம்', 'மனதைக் கவரும் மொழிப் பிரயோகம்' என்கிற பொருளிலேயே, அங்கே, அது வழங்கி வந்துள்ளது. சொல்லின் செல்வராக அனுமனை நிறுவ, நம்மவர்கள் வரிசைப்படுத்தும் 'கண்டனன் சீதையைக் கண்களால்' என்பதும், அனுமனின், மதியூகப் புத்திசாலித்தனத்தை-வசப்படுத்தும் வார்த்தைப் பிரயோகத்தை அடையாளப்படுத்தவே அல்லாமல் வேறில்லை. அந்த வகையில், தர்க்கத்தை வழிமொழியும், புத்திசாலித்தனமான, அறிவார்த்த பேச்சுகளுக்கே, இச் சொல்லமைப்பைப் பயன்படுத்திக் கொள்ள முடியும். ஆயின் பெரியாரைப் பொருத்தவரை, கம்ப ராமாயண எரிப்புப் போராட்டம், இராமன் பட எரிப்புப் போராட்டம், கர்ப்பக்கிரக நுழைவுப் போராட்டம், பிள்ளையார் சிலை உடைப்புப் போராட்டம், பிராமணாள் பெயர் அழிப்புப் போராட்டம், கோயில் நுழைவுப் போராட்டம், வடவர் ஆதிக்க எதிர்ப்புப் போராட்டம், குலக்கல்வி எதிர்ப்புப் போராட்டம், வகுப்புரிமைப் போராட்டம் என்று, சனாதனத்திற்கு எதிராக, வாழ்நாள் வரையும் போராடிக் கொண்டிருந்த ஒரு போராளி! மதியூகப் புத்திசாலித்தனம் என்பதும், வசப்படுத்தும் வார்த்தைப் பிரயோகம் என்பதும், மிக இயல்பாக, அருவி நீர்க் கொட்டுதல்போல், அவரின் பேச்சிலும், எழுத்திலும், செயலிலுமே உருப்பளிங்காய் ஒளிர்ந்து கொண்டிருக்கிறது! அதில் யாருக்கும் மாற்றுக் கருத்து இருக்க முடியாது.

ஆயின், இன்றையக் கருத்துப்படி, இலக்கிய நயம்? சங்க இலக்கியம், திருக்குறள் போன்றவற்றில், பகுதியை மட்டுமே அவர் ஏற்றுக்

கொண்டிருந்த நிலையில், எந்த இலக்கியங்கள், அவர் கூப்பிட்ட குரலுக்கு அச்சமின்றி ஆற்றொழுக்குப் போல் அவரிடம் ஓடிவரும்? எதைச் சொல்லி, ஒன்றைப் பூசி முழுக வேண்டிய நகாசுத் தேவை அவருக்கிருந்தது? உணர்வோடு கலந்திருக்கிற உண்மை மட்டுமே, அவருடைய வார்த்தைகளாய் வடிவெடுக்கின்றன! அறிவுபூர்வமாய், பயன்பாட்டு நோக்கில், தமிழிலக்கியங்களைக் கடுமையாய் விமரிசிக்கின்ற, அவர் எடுத்தாளத் தகுதியுடைய இலக்கிய வரிகள், அவரைப் பொருத்தவரை, தமிழில் மிகச் சொற்பமாகவே இருக்கக் கூடும்! ஆயின், அவரின், உண்மையில் குழைத்த எழுத்தில், பேச்சில், நாம்தான் இலக்கிய நயத்தைத் தேட வேண்டும். அந்த நிலையிலே, 'சொல்லின் செல்வர்' எனும் அந்தச் சொல்லாட்சியை, அவருக்கு யார் வழங்க முன் வருவர்? சமூகத்திற்குப் பயன்பாடற்ற எதையும் தீயில் பொசுக்கி விடுவதை, ஓர் எதிரடையாளமாக, தன்னடையாளமாக வைத்திருந்த பெரியாரால், கடுமையாக விமர்சிக்கப்பட்டு விலக்கி வைத்திருந்த, 'கம்பன்' உருவாக்கிய சொல், 'சொல்லின் செல்வர்' என்பதாலும், அவர் பொசுக்கி வைத்த 'இராமன்' வாயினின்று உதிர்ந்த சொல் அது என்பதாலும், அனுமனுக்கு முன், சொல்லின் செல்வர்களாகப் பிரம்மனும் சிவனும் முன்னிறுத்தப்படுவதாலும், பெரியாருக்கு அத்தனைப் பொருத்தம் இல்லாததாக அச் சொல்லமைப்புப் போயிருக்கக்கூடும்! இந்த நிலையில், பெரியாரைச் 'சொல்லின் செல்வர்' என்று அழைக்க, என்ன அவசியம் வருகிறது நமக்கு?

அவசியம் இருப்பதாகத்தான் தெரிகிறது. பெரியார் எழுதியதாக, திரு வே. ஆனைமுத்து அவர்கள் பதிப்பித்து, 20 தொகுதிகளாக வெளிவந்திருக்கிற பெரியார் ஈ.வெ.ரா. சிந்தனைகள், திரு கொளத்தூர் மணி அவர்கள் பதிப்பித்திருக்கிற 1925 முதல் 1938 வரையிலான 'குடி அர'சில் வெளிவந்த கட்டுரைகள் 37 தொகுதிகள்! இதுபோக, திராவிடர் கழகம் வெளியிட்டிருக்கிற பெரியாரின் எழுத்துகள், இன்னொரு பெரிய மலையாய்ச் சேரும்! இவைபோக, அறிஞர்கள் எஸ்.வி.ராஜதுரை மற்றும் வ.கீதா ஆகியோரின், பெரியார் மீதான கருத்தியல் நூல்கள் பலவும், பெரியாரின் பெருமை பேசி உள்ளன. அரை நூற்றாண்டு காலத்திற்கும் அதிகமாய்ச் சமூகத் தடத்தில் மனித உரிமை நோக்கிய கைகாட்டியாய் விளங்கிய, சமூகத்தின் மீதான தீராதக் காதல் நோயாளர், பெரியாரின் பேச்சிலிருந்தும் எழுத்திலிருந்தும் செயலிலிருந்தும் நாம் அறிந்திருப்பது, ஒன்றுதான்! அது, சமூக வளர்ச்சிக்குக் குணரீதியான பயன்தரும் எதுவொன்றையும் போற்றிப் பாதுகாப்பதும், பயன்தராத எதுவொன்றையும், தூற்றித் தூர எறிவதுமாயிருக்கும்! ஒன்றின்

குணரீதியான பயனைக் கொண்டே எதன்மேலும் 'பற்று' வைக்கிற அவரின் உளவியல் கட்டமைப்பை நாம் புரிந்து கொண்டால், அவரை, அறிவார்ந்த, எவரொருவரையும் தன் மொழியால் வசப்படுத்தும் சொல்லின் செல்வராகக் கொண்டாட முடியும் என்றே தோன்றுகிறது.

'திறனறிந்து சொல்லுக சொல்லை' என்பது இவரின் பண்புசால் திரு மொழி! வெறும் ஒப்புவித்தல்களில் மனம் கசிந்து விடாமல், உண்மையின் அறிவாக மட்டுமே மொழியை விளங்கிக் கொண்டிருக்கிற அவரின் முறையியலை விளங்கிக் கொண்டால், அவரைச் 'சொல்லின் செல்வர்' என்றழைக்கிற அவசியம் நமக்கிருக்கிறது என்றே படுகிறது. எந்தச் சூழ்நிலையில் சொல்லப்பட்டது என்பதை மறைத்து, வெறுமனே 'தமிழைக் காட்டுமிராண்டி மொழி' என்று அவர் சொன்னதாக வெறும் வாயை மட்டுமே மென்று கொண்டிருப்பவர் மத்தியில், 'சொலல்வல்லன் சோர்விலன் அஞ்சான் அவனை இகல்வெல்லல் யார்க்கும் அரிது' என்ற வள்ளுவர் மொழியின் தெளிவுரையாய் விளங்கும் பெரியாரைத் தமிழின் 'சொல்லின் செல்வ'ராக நிறுவ வேண்டிய அவசியம் நமக்கு இயல்பாகவே வந்து சேர்கிறது. இலக்கியம், ஆன்மீகம், அரசியல்போல், பகுத்தறிவை இனிமை நயத்துடன் பரப்புரை செய்யும் அவரைப் பகுத்தறிவுச் சொல்லின் செல்வர் என்று அழைப்பதால் குறையொன்று மில்லை! வாழ்க்கை இலக்கணமாம் நீதிநெறிகளைச் சொல்லிச் செல்லும் திருக்குறளை, தமிழரின் தலையாய 'இலக்கிய'மாகக் கொள்வதில்லையா நாம்? அப்படித்தான் இதுவும்! பெரியாரின் கருத்தியலை இலக்கியமாய்க் கொள்வதும், அவரைச் 'சொல்லின் செல்வர்' என்று போற்றுவதும்!

ஒருசமயம் கல்கி ரா. கிருஷ்ணமூர்த்தியிடம், 'உங்களுக்கு மிகவும் பிடித்த பேச்சாளர் யார்?' என்று கேட்கிறார்கள். அவர் சொல்கிறார்:- 'சந்தேகமில்லாமல் அவர் பெரியார்தான். ஒரே பேச்சைத்தான் திரும்பத் திரும்ப அவர் பேசிக் கொண்டேயிருக்கிறார். ஆனால் எத்தனை முறை அதைக் கேட்டாலும் சலிப்புத் தட்டுவதே இல்லை. புதிதாகக் கேட்பது போலவே இருக்கிறது' என்று! ஆமாம்... அவர் உணர்ந்த, உள்ளத்தில் ஏற்றிக்கொண்ட ஒரே உண்மையைத்தான், காலம் காலமாய், 'நாநலம் என்னும் நலனுடைமை'யால், சூழல்களின் புத்துருவாக்கத்தில், புதிது புதிதாய் மெருகேறும் அவர் மொழியில், 'கேட்போர் பிணிக்கும் தகையவாய்'க் கூறிச் சென்றிருக்கிறார். 'வின்ஸ்டன் சர்ச்சில், ஈ.வெ.ரா., சி.என்.ஏ.' என்கிற கட்டுரையில் (லயம் 11, சனவரி 1995; மறு பிரசுரம்: கணையாழி செப். 2014), பிரமிள் பெரியாரைப் பற்றி இப்படிப் பதிவு செய்கிறார்:- 'சரித்திரத்தின் திருப்புமுனைகள் தோறும், பழைய

சுவடுகள் யாவும், கேள்விக்குள்ளாகும். இவ்விதக் கேள்விகளை இந்தியாவில் எழுப்பியவர்களுள், மிகவும் அதிசயமான ஒருவர் ஈ.வெ.ரா.! ஏனெனில், அவரது ஒரே ஆதாரம், மனிதார்த்த மதிப்பீடுகள் சார்ந்த அபார தீர்க்கமும் உச்சகட்டத் தயக்கமின்மையும் ஆகும்... ஈ.வெ.ராமசாமியை, நாம், பலவிதங்களில் சர்ச்சிலுக்கு ஒப்பிட வேண்டும். முறையான, படிப்பறிவு அற்ற, அவரது இயக்கத்தின் ஆதாரம், பார்வைத் தீர்க்கமாகும்... இலக்கியமும், அரசியலும் ஒன்றே என்றும், உருவத்தைவிட உள்ளடக்கமே முக்கியம் என்று கூறுகிற எவரும், ஈ.வெ.ராவின் இலக்கியப் பார்வை பற்றி, நான் சொல்லி யிருப்பதுடன் முரண்பட இடமில்லை... அரசியல்வாதி மட்டுமே ஆன, வின்ஸ்டன் சர்ச்சிலின் அரசியல் சொற்பொழிவுகளான, இரண்டாம் உலகப் போர்க் காலத்திய அவரது உரைத் தொகுப்புக்கு நோபல் பரிசு கொடுத்தவர்கள், சர்ச்சிலை, இலக்கியவாதியாகவே கணித்தார்கள். ஈ.வெ.ரா.வும் சர்ச்சிலும் செய்த சொற்பொழிவுகள் இலக்கியத்தின் நோக்கத்தையே சாதித்தன என்பதுதான், இதன் காரணம். அது, சமூகத்தை அழியாமல் உயிர்காத்த பணியாகும். சமூகத்தின் புனர்நிர்மாணமாகும்... மனிதாத்மாவினை, எவ்விதமான நிறுவனத் தன்மைக்கும் ஆட்படுத்த முடியாது என்ற பார்வையை ஏற்றால், ஈ.வெ.ரா.வின் பேச்சுக்களிலேயே, ஓர் அதிநவீனமான பேச்சுத் தளத்து வசனகவிதை ஓட்டத்தைக் காண முடியும்; அதைக் காணத்தக்க திறந்த மனம் கிடைக்கும்' என்று கூறியிருக்கிறார். இது உண்மை! அறிவும் உணர்வும் சமபிகிதத்தில் கலந்த ஒரு அரிய கலவையே, பெரியாரின் பேச்சும் எழுத்தும் என்பதில் மாறுபட்டக் கருத்து எனக்கில்லை. ஆனால், இதைப் புரிந்து கொள்ள, எனக்கு ஐம்பது ஆண்டுகளுக்குமேல் ஆகிப் போனதுதான், என் தேடல் வறுமை! ஆகவே, இப்பொழுதாகிலும் நாம் புதிதாக அழைத்துப் பார்ப் போம், 'ஒடுக்கப்பட்டோரின் சொல்லின் செல்வர்' பெரியார் என்று!

ஆம்! ஒடுக்கப்பட்டோர் உயர்வுக்கான உள்ளுணர்வுடன், அனைத்து 'அல்லாதா'ருக்குமான அரவணைப்புடன், அதைச் சொல்லாலும், செயலாலும் உயிர்ப்புடன் நிறுவும் அறிவுத் திறத்துடன், அதற்குரித்தான ஆய்வுநெறி முறையில், மொழியைக் கைவாளாய்க் கொண்டு, அத்தனை லாவகமாகப் பேச்சின் எளிமையுடன், அதைச் சுற்றிச் சுழற்றிய சமூகப் போராளியான பெரியாரே, உண்மையான 'சொல்லின் செல்வர்' என்று உரத்துச் சொல்வோம்! தன் கருத்தை 'வெல்லுஞ்சொல் இன்மை'யுடன் அத்தனை இயல்பாக, 'உள்ளத்தால் பொய்யாதொழு'கிய உண்மையாக, 'குடிசெய்வார்க்கில்லை பருவம்' எனும்படிச் சமூக மேன்மைக்காக, சளைக்காமல், தன் பேச்சால், எழுத்தால், நாளும் நன்றாற்றிய அவரை விட்டுவிட்டு, வேறு யாரை நாம் அப்படிக் கொண்டாட முடியும்?

நம்முடைய பார்வையில், பெரியார் மட்டுமே தனித்த சூரியனாய், சுய சிந்தனை என்கிற உரைகல்லின் தீர்க்கமாய், எதையும், சமூகத்தின் நம்பிக்கைக்குரிய விளைச்சலுக்காகத் திசை மாற்றிவிடும், பகுத்தறிவின் 'சொல்லின் செல்வ' ராய்த் திகழ்பவர் என்று, அவரின் உரைகளிலிருந்து உணர்த்த முயல்வதை இக் கட்டுரை செய்யும்!

மனுவிற்கு எதிரான தனுவாய், தன் மூச்சுக்கு முற்றுப்புள்ளி வைக்கிற வரையிலும், இந்த மண்ணைச் சீர்திருத்த, தொடர் சிந்தனைக் கலகம் செய்து கொண்டேயிருந்த ஓர் அரிய சமூகக் கோபம் பெரியார்! மூன்றாம் வகுப்புவரை மட்டுமே படித்த அவர், இந்த மண்ணில் வாழ்ந்த காலம் 34,433 நாட்கள்! அதில் கருஞ்சட்டைப் பெரும்படையைக் கருவாக்க, அவர் கருத்துதிர்த்த நிகழ்ச்சிகள் 10,700; கடவுள் மறுப்பிற்காக, தீண்டாமை எதிர்ப்பிற்காக, பெண்ணடிமைக் கருவறுப்பிற்காக, மூடத் தனத்தின் முனை முறிப்பிற்காக ஊர் ஊராய் உரையாற்றி, அறிவுடனும் தன்மானத்துடனும் வாழ, இந்த மக்களை அவர் உசுப்பேற்றிய நேரம் 21,400 மணி நேரம்! இதுபோக, பகுத்தறிவுச் சொரணை பெற, அவர் எழுதியெழுதி உசுப்பேற்றியது இன்னொரு கணக்கு! இந்தக் கணக்குகளில், அடுத்தவர் அக்குள்களில் கிச்சுமுச்சு காட்டுகிற, அவர்களின் அடிவயிற்றைச் சிலிர்க்கச் செய்கிற, வார்த்தைச் சித்துக்குள் மட்டுமே வளைய வருகிற, அர்த்தமற்ற சிரிப்புகளை 'அல்வா' வாய்த் தந்து செல்கிற, மாய உலகத்தைக் காட்டி மனத்தை மயக்குகிற, பிழைப்பிற்கான மாய்மாலங்கள் எதுவு மில்லாமல், ஒடுக்கப்பட்ட சமூகத்தவரின் உரிமைகளுக்கான ஓய்வில்லாக் கலகக் குரல்களாய், உண்மையையும் அர்ப்பணிப்பையும் மட்டுமே கவசமாய்க் கொண்டு, சமூக நேர்மையுடன் விளங்கியவை அவரின் உசுப்பேற்றுதல்கள்! அந்த உசுப்பேற்றுதல்களே உண்மைக்கு மிக அருகாமையில், உணர்வின் நெருக்கமாய் நிற்கும் அவரின் அறிவார்த்தப் படைப்புகள்!

'பானை சோற்றுக்கு ஒரு சோறு பதம்' என்பதுபோல், உத்தேசமாக எடுக்கப் பெற்ற அவரின் மூன்று சிறு கட்டுரைகளின் மூலம் - 1. நான் யார், 2. எல்லாம் போயிற்றென்று சொல்லட்டுமா? (நாகம்மாள் மறைவு), 3. என் திருமணம் ஆகிய கட்டுரைகளின் மூலம்-அவரின் படைப்பாளு மையை நேர்மையுடன் உரசிப் பார்த்து, அவரைச் 'சொல்லின் செல்வ' ராகக் காட்டும் முயற்சியே இது! இக் கட்டுரைகள், 'பாரதி புத்தகாலயம்' வெளியிட்டிருக்கிற, பெரியாரிய உணர்வாளர் பசு.கவுதமன் தொகுத்துள்ள 'ஈ.வெ.ராமசாமி என்கின்ற நான்' எனும் நூலிலிருந்து எடுக்கப் பட்டவை. சமூகப் பணி செய்ய முற்படும் தன்னை, இக் கட்டுரைகள் மூலம் சமூகத்திடம் பிரகடனப்படுத்திக் கொள்ளும் அவரின் தெளிவு,

தேவையற்ற அலங்காரத்திற்கான சொற்பெய்வின்மை, தேர்ந்தெடுத்த எளிமையான சொற்பொழிவு, இலக்கியமாயும் அறிவியலாயும் ஒரு சேர இணைந்து நின்று இன்பம் தரக் கூடியதாய் இருக்கிறது. அவரின் முதல் சிறு கட்டுரையான, ‘நான் யார்’ என்கிற உறுதிச் சாசனப் பிரகடனம் (நான்கு அலகுகளாகப் பிரித்துப் பார்க்கலாம்) இப்படிப் போகிறது:-

அ) ‘ஈ. வெ. ராமசாமி என்கின்ற நான், திராவிட சமுதாயத்தைத் திருத்தி, உலகில் உள்ள மற்ற சமுதாயத்தினரைப்போல மானமும் அறிவும் உள்ள சமுதாயமாக ஆக்கும் தொண்டை மேற்போட்டுக் கொண்டு அந்தப் பணியாய் இருப்பவன்.

ஆ) அந்தத் தொண்டு செய்ய எனக்கு யோக்கியதை இருக்கிறதோ இல்லையோ, இந்த நாட்டில் அந்தப் பணி செய்ய யாரும் வராததினால், நான் அதை மேற்போட்டுக் கொண்டு, அதே பணியாய் இருப்பவன்.

இ) இதைத் தவிர வேறு பற்று ஒன்றும் எனக்கு இல்லாததாலும், பகுத்தறிவையே அடிப்படையாய்க் கொண்ட கொள்கைகளையும் திட்டங்களையும் வகுப்பதாலும், நான் அத்தொண்டுக்குத் தகுதி யுடையவன் என்றே கருதுகின்றேன்.

ஈ) சமுதாயத் தொண்டு செய்பவனுக்கு இது போதும் என்றே கருதுகிறேன்.’

‘நான் யார்’ என்பதற்கான தத்துவ விசாரமாக, பிரபஞ்சத்திற்கும் தனக்கும் உள்ள தொடர்பை அகவயமாய் அனுமானிக்க முயற்சிக்கிற கருத்தியலாக இவ் விளக்கம் அமையாமல், வாழும் சமூகம், ‘மானமும் அறிவும்’ பெற்று, மேன்மை பெறுவதற்காக உழைக்கிற ஊழியன் (தொண்டன்) என்பதாகத் தன்னை வரையறுத்துக் கொள்ளுவதில், பொருளியல்-அறிவு சார்ந்த, சமூக மையப்பாடாய் இது அமைந்திருப்பதே, அவரின் மொழி ஆளுமையின் அறிவார்த்த திசை நோக்கை நமக்குப் புரிய வைப்பதாயிருக்கிறது. இதை அலகு அலகாகப் பிரித்துப் பொருள் கொள்ளுகையில், அவர் கையாளும் மொழியின் நுண்மை, ஆய்வு நுணுக்கம், மொழிக்குள் உள்ளொளிந்து நிற்கும் அவரின் தர்க்கத் தெளிவு ஆகியவை அவரின் மனதாய் அற்புதமாய் வெளிவந்திருப்பது இன்னொரு புதிய அழகியலாய் ஒளிர்கிறது. சமூக நேசம், ஒடுக்கப் பட்டோர் மீதான பாசம், சூத்திர இழிவின் மேலான மெய்யாவேசம் ஆகியவை, கற்றுத் தந்திருக்கிற அனுபவப் படிப்பு, எத்தனைப் பெரிய ஆசானாய் அவருக்குள் படைப்புக் கிரியை புரிகிறது என்பதை அவரின் பிரகடனம் தெளிவுறுத்துகிறது.

1) 'ஈ.வெ. ராமசாமி என்கிற நான்' - தான்னும் தன்னுமான - புறமும் அகமுமாய் (அறிவும் உணர்வுமாய்) அமைந்த, சட்ட நுணுக்கம் நிறைந்த சாசன மொழிநடை! 'நான் இன்னவிதம்' என்று கூறுவதையே, 'ஈ.வெ.ராமசாமி என்கிற புறம்' உருவாக்கியிருக்கிற அகமாய்க் கூறுகிறார். உருவத்தையும் உள்ளத்தையும் மொழியில் ஒன்றாய் இணைக்கிறார். சரி... அடுத்து நம் முன் நிற்கிற கேள்வி, அவர் என்ன சொல்ல வருகிறார்? அல்லது என்ன செய்யப் போகிறார்? என்பது!

2) 'திராவிட சமுதாயத்தைத் திருத்தி' என்கிறார். சரி, எது அவரைப் பொருத்தவரையில் திராவிட சமுதாயம்? 'யார் யார் பிராமணரல்லாதோர் என்ற பிரிவின் கீழ் வருகின்றார்களோ அவர்களெல்லோரும் திராவிடர் என்ற பெயராலேயே அழைக்கப்பட வேண்டும்' ('ஈ.வெ. ராமசாமி என்கின்ற நான்', செப்.2010; பக். 497) என்கிறார், 18-09-1946 நாளிட்ட 'விடுதலை' இதழில் அவர்! "எதுவரையில் 'ஆரிய வேதம்' என்பது நமது நாட்டில் இருக்குமோ, எதுவரை 'ஆரியர் ஆதிக்கம்', 'ஆரிய தர்ம பிரச்சார சபை', 'வருணாச்சிரம தர்ம பிரச்சார சபை' நமது நாட்டில் இருக்குமோ அதுவரை, நமது இயக்கம் அதாவது 'திராவிட முன்னேற்ற சங்கம்', 'சுயமரியாதை இயக்கம்', 'சமரச இயக்கம்' இருந்து தீர வேண்டியதுதான்" (மேலது:பக்.131) என்று 31-07-1927 நாளிட்ட குடி அரசு இதழில் எழுதியிருக்கிறார். மலையைப் புரட்டுகிற வேலையை அதென்ன இத்தனை எளிமையாகச் சொல்லிச் செல்கிறார் என்கிறதான மலைப்பும், எப்படித் திருத்தப் போகிறார் என்கிறதான கேள்வியும், என்ன வகையாகத் திருத்தப் போகிறார் என்கிறதான எதிர்பார்ப்பும் அதற்குள் தொக்கி நிற்கின்றன. சரி... அவரின் மொழி, நம்மை எங்கே கூட்டிச் செல்கிறது என்று பார்க்கலாம்.

3) 'உலகில் உள்ள மற்ற சமுதாயத்தினரைப்போல மானமும் அறிவும் உள்ள சமுதாயமாக ஆக்கு'தல் என்கிறார். அதாவது, மானத்தையும் அறிவையும் இழந்து நிற்கிற திராவிட சமூகத்தை, மானமும் அறிவும் உள்ள சமுதாயமாக ஆக்குகிற பெரும் பணி! யாருக்காக இதைச் செய்யப் போகிறார்? யாரின் கீழ், இதைச் செய்யப் போகிறார்? எப்படி இதைச் செய்யப் போகிறார்? என்கிற கேள்விகளும் வாலாகத் தொடர்ந்து வருகின்றன. சரி... இதைத் தன் மொழியில், எப்படிச் செய்யப் போகிறார் என்று பார்க்கலாம்.

4) 'தொண்டை மேற்போட்டுக் கொண்டு' என்கிறார். அதைத் 'தொண்டு' என்கிறார். அவருக்கு யாரிடமோ கைகட்டி ஊதியம் எதிர்பார்த்துச் சேவகம் செய்கிற வேலையாக அது படவில்லை. அதனாலேயே, 'தொண்டு செய்து பழுத்த பழம்' என்கிறார், இவரைப் புரட்சிக் கவிஞர்!

'தொண்டு' என்பதற்குத் தமிழ் லெக்ஸிகன் இப்படிப் பொருள் தருகிறது:- 'அடிமைத்தனம், கடவுள் வழிபாடு, அடிமையாள், ஒழுக்கங் கெட்டவன்/ள், தேங்காய், பலா முதலியவற்றின் மேற்றொலி, பூடுவகை, பழமை, ஒன்பது, ஒடுக்க வழி, உருவு சுருக்கு, வேலிகளைத் தாண்டாதிருக்க மாட்டின் கழுத்தில் கட்டித் தொங்கவிடப்பட்டு இருக்கும் கட்டை' என்பதாய்! யாருக்கும் அடிமையாயிருக்க விரும்பாமல் சுதந்திர மனோபாவம் கொண்டவராய் விளங்கிய பெரியார், ஒடுக்கப்பட்ட சமூகத்தின் விடுதலையை வேண்டி நிற்கும் அடிமையாய்த் தன்னை அழைத்துக் கொள்கிறாரா? 'தொண்டுப்பணி' என்பதற்கு 'ஊழியம்' என்கிற பொருளையும், 'தொண்டூழியம்' என்பதற்குத் 'தொண்டுப் பணி' என்கிற பொருளையும்,'தொண்டுதுரவு' என்பதற்குப் 'பணிவிடை' என்கிற பொருளையும் சொல்கிறது லெக்ஸிகன்! கிறித்துவ மதப் பிரச்சாரகர்கள் 'ஊழியக்காரர்கள்' என்றே அழைக்கப்படுகின்றனர். அவர்கள் செய்கிற பிரச்சாரம் 'ஊழியம்' என்றே இன்றும் அழைக்கப்படுகிறது. பெரியார் செய்வது, சமூக இழிவிற்கு எதிரான, கடவுள்-மதத்திற்கு எதிரான பிரச்சாரம்! ஊதியமற்ற சமூக ஊழியம்! 'தொண்டை மேற்போட்டுக் கொண்டு' என்று குறிப்பிடுவதால், இந்தச் சமூக 'ஊழியத்தைத் (பிரச்சாரம்) தானே விரும்பி ஏற்றுக் கொண்டு' என்பதாய்ப் பொருள் கொள்ள முடியும். சரி... இந்த ஊழியம் போக, வேறு என்ன பணி இருக்கிறது அவருக்கு?

5) 'அதே பணியாய் இருப்பவன்' என்கிறார் பெரியார். சமூக ஊழியம் செய்வது மட்டுமே தன் ஒரே பணி. ஆக, 'அதே பணியாயிருப்பவன்' என்று தன்னை பிரகடனப்படுத்திக் கொள்கிறார். இங்கு 'பணி' என்கிற சொல்லைப் பயன்படுத்துவதால், 'தொண்டு' என்பது 'தொண்டுப்பணி' என்பதையே குறிப்பிடுகிறது என்று கொள்ள முடிகிறது. ஆக, 'இந்த ஈ.வெ.ரா, திராவிட சமூகத்தவர்க்கு மானமும் அறிவும் ஊட்டும் முழு நேரச் சமூக ஊழியன்' என்பதாகத் தன்னைப் பிரகடனப்படுத்திக் கொண்டிருக்கிறார். அவருடைய மொழியில், உண்மையும் எளிமையும் மட்டுமே நின்று, நம்மை ஆட்கொள்கின்றன. ஒவ்வொரு விளக்கமும், இன்னொரு புதுப்புதுக் கேள்விகளை-விவாதங்களை உள்ளுக்குள் எழுப்பிக் கொண்டேயிருக்கிறது. தர்க்கவியல் மொழியாயிருக்கிறது! அப்படியாயின், விருப்பத் தெரிவின் அடிப்படையில் யார் வேண்டு மாயினும் சமூக ஊழியம் செய்ய வந்துவிட முடியுமா? அதற்கு ஏதேனும் தகுதி, யோக்கியதை வேண்டுமா? இந்தக் கேள்விக்கு என்ன பதில் அவரிடம்?

6) ‘அந்தத் தொண்டு செய்ய எனக்கு யோக்கியதை இருக்கிறதோ இல்லையோ’ என்று புதிய ஐயத்தை அவரே எழுப்புகிறார். இதற்கு என்ன விதமான யோக்கியதை வேண்டும்? இதற்கான யோக்கியதை இல்லையானால், பின் எதற்கு அந்தப் பணியை மேற்போட்டுக் கொண்டு அதே பணியாய் அவர் இருக்க வேண்டும்? அல்லது வேறு என்ன காரணமாக அது இருக்க முடியும்?

7) ‘இந்த நாட்டில் அந்தப் பணியைச் செய்ய யாரும் முன்வராத காரணத்தால், அதை மேற்போட்டுக் கொண்டு அதே பணியாய் இருந்து வருகிறேன்’ என்று, யாரும் குறுக்கே வர முடியாதபடிக்கு ஒரு காரணத்தைச் சொல்லி விடுகிறார். பேதம் நிறைந்த இந்த உலகிலோ அல்லது சமரசம் உலாவும் வேறு எந்த உலகிலோ, அடைய இருக்கும் ஆதாயங்களாய்க் கணக்குக் காட்டும், போதையை ஊட்டுகிற மத ஊழியங்களைச் செய்வதற்கு, இந்தச் சந்தையில் ஆட்கள் பெருத்துத் திரிகையில், வாழும் காலத்திலேயே, மனிதர்கள் சமத்துவமாய்த் ‘தன்மானத்தையும் பகுத்தறிவையும்’ கொண்டு வாழ வகைசெய்ய எத்தனிக்கிற இந்த ‘ஊழிய’த்திற்கு, யார்தான் முன்கை கொடுப்பார்கள்? கூடவும், சமூக ஊழியம் செய்ய, சமூக அறிவியலில் பல்கலைக்கழகப் பட்டம் பெற்ற மேதையல்ல அவர். ஆனால் சமூகத்தின் இழிவு நோய் தீர்க்கும், தீர்க்கமான பார்வை அவருடையது. யோக்கியதாம்சம் இருக்கிறதோ இல்லையோ, போட்டி என்று ஒன்று இருக்கையில் தான், தகுதி பற்றிய பேச்சே எழுகிறது. தகுதிக்குரிய போட்டிக்கு ஆளில்லாமல், தனித்துத் தன் பாதையில் சமூக ஊழியம் செய்யக் கிளம்புபவரை யார்தான் தடுக்க முடியும்? பெரும் இழப்புகளைச் சந்தித்தாக வேண்டிய, இந்த ஊழியம் செய்ய யாரும் முன்வராத நிலையில், தானே விரும்பி ஊழியம் செய்ய வந்ததாகக் கூறுகிறார்.

ஆக, ‘முன்கை கொடுப்பவர் யாரும் இல்லாததால், திராவிட சமூகத்தவர்க்குத் தானாக முன் வந்து, தன் போக்கில் மானமும் அறிவும் ஊட்டும் முழு நேரச் சமூக ஊழியன்’ என்பதாகத் தன்னைப் பிரகடனப்படுத்திக் கொண்டிருக்கிறார். ஆனாலும், இவரை நம்பி, இவர் பின் போக, இவரின் தகுதி பற்றிய ஐயம் ஒன்று, நம் உள்ளத்தின் ஓரத்தில், சிறு கேள்வியாய் உரசிக் கொண்டே இருக்கிறது. அவருக்கும் அது, விடை சொல்ல வேண்டிய ஒன்றாகவே மனசுக்குள் நின்றிருக்கிறது என்பது, அடுத்துவரும் பகுதியில் தெளிவாகிறது. கேள்வியாக அல்லாமல், கேள்விக்கான முகாந்திரங்களை மனசுக்குள் எழுப்பியபடியே, அதற்கான விடையை, அடுத்தடுத்த வரிகளில் மனம் ஒப்பச் சொல்லிச் சொல்லி ஆச்சரியப்படுத்துவதுதான் இவரின் இந்தத் தர்க்கிய எழுத்து

முறை நமக்குச் சொல்லிச் செல்கிறது. சுயமரியாதையை விட்டுக் கொடுக்காத தர்க்கம்தான் இவரின் எழுத்தியல் அழகியலாய்ப் பரிணமிக்கிறது. ஆக, நம்மை எப்படி ஆச்சரியப்படுத்திப் பதில் சொல்லப் போகிறார் அவர்?

8) 'இதைத் தவிர வேறு பற்று ஒன்றும் எனக்கு இல்லாததாலும்' என்று ஒரு உளவியல் உண்மையை போகிற போக்கில் மிகச் சாதாரணமாகச் சொல்லிச் சென்று விடுகிறார். நமக்குத்தான் அதை, அத்தனைச் சுலபமாய்க் கடப்பதென்பது, பெரும்பாடாய் ஆகிவிடுகின்றது. 'வேறு ஆசை', 'வேறு விருப்பம்', 'வேறு நோக்கம்', 'வேறு எண்ணம்', 'வேறு ஈடுபாடு' என்று எந்தச் சொல்லையும் போட்டுவிடாமல், மிகக் கவனமாக 'வேறு பற்று' என்று போட்டிருக்கிற மாத்திரத்திலேயே, அவர் நம் உள்ளத்திற்கு மிக நெருக்கத்தில் வந்து அமர்ந்து கொண்டு விடுகிறார். வழக்கத்தில் நாம் பயன்படுத்தும் மொழிப் பற்று, நாட்டுப் பற்று, இறைப் பற்று போல, 'மானத்தையும் அறிவையும்' இந்த மக்களுக்கு ஊட்டுவதன்மேல் கொண்ட ஈடுபாட்டைப் 'பற்று' என்று சொல்லுகிற மரபு நம்மிடம் இருக்கிறதா? நாட்டுப் பற்று என்பது, நாட்டின் மீதான அபிமானத்தை-அன்பைக் குறிக்கக்கூடியது. அதுபோலத்தான், மொழிப் பற்றும் இறைப் பற்றும்!

பெரியாரின் 'பற்று' என்பது சமூக அபிமானம் என்று வருமா? அது தகுதியாகுமா? 'பற்று' என்றால் என்ன? 'பற்று' என்பதற்குத் தமிழ் லெக்ஸிகன் இப்படி விளக்கம் சொல்கிறது:- 'வினையாக வருகையில், பிடித்தல், ஏற்றுக் கொள்ளுதல், மனத்துக் கொள்ளுதல், தொடுதல், உணர்தல், ஒட்டுதல், தொடர்தல், தீ முதலியன மூளுதல், பயனுறுதல், தகுதியாதல், ஒட்டுதல், பொருந்துதல், போதியதாதல், உறைத்தல், உண்டாதல்' என்பதாயும், பெயராக வருகையில், 'பீடிக்கை, ஏற்றுக் கொள்கை, அகப்பற்று புறப்பற்றுக்களாகிய அபிமானங்கள், சம்பந்தம், ஒட்டு, பற்றாசு, பசை, சோற்றுப் பருக்கை ஒட்டியுள்ள பாத்திரம், உரிமையிடம், பல ஊர்களுடைய நாட்டுப் பகுதி, பெற்றுக் கொண்ட பொருள், பற்றுக்கோடு, அன்பு, நட்பு, வீட்டுநெறி, செல்வம், இல்வாழ்க்கை, வயல், கட்டு, கொள்கை, மருந்துப் பூச்சு, மேகப்படை, கலவைச் சுண்ணாம்பு வகை, வாரப் பாடல், சிற்றூர்' ஆகிய பொருட்கள் தரப்பட்டுள்ளன. 'ஒட்டுதல், அபிமானம்' என்பவை மன அளவில் கிரியை புரிபவை! ஆக, 'இதைத் தவிர, வேறு 'மன அளவிலான ஒட்டுதல்' (அபிமானம்) எனக்கில்லையாதலால்' என்று கொள்வது சிறப்பாயிருக்கும். மன அளவில் ஒட்ட வைத்து, நம்மைக் கட்டிப் போடும் மொழியின் சூட்சுமம், மிக நுணுக்கமாக இங்கு

இயல்பாக வந்து விழுந்து நம் மனசைப் பற்றியிருக்கிறது என்பது முக்கியமானது. இதுதான் முதன்மையானது. இந்த ஒட்டுதல் இல்லாமலிருந்தால், அது, வெறும் பெயருக்காக வேலை செய்வது போலாகிவிடும். 'இல்லாததாலும்' என்பதால், இன்னொன்றையும் அவர் சொல்ல வருவது, அந்த 'உம்'மில் தெரிகிறது. அதுவும் மனம் சார்ந்த ஒன்றாயிருக்குமா அல்லது வேறொன்றாயிருக்குமா? என்ன சொல்ல வருகிறார், பார்க்கலாம்!

9) 'பகுத்தறிவையே அடிப்படையாய்க் கொண்ட கொள்கைகளையும் திட்டங்களையும் வகுப்பதாலும்', என்று இன்னொன்றில் அறிவியலுக்கு நெருக்கமான பகுத்தறிவுப் பார்வையை முன்வைக்கிறார். இதுதான் அவரின் எழுத்துகளின் அடிச்சரடாய் அமைந்திருக்கிறது. அறிவும் உணர்வுமாய்ச் சமநிலையிலான மொழி என்பதனாலேயே, கேட்பவரைப் பிணிக்கும் தகையவாய், அவரின் மொழி, இந்தக் காரியத்தைச் செய்யவே அவருக்கு உதவுகிறது. சமூகத்தின் மேலான இவரின் உணர்வுபூர்வ ஒட்டுதலும், அறிவின் உச்சமான பகுத்தறிவுத் தீர்க்கமும், அதற்குரிய தர்க்கமும் இவரின் மொழியாய் இன்னொரு புதிய அனுபவத்தைத் தருகின்றன. சமூக ஒட்டுதல் இல்லாமல் வெறும் பகுத்தறிவு என்பது பயனற்றது என்பதற்காகவே முதலில் மன ஒட்டுதலை (அகம்) வைத்துப் பின் அறிவுப் பார்வையை (புறம்) முன்நிறுத்துகிறார். 'சமூகத்தின்மீது சுயாபிமானம் கொண்டிருந்தாலும், அதைப் பகுத்தறிவு வகைப்பட்ட தன் கொள்கைகளைக் கொண்டு விளக்கும் பக்குவம் பெற்றவராயிருக்கிறார்' என்கிறார். இதன் காரணமாகவே,

10) 'நான் அத் தொண்டுக்குத் தகுதியுடையவன் என்றே கருதுகின்றேன்' என்கிற, சமூகப் பணி முடிவிற்கு-சமூகாபிமானம் சமூகநீதியாய் மாறுகிற தீர்க்கத்திற்கு - அவரால் வர முடிகிறது. ஒவ்வொரு வாக்கியத்தையும் ஏன், எதற்கு, எப்படி என்கிற, உள்ளமிழ்ந்து நிற்கும் அவரின் பகுத்தறிவுக் கேள்விகளே, சொற்களுக்கு இடையிலான வெற்றிடத்திற்குள் வியாபித்து நின்று, அவரை அறிவுபூர்வமாய் வழிநடத்துகின்றன. இறுதியில்,

11) 'சமுதாயத் தொண்டு செய்பவனுக்கு இது போதும் என்றே கருதுகிறேன்' என்கிற மன அமைதிக்கு- உறுதிக்கு அவரைக் கொண்டு செல்கிறது. அதாவது, சமூகத்தின் மீதான ஒட்டுதல் என்பது மிக முக்கிய மானது. அதுவே முதன்மையானது. இந்த மன ஒட்டுதலைச் சரியான திசை நோக்கி நகர்த்தக்கூடியதே 'பகுத்தறிவையே அடிப்படையாய்க் கொண்ட கொள்கைகளும் திட்டங்களும்' என்பதில் தெளிவாயிருக்கிறார் அவர்! அவரின் மொழியில், 'உணர்வு' உயிரோட்டமாய் நின்று, அறிவைத்

தூக்கி நிறுத்துகிற அதிசயத்தை நம் மனதிற்குள் தூவிச் சென்று விடுகிறது, மிக அழகாக, எளிமையாக, அது நிகழ்ந்து விடுகிறது. அடுத்தடுத்த இடத்திற்கு, மன லயிப்பில் துள்ளிக் கொண்டு செல்ல வைக்கிறது, தர்க்கிக்கும் அவரின் அனாயசமான பகுத்தறிவு மொழி!

மொழியை அறிவார்த்தமாகப் பயன்படுத்தும் அவர், தன் துணைவி நாகம்மாள் மறைவு குறித்து எழுதிய கடிதம், அவரின் மிகச் சிறந்த இலக்கியப் பங்களிப்பு! அகப் போராட்டத்தினூடே (அகம்) தன்னை யதார்த்தவாதியாக (புறம்) - பகுத்தறிவுவாதியாக எப்படி ஒவ்வொருவர் மனசுக்குள்ளும் நிறுவுகிறார் என்பதைத் தெள்ளிதின் விளக்குவது அது! கடிதம் (14-05-1933 நாளிட்ட 'குடி அரசு' இதழ்த் தலையங்கம்! இக் கடிதம், நாகம்மையார் இறந்த 11-05-1933 அன்று, இரவு 10 மணிக்கு மேல் எழுதப்பட்டிருக்க வேண்டும்.) இப்படிச் செல்கிறது, அந்தக் கடிதம்!:-

'எனதருமைத் துணைவி, ஆருயிர்க் காதலி நாகம்மாள் (அகம் சார்ந்த வெளிப்பாடு) 11-05-1933 ஆம் தேதி மாலை 7.45 மணிக்கு ஆவி நீத்தார் (அறிவிக்கை வெளிப்பாடு). இதற்காக நான் துக்கப்படுவதா? மகிழ்ச்சி யடைவதா? (அகம் சார்ந்த குழப்பம்) நாகம்மாள் நலிந்து மறைந்தது (துன்பத்திலிருந்து விடுதலை) எனக்கு (சுயமரியாதையாளனுக்கு) இலாபமா, நஷ்டமா (சமூகப் பற்றாளனின், துல்லிய வரவு செலவுக் கணக்கு) என்பது இதுசமயம் முடிவு கட்ட முடியாத காரியமாய் இருக்கிறது (பகுத்தறிவாளனுக்கு ஏற்படும் அகம் சார்ந்த குழப்பம்).

எப்படியிருந்தாலும் (லாப நட்டக் கணக்கு), நாகம்மாளை 'மணந்து', வாழ்க்கைத் துணையாகக் கொண்டு, 35 வருட காலம் வாழ்ந்து விட்டேன் (தன் பங்குப் பயன்பாடு- அறிவார்த்த இலாபக் கணக்கு). நாகம்மாளை நான்தான் வாழ்க்கைத் துணையாகக் கொண்டிருந்தேனே அல்லாமல், நாகம்மாளுக்கு, நான் வாழ்க்கைத் துணையாக இருந்தேனா என்பது எனக்கே ஞாபகத்துக்கு வரவில்லை (ஆணாதிக்கம்- அறிவார்த்தக் கணக்கு). நான் சுயநல வாழ்வில் 'மைனராய்', 'காலியாய்', சீமானாய்' இருந்த காலத்திலும், பொதுநல வாழ்வில் ஈடுபட்டுத் தொண்டனாய் இருந்த காலத்திலும், எனக்கு வாழ்வின் ஒவ்வொரு துறையின் முற்போக்குக்கும், நாகம்மாள் எவ்வளவோ ஆதாரமாக இருந்தார் என்பது மறுக்க முடியாத காரியம் (பெண் அன்பு, கூட்டுச் செயல் பாடு-மனச்சாட்சிக் கணக்கு). பெண்கள் சுதந்திர விஷயமாகவும், பெண்கள் பெருமை விஷயமாகவும் பிறத்தியாருக்கு நான் எவ்வளவு பேசுகிறேனோ-போதிக்கிறேனோ (பெண்ணுரிமைப் பிரச்சாரம்) அதில் நூற்றில் ஒரு பங்கு வீதமாவது என்னருமை நாகம்மாள் விஷயத்தில் (சொல்லும் செயலும் - 100 விழுக்காடு போதனையும், ஒன்றுக்கும்

குறைவான விழுக்காடு அதற்கான செயல்பாடும்) நான் நடந்து கொண்டிருந்தேன் என்று சொல்லிக் கொள்ள எனக்கு முழு யோக்கியதை இல்லை (சுய பரிசோதனை-குற்ற ஒப்புகை).

ஆனால், நாகம்மாளோ, பெண் அடிமை விஷயமாகவும் ஆண் உயர்வு விஷயமாகவும், சாஸ்திர புராணங்களில் எவ்வளவு கொடுமையாகவும் மூர்க்கமாகவும் குறிப்பிட்டிருந்ததோ, அவற்றுள் ஒன்றுக்குப் பத்தாக நடந்து கொண்டிருந்தார் என்பதையும் (பத்து மடங்கு அதிகமாக நாகம்மை யார் நடந்து கொண்டது), அதை நான் ஏற்றுக் கொண்டிருந்தேன் என்பதையும் மிகுந்த வெட்கத்துடன் வெளியிடுகிறேன் (சுய பரிசோதனை - குற்ற ஒப்புகை).

நாகம்மாள் உயிர் வாழ்ந்ததும், வாழ ஆசைப்பட்டதும் எனக்காகவே ஒழிய, தனக்காக அல்ல என்பதை நான் ஒவ்வொரு வினாடியும் நன்றாய் உணர்ந்து வந்தேன். இவைகளுக்கெல்லாம் நான் சொல்லக்கூடிய ஏதாவதொரு சமாதானம் உண்டென்றால், அது, வெகு சிறிய சமாதான மாகும். அதென்னவென்றால், நாகம்மாளின் இவ்வளவு காரியங்களையும் நான் பொதுநலச் சேவையில் ஈடுபட்ட பிறகு, பொதுநலக் காரியங் களுக்கும், சிறப்பாகச் சுயமரியாதை இயக்கத்திற்குமே பயன்படுத்தி வந்தேன் என்பதுதான்(பொதுவாழ்விற்குப் பயன்பட்டமை என்பதுதான் சிறிய சமாதானமாயிருக்கிறது). நாகம்மாள் நான் காங்கிரசிலிருக்கும் போது மறியல் விஷயங்களிலும், வைக்கம் சத்தியாகிரக விஷயத்திலும், சுயமரியாதை இயக்கத்திலும் ஒத்துழைத்து வந்தது உலகம் அறிந்ததாகும் (உண்மை- பொதுநலப் பங்களிப்பு).

'ஆகவே நாகம்மாள் மறைந்தது எனக்கு ஒரு அடிமை போயிற்றென்று சொல்லட்டுமா? ஆதரவு போயிற்றென்று சொல்லட்டுமா? இன்பம் போயிற் றென்று சொல்லட்டுமா? உணர்ச்சி போயிற்றென்று சொல்லட்டுமா? ஊக்கம் போயிற்றென்று சொல்லட்டுமா? எல்லாம் போயிற்றென்று சொல்லட்டுமா? எதுவும் விளங்கவில்லையே!' (அகம் சார்ந்த குழப்பம்-மனப் பிதற்றல்). எது எப்படியிருந்த போதிலும், நாகம்மாள் மறைவு ஒரு அதிசய காரியமல்ல. நாகம்மாள் இயற்கை எய்தினார். இதிலொன்றும் அதிசயமில்லை (யதார்த்தத் தெளிவு). நாகம்மாளை அற்ப ஆயுள்காரியென்று யாரும் சொல்லிவிட முடியாது. நாகம்மாளுக்கு 48 வயது ஆனபோதிலும், அது மனித ஆயுளில் பகுதிக்கே சிறிது குறைவானபோதிலும், இந்திய மக்களின் சராசரி வாழ்வாகிய 23½ வயதுக்கு இரட்டிப்பென்றே சொல்ல வேண்டும் (அறிவியல்பூர்வ மனச் சமாதானம்). 'செத்தால் சிரிக்க வேண்டும்; பிறந்தால் அழ வேண்டும்'

என்ற ஞானமொழிப்படி, நாகம்மாள் செத்ததை (இறந்ததை, மறைந்ததை, காலமானதை எனும் சொல்லமைப்பில் ஏதோவொன்றை அந்த இடத்தில் நிரப்பி, மொழி வழக்கைச் சமூக நாகரீகமாக்காமல், சித்தரின் ஞான மொழியாகவே, அதைத் தன் மனைவியின் இறப்பிற்கும், 'செத்ததை' என்பதாய் மொழியைப் பயன்படுத்தியிருப்பதில் கிடைக்கிற மொழி அழுத்தம் நினைக்கப்படும்!) ஒரு துக்க சம்பவமாகவும், ஒரு நஷ்ட சம்பவமாகவும் கருதாமல், அதை ஒரு மகிழ்ச்சியாகவும், இலாபமாகவும் கருத வேண்டும் என்றே ஆசைப்படுகிறேன் (அவர் விரும்பும் தெளிந்த முடிவு). ஆசைப்படுவது (மனம்) மாத்திரமல்லாமல் அதை உண்மை யென்றும் கருதுகிறேன் (அறிவாய் ஏற்றுக் கொள்ளல்).

எப்படியெனில் (நியாயப்படுத்த, காரணம் தேடல்), எனது வாழ்நாள் சரித்திரத்தில் (வாழ்நாளை வரலாறாக்கிப் பார்த்தல்) இனி நிகழப் போகும் அத்தியாயங்களோ (வரலாற்றுப் பகுதி) சிறிது விஷேச சம்பவங்களாக இருந்தாலும் இருக்கலாம் (பீடிகை போடல்). அதை நாகம்மாள் இருந்து பார்க்க நேரிட்டால் அந்த அம்மாளுக்கு அவை மிகுந்த துக்கமாகவும் துயரமாகவும் காணக் கூடியதாய் இருக்கும் (தீவிர சமூக ஊழியம்) என்பதில் சிறிதும் சந்தேகமிருக்காது. அத்துடன் அதைக் கண்டு சகியாத முறையில் யானும் சிறிது கலங்கக் கூடும் (மனச்சோர்வு). ஆதலால், நாகம்மாள் மறைவால் எனக்கு அதிக சுதந்திரம் ஏற்பட்டதுடன், 'குடும்பத் தொல்லை' ஒழிந்தது என்கின்ற ஓர் உயர் பதவியும் (கணவன் என்கிற ஆணாதிக்கப் பதவியை விடவும், சமூக ஊழியத் தீவிரத்தைத் தடுக்க இனி யாருமில்லை என்கிற உயர் பதவி! இவ்வளவிற்கும் அவரும் பொதுவாழ்க்கையில் ஈடுபட்டிருந்தவர் தான்! மனைவியைச் சகித்திருத்தல் என்பதே சமூக ஊழியத்திற்கான தடையாகப் பார்க்கிறார். மனைவியைப் பொருட்டாக மதித்திருத்தல் தெரிகிறது) அடைய இடமேற்பட்டது (வாய்ப்பு வந்திருக்கிறது).

இது நிற்க, நாகம்மாள் மறைவை நான் எவ்வளவு மகிழ்ச்சியான காரியத்திற்கும் இலாபமான காரியத்திற்கும் (கூடுதல் சுதந்திரத்துடன், மனைவி இல்லாமல் ஆண் சமூக ஊழியம் செய்யும் இலாபக் காரியம்) பயன்படுத்திக் கொள்கின்றேனோ அந்தமாதிரி எனது மறைவையோ எனது நலிவையோ நாகம்மாள் உபயோகப்படுத்திக் கொள்ளமாட்டார் (பெண் சமூக ஊழியம் என்கிற செயல்பாட்டிற்கு, என் இழப்பைப் பயன்படுத்திக் கொள்ளும் காரியம்). ஆதலால், நாகம்மாள் நலத்தைக் கோரியும், நாகம்மாள் எனக்குமுன் மறைந்தது எவ்வளவோ நன்மை. (தீர்க்கமான முடிவு)

எனதருமைத் தோழர்கள் பலருக்கு நாகம்மாள் மறைவு ஈடுபடுத்த முடியாத நஷ்டம் என்று தோன்றலாம். (சொந்த இழப்பிலிருந்து, இயக்க இழப்பிற்கு நகருதல்) அது சரியான அபிப்ராயமல்ல. அவர்கள் சற்றுப் பொறுமையாய் இருந்து, இனி நடக்க இருக்கும் நிகழ்ச்சிகளைக் காண்பார்களேயானால் அவர்களும் என்னைப் போலவே நாகம்மாள் மறைவு நலமென்றே கருதுவார்கள் (இயக்கத் தோழர்களைச் சமாதானம் செய்யும் காரணங்கள்). நாகம்மாளுக்குக் காயலா ஏற்பட்ட காரணமே, எனது மேல்நாட்டுச் சுற்றுப் பிரயாணம் காரணமாய் ஒருவருட காலம் பிரிந்து இருந்திருக்க நேர்ந்த பிரிவாற்றாமையே முக்கிய காரணம் (இதை எழுதும்பொழுது பெரியாருக்கு 54 வயது: நாகம்மையாருக்கு 48 வயது! 'செல்லாமையுண்டே எனக்குரை மற்றுநின்வல் வரவு வாழ்வார்க்கு உரை' என்கிறார் பிரிவாற்றாமையில் வள்ளுவர்). இரண்டாவது, ரஷ்ய யாத்திரையினால் எனக்கு ஏதோ பெரிய ஆபத்துவரும் என்று கருதியது (பெரியாரே குறிப்பிடுவதுபோல், 'சாஸ்திர புராணங்களில் காட்டப்படும் பெண்ணைவிடவும் ஒன்றுக்குப் பத்தாக' நடந்து கொள்பவர் நாகம்மாள்). மூன்றாவதாக, நமது 'புதிய வேலைத் திட்டங்களை' உணர்ந்த பின் ஒவ்வொரு நிமிஷமும் தனக்குள் ஏற்பட்ட பயம் (பெரியாரே குறிப்பிடுவதுபோல், 'நாகம்மாள் உயிர் வாழ்ந்ததும், வாழ ஆசைப்பட்டதும் எனக்காகவே ஒழிய தனக்காக அல்ல என்பதை நான் ஒவ்வொரு விநாடியும் நன்றாய் உணர்ந்து வந்தேன்' என்பதுதான் அது!). ஆகிய இப்படிப்பட்ட 'அற்ப'க் காரணங்களே அவ்வம்மைக்குக் 'கூற்றா'க நின்றது என்றால், இனி இவற்றைவிட மேலானதான பிரிவு, ஆபத்து, பொருளாதாரக் கஷ்டம் முதலியவை உண்மையாய் ஏற்பட இருக்கும் நிலை, அவ்வம்மைக்கு எவ்வளவு கஷ்டமாய் இருக்கும் (சமூகத்தைத் தலைகீழாகப் புரட்டிப் போடும் அழிவு வேலைக்காரன் என்று தன்னைப் பிரகடனப்படுத்திக் கொள்பவர், தன் துணைவியின் கஷ்டத்தையும், அதனால் தனக்கு ஏற்படும் மனக் கலக்கத்தையும் சொல்வதன் மூலம், தன் உறவை மதிக்கிற அவரின் மாண்பும், உண்மையை வெளிப்படுத்தும் அவரின் துணிவும் தன் கொள்கையில் அவர் கொண்டிருக்கும் உறுதியும் அற்புதமாய் வெளிப்பட்டிருக்கிறது!) என்று நினைத்துப் பார்க்கும் தோழர்கள் நாகம்மாள் மறைவுக்கு வருந்த மாட்டார்கள் என்றே கருதுகிறேன். (தீர்க்கமான முடிவு)

இரண்டு, மூன்று வருடங்களுக்கு முன்பிருந்தே நான் இனி இருக்கும் வாழ்நாள் முழுவதையும் சங்கராச்சாரியார்கள் போல - அவ்வளவு ஆடம்பரத்துடன் அல்ல - பண வசூலுக்காக அல்ல - (குசும்பு!) சஞ்சாரத்திலேயே, சுற்றுப் பிரயாணத்திலேயே இருக்க வேண்டும்

என்றும் (மருத்துவமனையில் பெரியாரைச் சந்தித்த காமராசர், ‘அய்யா, இனுமெ சுற்றுப் பயணங்களெக் கொறச்சிகிட்டு ஓய்வெடுத்துங்க’ என்று சொன்னபோது, ‘செத்துப் போயிருவேன்யா’ என்று சொன்னவர் பெரியார்! பெரியார் இறந்தபோது, கலைஞர், ‘பெரியார் தன் சுற்றுப் பயணத்தை முடித்துக் கொண்டார்’ என்றுதான் எழுதினார். அந்தளவு சுற்றிச் சுழன்று பகுத்தறிவு ஊழியம் செய்த சமூகத் தேனீ பெரியார்!), நமக்கென்று ஒரு தனி வீடோ அல்லது குறிப்பிட்ட இடத்தில் நிரந்தர வாசமோ என்பது கூடாதென்றும் கருதி இருந்தது உண்டு (சமூகத்தை துறக்காமல் அதற்கு ஊழியம் செய்யும் துறவு வாழ்க்கை. அதுதான் பற்றற்ற பற்றை அவருக்குக் கொடுத்திருக்கிறது.) ஆனால், அதற்கு வேறு எவ்விதத் தடையும் இருந்திருக்கவில்லை என்றாலும் நாகம்மாள் பெரிய தடையாய் இருந்தார் (துணைவி என்கிற இருப்பும் அவர்களைக் கவனித்துக் கொள்கிற பொறுப்பும்). இப்பொழுது அந்தத் தடை இல்லாமல் போனது ஒரு பெரிய மகிழ்ச்சிக்குரிய காரியமாகும் (விட்டு விடுதலையான மகிழ்ச்சி!). ஆதலால், நாகம்மாள் முடிவு நமக்கு நன்மையைத் தருவதாகுக!’ (சமூக ஊழியத்தைத் தீவிரமாகச் செய்யும் ஆற்றலைத் தரட்டும்.)

துணைவியின் துக்கத்தை மடைமாற்றி, செயல்பாட்டுக்கான மகிழ்ச்சிப் பிரகடனமாய், அதைத் தர்க்க இலக்கியமாய் மாற்றிய விந்தையைச் செய்திருக்கிறவர் பெரியார்! எல்லாவற்றிலும் அவர் தேடுகிறது, அதன் குணரீதியிலான பயன் ஒன்றே! - சமூகப் பங்களிப்பிற்கான, ஏற்ற இறக்கங்களைக் கொண்டிருக்கிற அதன் இலாப நட்டக் கணக்கு மட்டுமே! உணர்வுபூர்வ எத்தனை ஏற்ற இறக்கங்களைக் கொண்டிருக்கிறது அவரின் மொழி! இதற்கு இணையாக ஒன்று சொல்லவேண்டுமென்றால், அது, கைகேயியின் வரத்தால், தசரதனின் பிரிவின் உணர்வைக் கம்பன் வெளிப்படுத்துகிற இடத்தை, இவர் அறிவுபூர்வமாய்த் தொட்டிருப்பதைத் தான் சொல்ல முடியும்! பகுத்தறிவுக் குசும்புப் பெருகி வழிகிறது மொழி நடையில்! இந்த மொழி வெளிப்பாட்டிலும் உண்மை ஊழியனாய்ப் பெரியார் மிளிர்கிறார். அதற்கு, அவரின் மொழி, அகத்தைப் பிணிக்கிற அறிவாய், இரண்டும் இணைந்த இன்பச் சுவையைத் தருகிறது.

மூன்றாவதாக நான் எடுத்தாண்டிருப்பது, பெரியார், ‘என் திருமணம்’ எனும் தலைப்பில் 10-10-1949 இல் வெளியிட்டிருக்கிற அறிக்கை! நாகம்மையார் இறந்த 16½ ஆண்டுகள் கழிந்திருக்கின்றன. 70+ வயது பெரியாருக்கு! அந்த அறிக்கையிலும், உண்மையும் உணர்வும் கலந்த, தர்க்கத்திற்குரிய அறிவார்த்த வெளிப்பாடாகவும், குழந்தையின் பச்சை மனசாகவும் கொட்டிக் கிடக்கிறது அவரின் பொதுவாழ்க்கைக்குரிய

மொழி என்பது முக்கியம். எந்தப் பதற்றமும் இல்லாது சலசலத்து ஓடும் ஆற்று நீரின் இயல்புத் தன்மையுடன் கடிதத்தின் தொடக்கம், மிக இயல்பாக, எளிமையாக, நேரிடையாக இப்படி அமைகிறது:-
1. 'எனது திருமணம் பற்றிச் சில வார்த்தைகள் கூற நான் ஆசைப்படுகிறேன். என் இத் திருமணத்தால் இயக்கத்திற்கு ஏதோ பெரிய குறைபாடு ஏற்பட்டு விட்டதாகச் சிலர் தவறான பிரச்சாரம் செய்து வருகிறார்கள்... இதுபற்றி நான் ஏதாவது பேசுவேன் என்று நீங்கள் எதிர்பார்க்கிறீர்கள். ஆதலால், அதுபற்றிப் பேசுவதும் சற்று அவசியமாக இருக்கிறது' என்று எந்தப் பகட்டும் இல்லாமல், ஒளிவுமறைவும் இல்லாமல், பட்டவர்த்தனமாகப் பேசத் தொடங்குகிறார். இந்த மொழி அடுக்கில் அமைந்திருக்கும் கருத்துப் பொதிவு என்பது, இப்படி அமைகிறது:- 'சில வார்த்தைகள் சொல்ல ஆசைப்படுவது' (உள் எழும் கேள்வி, எதற்காக இந்த ஆசை என்பது!), 'குறைபாடு ஏற்பட்டு விட்டதாகச் சிலர் செய்யும் தவறான பிரச்சார'த்திற்கான எதிர்வினைக்குரியது இந்த 'ஆசை'! (இந்த ஆசையைத் தெரிந்து கொள்ள விரும்பும் உங்களின் எதிர்பார்ப்பு என்பதே இதன் தேவை!), 'பேசுவதும் சற்று அவசியமாக இருக்கிறது' ('சற்று' என்பதால் 'ஓரளவு' என்பது உட்கிடை!) என்று கூறுவதில், மொழியை மிகத் துல்லியமாகத் தேவையானதை மட்டும், அடுத்தடுத்த கேள்விக்குரிய விடையாக, எளிய அழகில் சொல்லும் பாங்கு வெளிப்படுகிறது. சொந்த வாழ்க்கை என்று ஒதுங்கிப் போய் விடவும் முடியாத, பொதுவாழ்க்கை என்று உதறித் தள்ளிவிடவும் முடியாத, இக்கட்டைச் 'சற்று' என்பது, ஓர் அழகிய இணைப்புக் கொக்கியாகிவிடுகிறது!

2. 'நான் எந்தக் காரியத்தையும் இரகசியமாகச் செய்ததில்லை. ஒரு ஆண்டாகச் சொல்லிக் கொண்டு வந்த காரியத்தைத்தான், திருமணம் என்பதாக - என் கருத்திற்குப் பொருந்த, சட்டப்படி - அதாவது பதிவுச் சட்டப்படி, வாரிசு உரிமைப் பதிவு செய்து கொண்டிருக்கிறேன். அதோடு அப்படிச் செய்து கொள்ள நேர்ந்த அவசியத்தையும், முன்கூட்டியே விளக்கிச் சொல்லியிருக்கிறேன்; பல அறிக்கைகள் மூலம் விளக்கி யிருக்கிறேன். மனைவி வேண்டும் என்பதற்காக நான் திருமணம் செய்து கொள்ளவில்லை என்றும் தெளிவாய் விளக்கியிருக்கிறேன்... தற்போது பதிவு செய்து கொண்டதானது எனது தொண்டிற்கு வசதியும், நல்ல நம்பிக்கையான பாதுகாப்பும், வாழ்க்கைக்கு ஆதரவும் மற்றும் பல வசதிகளையும்; எனது வயது முதிர்ந்த தள்ளாத நிலையையும் உத்தேசித்து இந்தப்படிச் செய்து கொள்ள வேண்டி ஏற்பட்டு விட்டது என்றும் தெரிவித்தேன்' என்று வார்த்தைகளை மிகத் தெளிவாக

அளந்து அளந்து பயன்படுத்துகிறார். அவரிடம் 'எந்தக் காரியத்திலும் இரகசியம் இல்லை' என்பது, பொதுவாழ்வில் ஈடுபடும் ஒருவருக்கு மிகவும் முக்கியமானது. சின்னவீடு, சிங்காரிகள் வீடு என்று மறை முகமாக அவருடன் இருந்தவர்களில் சிலர் வைத்துக்கொண்டிருந்த சூழலில், இந்த மொழியின் பயன்பாடு அசாத்தியமானது. வேல் கொண்டு மார்பிலேயே குத்துவதைப் போன்றது. திடீரென்று நடந்ததல்ல, ஓராண்டாகச் சொல்லி வந்தது அது! அவருடைய மனக் கருத்திற்குப் பொருந்தியது மட்டுமின்றி (அகம்), சட்டத்திற்கும் (புறம்) உட்பட்டிருப்பது அது! அதற்கான அவசியத்தை அறிக்கைகளாக முன்னரே விளக்கியிருப்பது - தாம்பத்தியத்திற்கானதில்லை இத் திருமணம்; நம்பிக்கையான பாதுகாப்பை உத்தேசித்து இந்தப்படிச் செய்ய வேண்டியதாகி விட்டது! - மொழியில் எத்தனைத் தெளிவு - உண்மை! வார்த்தைகளுக்குள் எங்குமே தஞ்சம் அடைந்து கொள்ளாத எளிமை!-ஏன் பதிவுத் திருமணம் செய்து கொண்டிருக்கிறேன் என்பதைச் சொன்னவரிடம், 'எதற்காக இந்தப் பதிவுத் திருமணம்' என்கிற கேள்வியை உள்முகமாக அவரிடம் எழுப்புகிறது. எதையும் அறிவியல் பூர்வமான தர்க்கத்திற்கு ஆளாக்கும் அவரின் பார்வையின் வழியே அவரின் மொழியும் செயல்படுவதை இங்குப் பார்க்க முடிகிறது. தர்க்க ரீதியில், அதற்கான பதிலாக, அடுத்த பத்தி அமைந்திருக்கிறது.

3. 'நான் எடுத்துக் கொண்ட வேலையைத் தொடர்ந்து நடத்திவர எவ்வளவோ தேடியும் எனக்கு ஒரு உற்ற தோழர்-கூட்டு வேலைக்குத் தகுதியான, நம்பிக்கையான தோழர் இன்றுவரை கிடைக்கவே இல்லை. நான் யார் யாரை ஏற்றவர் என்று கருதினேனோ அவர்கள் மீதெல்லாம் சந்தேகம் கொள்ளும்படி ஏற்பட்டது... ...யாரையும் நம்ப முடியவில்லை என்பதோடு, நான் சாப்பிடும் சாப்பாட்டில்கூட எங்கு விஷம் கலந்திருக்கக்கூடுமோ என்று சந்தேகப்படக்கூடிய நிலை ஏற்பட்டு விட்டது' - கூட்டுவேலைக்குத் தகுதியான நம்பிக்கைக்குரிய தோழர் தேவை; அருகிலிருக்கும் 'ஏற்றவர்' என்று கருதிய 'யாரையும்' நம்பமுடியாத சூழல்! அதன் உச்சமாகச் சாப்பாட்டில் 'விஷம்' எனும் சந்தேக பீதி! இந்தநிலையில் ஒரு மனிதன் செய்யக்கூடியது என்னவாய் இருக்கும் எனும் கேள்வி உள்ளுக்குள் எழுகிறது. விரக்தியில், எல்லா வற்றையும் தூக்கித் தூர எறிந்துவிட்டு, அவரே விரும்பியதுபோல் சந்நியாசம் போகத் தூண்டலாம். அதனால், பொது வாழ்விலிருந்து விலகிக் கொள்ளும் முடிவிற்கு அவரைத் தள்ளுமா என்று பார்த்தால், அடுத்த பத்தி அசாதாரண விளக்கத்தில் அதை எளிமைப்படுத்தி விடுகிறது. அதில் மதியூகப் புத்திசாலித்தனம் மட்டுமே மின்னலிடுகிறது.

4. ‘இயக்க நிலையை உத்தேசித்து இயற்கை சாவு வரும்வரையில் கொஞ்ச காலம் உயிருடன் இருந்தால் தேவலைபோல் தோன்றுகிறது... வாய்த்த காலம், இருந்து பணி செய்தால், நமது இலட்சியம் சீக்கிரம் கைகூட வசதியாயிருக்குமே என்று தோன்றுகிறது... நமக்குப் பின்னும் தொடர்ந்து நடைபெற்று வர, ஏதேனும் ஏற்பாடு செய்துவிட்டுப் போக வேண்டும் என்ற ஆசையும் கலந்து கொண்டு விட்டது’ - “இயற்கைச் சாவு ‘வரும்வரையில்’ *(சாவின் இயல்பை எளிதாய் ஏற்றுக் கொள்ளும் திண்ணம்)*, ‘வாய்த்த காலம் இருந்து பணி செய்தால்... இலட்சியம் சீக்கிரமே கைகூட வசதியாகும்” *(சாவு வரும்வரையில் வாழ ‘வாய்த்த’ காலம்/இலட்சியத்தை அடையப் பணி செய்தல்)*, ‘தேவலைபோல் தோன்றுகிறது’ *(ஏக்கம்! ஆசை!)* எனும் மொழிப் பயன்பாடுகள், குழந்தைத்தனமாயும் அறிவார்த்தமாயும் தர்க்கத்தை உள்ளடக்கியும் உள்ளன. தூக்கு மேடையில் ஏறும்முன் பகத்சிங் வெளியிட்டிருக்கிற ஆசையை - ‘ஒரு விஷயம் இன்னும் என்னை உறுத்துகிறது. ஆம். என் தேசத்திற்காகவும் இந்தச் சமூகத்திற்காகவும் ஏதாவது செய்ய வேண்டும் என்று விரும்பி என் இதயம் நச்சரித்துக் கொண்டே இருந்தது. அத்தகைய ஆசைகளில் ஆயிரத்தில் ஒரு பங்கைக்கூட என்னால் நிறைவேற்ற இயலவில்லை. ஒருக்கால் வாழ நேர்ந்தால், அவற்றை நிறைவு செய்ய எனக்கு ஒரு வாய்ப்புக் கிடைக்கக்கூடும். நான் இறந்துபோகக் கூடாது என்ற எண்ணம் என் மனதில் எப்போதாவது ஏற்பட்டிருக்குமானால், அதற்கு இந்த எண்ணம் மட்டுமே காரணமாக இருக்கும்’ - ஒத்ததாய் இருக்கிறது இது! நம்மைப் பச்சாதாபப்பட வைக்கின்றன அவர்மேல், இந்தப் படாடோபமற்ற எளிய மொழி வழக்குகள்! இந்த நிலைக்குள் தள்ளப்பட்டிருக்கும் அவரின் பொது வாழ்வுத் தொண்டுச் சூழலை, நம் மனசு எடைபோடத் தொடங்குகிறது. அதற்கான விளக்கங்களைச் சான்றுகாட்டிப் பட்டியலிடுகிறது, அடுத்து வரும் பகுதிகள்! அதைத் தொடர்ந்து, அவர் தரும் வாரிசுரிமைக்கான தன்னிலை ஆய்வுகள் மிக முக்கியமானவை.

5. ‘நான் வாரிசாகச் செய்து கொண்ட மணியம்மை 31 வயதினரும், என்னுடன் கூடவே ஆறு ஆண்டுகள் இயக்கப் பணி புரிபவரும், என் நம்பிக்கைக்கு ஆளாகப் பத்திரிகை உரிமை, நிர்வாக உரிமை ஏற்று நடத்துபவரும், பணம் காசு விஷயத்தில் நம்பிக்கையாகப் பொறுப்பாக நடப்பவருமான அப்பேர்ப்பட்டவரை, நான் சட்டப்படியான வாரிசாக - வாழ்க்கைத் துணையாக ஆக்கினால் இதில் யாருக்கு, என்ன குறைவு, கெடுதி, நட்டம், ஒழுக்கக்கேடு என்று யோசித்துப் பாருங்கள். இந்தக் காரியத்தால் ஏற்பட்டது இன்ன தவறென்று கூற, குற்றமென்று கூற,

ஏதேனும் காரணம் காட்ட வேண்டுமே, இந்தப் பகுத்தறிவுவாதிகள்! இயக்க நலனை-பொதுத் தொண்டைக் கருதி, எனக்கொரு துணை வேண்டுமென்று, என்னுடைய பாதுகாப்புக்காக, என்னுடைய வசதியை உத்தேசித்து, ஒரு ஸ்திரீயை சட்டப்படி எனக்கு உதவியாளராக-உற்ற நண்பராக இருக்க வசதி செய்து கொள்கிறேன். இதில் யாருக்குத்தான் தலையிட உரிமை இருக்க முடியும்? யாருக்குத்தான் தகராறு இருக்க முடியும்?' - 71 வயதுக் கிழவர் எவ்வளவு தெளிவுடன், தயக்கம் எதுவும் இன்றி, மழுப்பல்கள் இன்றி, போலித்தனம் இன்றி, தன் மனதிற்கும் சட்டத்திற்கும் நியாயமாகப்பட்டதைச் சொல்வதற்கு, மணியம்மையாரின் வயதைச் சொல்கிறார்; அவரின் நேர்மையைச் சொல்கிறார்; ஆறு ஆண்டுகளாக இயக்கப்பணி புரிந்து வாழ்க்கைக்குத் துணையாக, உற்ற நண்பராக, தோழராக இருந்தவரை, இவருடைய 'வசதியை உத்தேசித்து', சட்டப்படி 'வாழ்க்கைத் துணை'யாக இருக்க 'வசதி செய்ய' இருவரும் ஒத்துக் கொண்டு பதிவு செய்து வாழ்வதால், யாருக்கு என்ன குறைவு? இதனால் யாருக்கு என்ன கெடுதி? இதனால் யாருக்கு என்ன நட்டம்? என்று யோசிக்கச் சொல்கிறார். 31 வயதுடைய ஒரு பெண்ணை, வாரிசாக்கிக் கொள்ள சட்டப்படி வழியில்லாததால், திருமணத்திற்கு, ஏதும் சட்டத் தடை இல்லாததால், இந்த முடிவிற்கு வந்திருப்பதாக இன்னொரு இடத்தில் குறிப்பிட்டிருப்பது மிகவும் முக்கியமானது. ஆக, மூன்றாம் மனிதர் வேறு யாருக்கும் உரிமையற்ற இதில், தகராறுக்கு இடமேது? என்றும் கேட்கிறார். இந்தக் கேள்வி களுக்கு மனம் திறந்து பதில் சொல்ல முடியுமா, அவதூறு பேசியவர் களால்? சரி, நமக்கிருக்கிற கேள்வி, அந்தப் பெண் யார் என்பதைப் பற்றியும் அவரின் வாழ்க்கை என்னாகும் என்பதைப் பற்றியுமே! அதையும் அடுத்தடுத்து விளக்குகிறார்.

6. '1938 ஆம் ஆண்டு இந்தி எதிர்ப்பில் வேலூர் சிறை சென்றவர்க் கெல்லாம் பணிவிடை செய்த பெண். தன் தகப்பனார் இறந்த பிறகு இறந்த முன்றாவது மாதமே (1943இல்) இருந்து, என்னோடு ஆறு வருட காலமாகப் பழகிச் சுற்றுப் பிரயாணத்தில் கூடவே இருந்து பிரச்சாரம், காரியதரிசி வேலை, ரிப்போர்ட்டர் வேலை செய்து வரும் பெண்; என்னால் பல தடவை வற்புறுத்தப்பட்டும், அவர் பெற்றோரால் வற்புறுத்தப்பட்டும்-திருமணம் வேண்டாம் என்று மறுத்து, தனது இயக்கத் தொண்டே பிரதானம் என்று கருதித் தொண்டாற்றி வந்த பெண். அப்படிப்பட்ட ஒரு பெண்ணை-ஆறு வருடம் பழகி, எனது முழு நம்பிக்கைக்கும் பாத்திரமான ஒரு பெண்ணை, நான் துணைவியாக, நட்பாக, நம்பிக்கைக்கு ஏற்ற வாரிசாக ஏற்றுக் கொள்ளுகிறேன்

என்றால், ஒரு கூட்டம் ஏன் ஆத்திரப்பட வேண்டும்? அதில் மற்றவர் பிரவேசிக்க உரிமைதான் ஏது?' - 'துணைவியாக, நட்பாக, நம்பிக்கைக்கு ஏற்ற வாரிசாக' என்று சொல்லுகிற இடத்தில், என் செண்பகத்துடனான என் வாழ்க்கை பற்றி, செண்பகம் மறைந்தபோது, நான் எழுதியிருந்தது நினைவிற்கு வருகிறது:- 'பாரதி, கண்ணனுடன் கொண்ட மானசீக உறவின் பன்முகவிரிவைப்போல், என் செண்பகத்துடன் நான் கொண்ட உறவும் வாழுங்காலத்திலேயே தாயாக, தாரமாக, தோழியாக, குருவாக, குழந்தையாக என்று பன்முகமாக விரிந்து புதிய அர்த்தத்தை வாழ்க்கைக்குத் தந்திருந்தது' என்று! அப்பொழுது நான் பெரியாரைப் பெரிய அளவில் வாசித்ததில்லை. ஆனால், ஏறக்குறைய அதே மனநிலை, என் வாழ்விலும் என்னைக் கடந்து போனதுதான்! எங்களுக்குள்ளும் பதினொரு வருட வேறுபாடு ...பெரியாரின் இடத்தில் என் செண்பகம்... மணியம்மையார் இடத்தில் நான்! தாலியும் இல்லை; தடபுடலும் இல்லை; பதிவும் இல்லை; பாயாச விருந்தும் இல்லை; மிக மிக எளிய மணவிழா அது! அண்ணா, எம்ஜிஆர், கலைஞர்போல் பெரியார் எனக்கு அப்பொழுது பெரிய ஆதர்சமாக இல்லாதபோதும், எனக்குள்ளே, பெரியார் தான் எதன் வயமாகவோ இயங்கிக் கொண்டு இருந்திருக்கிறார் என்பது இப்பொழுது புரிகிறது. இன்னொன்றும் புரிகிறது, அது, பெரியாரை விடவும் கூட, தோழர் மணியம்மையாரின் திண்மை! உறுதி! பெரியாருக்குப் பின் இயக்கத்தை வழிநடத்திச் சென்ற ஆற்றல்!

7. அவரின் இறுதி முத்தாய்ப்பு முக்கியமானது. சமூக ஊழியம் என்று, தானே தன் தோளில் சுமந்து திரியும், சூத்திர இழிவு நீக்கத் தொண்டை முன்னிறுத்தியது அது! இப்படிச் செல்கிறது அது:- 'தோழர்களே! நான் உண்மையில் என் பொதுப்பணி தொடர்ந்து நடைபெற்று வரவேண்டும் என்றுதான் இந்த ஏற்பாட்டைச் செய்தேன்; இன்னும் சில ஏற்பாடுகளும் செய்ய உத்தேசித்திருக்கிறேன். யார் என்ன நினைத்துக் கொண்டாலும் சரி, யார் என்ன சொல்லிக் கொண்டிருந்தாலும் சரி; நான் கடமையிலிருந்து அணுவளவும் தவறமாட்டேன். என் தொண்டுதான் எனக்குப் பெரிது; மற்றவர்கள் அதைப் பற்றி என்ன கூறுகிறார்கள் - என்ன நினைக்கிறார்கள் என்பது எனக்குப் பெரிதல்ல... எனது 30 ஆண்டுப் பொதுவாழ்வில், ஒருபோதும் எதிர்ப்புக்கு அஞ்சி, எனது கொள்கையை மாற்றிக் கொண்டதில்லை; எத்தகைய ஒழுக்கக்கேடான காரியத்தையும் நான் செய்ததில்லை. ஏதேனும் அப்படிச் செய்ததாக, என்னுடைய எதிரிகளான பார்ப்பனர்களே கூடக் கூறவில்லை' என்பதாய்த் தானே தனக்கான நற்சாட்சிப் பத்திரத்தை வாசிக்கிறார். ஆனால் இது முழுக்கவும் உண்மை என்பதை அவர் வாழ்ந்த வாழ்க்கை நமக்குக் காட்டியிருக்கிறது. எதிரிகள் எவரும் கைநீட்டிக் குறை சொல்ல முடியாதபடி, தன் சொந்த

வாழ்வைத் தகவமைத்துக் கொண்ட ஒருவரால்தான், பொதுவாழ்வில் நெஞ்சு நிமிர்த்தி அப்படி வாழ்ந்து காட்ட முடியும்!

8. 'யாரேனும் இவ்வேற்பாட்டிற்காக உள்ளத் துய்மையுடனேயே வருத்தப்படுவதென்றால் எனக்குப் பின் இந்தப் பெண் தனி வாழ்க்கை நடத்த வேண்டி ஏற்பட்டுவிடுமே என்று வேண்டுமானால் வருத்தப் படலாம்; கொஞ்சம் பரிதாபப்படலாம். ஆனால் அதற்குக்கூட அவசிய மில்லை. ஏனென்றால், நான் இறந்த மறுநாளேகூட, இந்த அம்மையார் தனக்கு இஷ்டப்பட்ட வேறு ஒருவனை மணந்து கொண்டு விடலாம். இந்துமத தர்மப்படி செய்யப்பட்ட - ரத்து செய்து கொள்ள முடியாத- ஜென்மத் தீர்ப்பான திருமணம் அல்ல; பதிவு முறைப்படி செய்து கொள்ளப்பட்ட திருமணம்; எந்த நேரத்திலும் ரத்து செய்து கொண்டு வேறு மணம் செய்து கொள்ளலாம். நான் இன்றும் இந்தப் பெண்ணை அநாதையாக வைத்திருக்கவில்லை; நான் திடீரென்று இறந்துவிட்டாலும் சுகமாக வாழக்கூடிய அளவுக்குச் சிறிது பொருளாதர வசதியும் உண்டு. டிரஸ்டு காரியத்தில் துரோகம் செய்யாது என்கின்ற நம்பிக்கை எனக்கு உண்டு. அன்றியும், அந்த அம்மையார் சில டிரஸ்டிகளுடன் ஒருவராகத் தான் இருப்பார். என்ன கேடு செய்ய முடியும்? ஆகவே, இந்தப் பெண்ணுக்காகப் பரிதாபப்படவோ, அவநம்பிக்கைப்படவோ, இடமோ, அவசியமோ இல்லை!'

இந்த இடத்தில் நாகப்பட்டணத்தில் பெரியார் பேசும்போது சொன்னதாக, நான் கேட்ட ஒரு செய்தி, எவ்வளவு அறிவார்த்தமாகப் பிரச்சனைகளை அவர் அணுகுகிறார் என்பதைத் தெளிவுபடுத்தும். பெரியாரின் கூட்டம் அங்கு நடைபெற இருப்பதை முன்னிட்டு, ஊரெங்கும் மணியம்மையாரைத் 'தேவடியாள்' என்பதாகச் சுவரெங்கும் எழுதி வைத்திருந்தார்களாம் எதிரிகள்! கூட்டத்தில் பேசிய தோழர்கள் கொதித்துப்போய்ப் பேசிக் கொண்டிருக்கின்றனர், 'அய்யா இதுக்குப் பதில் சொல்ல வேண்டும்' என்கிற அன்பு வேண்டுகோளோடு! பெரியார் பேசும் போது, 'தோழர்கள்லாம் அதுக்குப் பதில் சொல்லணும்னு சொல்றாங்க. நான் என்னாத்தெப் பதில் சொல்றது... அந்த அம்மா அங்கெதான் பொஸ்தகம் வித்துகிட்ருக்கு... ஒண்ணு, அந்த அம்மா வந்து சொல்லணும்... இல்லெ, சொவத்துலெ எழுதிப் போட்டவரு, அந்த அம்மாகிட்டெ போயிருந்தாருன்னா அவரு வந்து சொல்லணும். இதுலெ, மூணாவது மனுஷன் நான் என்னத்தெ சொல்றது' என்று எளிய மொழியில் செருப்பால் அடிக்கிற உன்னதத்தைச் செய்தவர் பெரியார். அம்மா, மனைவி, தங்கை போன்றோரைத் திட்டினால், கோபம் கொப்பளிப்பதுதான் இயல்பு, மனித நெறி! ஆனால் அதற்கு

மாறாக, ஒரு பின்நவீனத்துவ நயத்தை இந்த மொழிகளுக்குள் நிரப்பிக் கொடுத்திருக்கிறார் பெரியார்! இதில் அறிவியல் உண்டு; 'அவரை நாண' வைத்திடும் மனோவியல் உண்டு; இலக்கிய நயம் உண்டு. இதுதான் இவரின் மொழிக் கிடங்கிற்குள் இருந்து, சமூக மொழியாக, பகுத்தறிவு அலசலாக, இயக்க ஊழியம் செய்யும் சமூகத் தொண்டனாக அவரை அடையாளப்படுத்திக் கொண்டே இருக்கிறது.

9. இந்தக் கட்டுரையின் இறுதி முடிப்பு இப்படி வெளிப்படுகிறது:- 'எனவே, நாம் நமது வேலையைக் கைவிடுதற்கில்லை. எத்தகைய எதிர்ப்பு வந்தபோதிலும் சமாளித்துத் தொடர்ந்து பாடுபட்டு வர வேண்டியதுதான். (இதைத் தவிர வேறுவழியில்லை எனும் தொனி) எவ்வளவு துரோகிகள் தோன்றினாலும் பொதுமக்கள், அறிஞர்கள், நடுநிலையாளர்கள் ஆதரவு நமக்குத்தான் இருக்கும். இது என் சொந்த அனுபவம். (உண்மையை அறிவார்த்தமாக முன்வைக்கும் தெளிவுக்குரிய மொழி என்பதுதான் அவரின் சொந்த அனுபவமாயிருக்கிறது.) நாம் சூத்திரத் தன்மையிலிருந்து விடுதலை பெற, வடநாட்டார் ஆதிக்கத்தி லிருந்து விடுதலை பெற, திராவிடத் தனி நாட்டையடைய முயற்சி செய்தல் வேண்டும். (கடமை! **1949** இல் மொழிவாரி மாநிலமாகத் தமிழ்நாடு பிரிக்கப்படாத நிலை!) அதற்குப் போதிய சக்தி, வாய்ப்பு, மக்கள் ஆதரவு எனக்கு உண்டு. என்றாலும், இதற்குக் காங்கிரஸ் திராவிடர்கள் (பார்ப்பனரல்லாத காங்கிரசார்) உட்பட, பார்ப்பனத் தோழர்கள் (இடதுசாரிச் சிந்தனையாளர்கள்) உட்பட மற்றும் எல்லோருடைய ஆதரவும் (!) பெறவே நாம் முயற்சிக்க வேண்டும். அயராது தொண்டாற்ற வேண்டும்' என்கிறார்.

'என் திருமணம்' என்று அவரின் திருமணத்திற்கான தர்க்க ரீதியான விளக்கங்களுடன் தொடங்கிய கட்டுரை, 'சமூக ஊழியம்' ஆற்றும் கடமைக்கு மற்றவர்களை அழைப்பதுடன் முடிகிறது. உணர்வு பூர்வமான தகவல்களை எல்லாம் ஒன்றுடன் ஒன்று அடுக்கி அடுக்கிச் செதுக்கிச் செதுக்கி, அறிவுபூர்வத் தளத்திற்கு அப்படியே மெல்ல நகர்த்தி விடும் அழகியலைக் கொண்டிருக்கிறது அவரின் மொழி! கேள்வியை எழுப்பி, அதற்கு அறிவுபூர்வமாக, விடையை உண்மையாய் உணர்வு பூர்வமாய்ச் சொல்லிச் செல்லும், பாசாங்கற்ற, பசக்கென ஒட்டிக் கொள்ளும் மொழிநடை அவருடையது! மதியூகமாக, பகுத்தறிவிற்கொப்ப, சொந்த வாழ்க்கையின் எந்தப் பகுதியிலும், சமூக ஊழியம் செய்யக் கூட்டுக்காரர்களுக்கு அறிவார்த்தமாக அழைப்பு விடுக்கும் மொழியைப் பயன்படுத்தும் இவரை, ஏன் மதியூகச் 'சொல்லின் செல்வர்' என்று அழைக்கக் கூடாது!

★★★